D1771677

ஒரு மேடை
பல வேடங்கள்

கலைமாமணி **கே.பி. அறிவானந்தம்**

சதியா

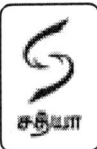

Title
Oru Medai Pala vedangal
Kalaimamani K.P. Arivanandam

ISBN : 978-93-6666-069-1
Title Code : Sathyaa - 137

நூல் தலைப்பு
ஒரு மேடை பல வேடங்கள்

நூல் ஆசிரியர்
கலைமாமணி கே.பி. அறிவானந்தம்

முதற்பதிப்பு
ஜனவரி 2025

விலை : ₹ 250

பக்கம் : 211

Printed in India

Published by

Sathyaa Enterprises
No.134, First Floor,
Choolaimedu high road, Choolaimedu,
Chennai - 600 094.
044 - 4507 4203

Email
sathyaabooks@gmail.com

உள்ளே...

1. நாடகம் என்றால் என்ன? — 5
2. நாடகத்திற்கு மேடை தந்தவர் ;
   மேடைக்கு நாடகம் தந்தவர் — 16
3. அன்றைய நாடகங்கள்,
   அதில் நடந்த விவாதங்கள் — 29
4. மேலைநாட்டுப் பாணியை மேடைக்குக்
   கொண்டு வந்தவர் — 41
5. அரங்கத்தில் ஐயப்பனைத் தரிசிக்கச் செய்தவர் — 52
6. நாடகம் காட்டிய தேசபக்தி நாடகமல்ல — 67
7. ஔவையே சண்முகமாகி அரங்கத்திற்கு வந்தாள் — 78
8. அள்ளக் குறையா நகைச்சுவை ;
   அள்ளிக் கொடுத்த அருங்கொடை — 89
9. எத்தனைக் கலைஞர்கள்; எண்ணற்ற சாதனைகள் — 102

10. அனைவருக்கும் அண்ணன்;
    தமிழ் நாடக மன்னன் — 114

11. சாதனைகள் படைத்த ரத்தக் கண்ணீர் ;
    சோதனைகளை உடைத்த எம்.ஆர்.ராதா — 125

12. ராமாயணமா? கீமாயணமா? — 137

13. தன்னிகரற்ற தலைவர் ; பன்முகக் கலைஞர் — 147

14. நடிப்புக் கலையின் சிகரம் ;
    நடிக்க வருவோர்க்கு அகரம் — 158

15. சகஸ்ரநாமம் - சேவாஸ்டேஜ்
    இரண்டல்ல ; ஒன்றே! — 168

16. இயல்-இசை- மனோகர் ;
    இணையற்ற நாடகக் காவலர் — 177

17. அணில் உதிர்த்த மணல் — 188

18. சாதனைகள் புரிந்த சபா நாடகங்கள் — 201

நாடகம் என்றால் என்ன?

நாடகமே உலகம்

நாடகமே உலகம் - உலகமே ஒரு நாடக மேடை என்றெல்லாம் நெடுங்காலமாகச் சொல்லப்பட்டு வருகிறது. இதன் மூலம் நாடகம் வாழ்வோடு ஒன்றிய ஒன்றாக இணைந்திருக்கிறது என்பது புரிகிறது.

நாடகம் என்பதை நாடு - அகம் என பிரித்து நாட்டின் அகத்தைப் பிரதிபலிப்பது என்பார்கள். அதனால்தான் "நாடகம் நாட்டிற்கு அணிகலன். நாகரீகத்தின் அளவுகோல். பாமரரின் பல்கலைக்கழகம்" என்றெல்லாம் கலை வல்லுனர்கள் போற்றுகிறார்கள்.

நாடகம் என்றால் என்ன? உண்மைபோல் தோன்றுவது. ஆனால் உண்மை இல்லாதது.

நாடகத்தில் ஒருவர் மகிழும்போது நாமும் மகிழ்ந்து சிரிக்கிறோம். ஆவேசத்தோடு பேசும்போது நாமும் அதற்கு ஆளாகிறோம். சோகக் காட்சி வரும்போது கலங்கிக் கண்ணீர் வடித்துக் கதறிய தாய் மார்கள் உண்டு. நாம் காண்பது நாடகம்தான். உண்மையல்ல என்பது புரிந்தாலும் அது உண்மைபோல் தோன்றி கலங்க வைக்கிறது.

முத்தமிழ்

உலக மொழிகளிலேயே நம் தமிழ்நாடு ஒன்றுதான் இயல், இசை, நாடகம் என நாடகத்தையும் தன்னோடு இணைத்துக் கொண்டு முத்தமிழாக விளங்குகிறது என ஆராய்ச்சியாளர்கள் சொல்கிறார்கள்.

ஒரு கவிதை வாசிக்கப்படும்போது இயற்றமிழாகிறது. அந்த இயற்றமிழ் ஒருவரால் பண் அமைத்துப் பாடப் படும்போது இசைத் தமிழ் ஆகிறது. அந்த இசைத்தமிழுக்கு ஒருவர் அபிநயம் பிடித்து நடிக்கும்போது அது நாடகத்தமிழ் ஆகிறது. ஆக ஒன்றிலிருந்து ஒன்று, ஒன்றுக்கொன்று -தொடர்பு கொண்டவையாக முத்தமிழும் விளங்குகின்றன.

ஒரு நாடகத்தில் உரையாடலாகிய இயல், பாடலாகிய இசை என இரண்டுமே இடம் பெறுவதால் முன்னிரு தமிழையும் தன்னுள் கொண்டு முத்தாய்ப்பாக விளங்குவது நாடகத் தமிழ் என்றால் மிகை யாகாது.

முத்தமிழில் ஒவ்வொன்றிற்கும் இலக்கணம் இருப்பது போல நாடகத்துக்கும் இருக்கிறது. அதற்கென நீண்ட வரலாறு உண்டு. மரபு உண்டு.

நான் மரபுகளை மதிக்கமாட்டேன். மரபுகளை உடைத்தெறிவேன் என்று சொல்பவர்கள் ஒவ்வொரு துறையிலும் உண்டு. நாடகத் திலும் உண்டு.

கண் தான் பார்க்கும். காது தான் கேட்கும். வாய் தான் உணவை உண்ணும். நான் மரபை மாற்றுகிறேன் என்று கண்ணால் உண்ண முடியுமா? காதால் பார்க்க முடியுமா? வாயால் கேட்க முடியுமா? தாய்-மகன், தந்தை-மகள், தமையன் -தங்கை என்ற மரபுகளை மாற்ற முடியுமா? மாற்றலாமா? மாற்றினால் மானுடப் பண்பாடு நிலைக்குமா?

சிலவற்றில் மரபை மாற்ற முடியாது என்பதற்கு சிறு நிகழ்ச்சி ஒன்றைப் பார்க்கலாம்.

ஓர் எழுத்தாளர் புகழ்பெற்ற பதிப்பகத்துக்குச் சென்றார். தான் எழுதிய ஒரு கதையைப் பதிப்பிக்க வேண்டுமெனக் கேட்டார். பதிப்பக உரிமையாளர் எங்கே உன் கதையின் தொடக்கத்தைப் படி...என்றார். எழுத்தாளர் படிக்கத் தொடங்கினார்.

"குப்பன் மிகுந்த கவலையோடு ரயில்வே தண்டவாளத்தில் நடந்து கொண்டிருந்தான். அவன் மனதில் பல்வேறு சிந்தனைகள் தோன்றித் தோன்றி மறைந்து கொண்டிருந்தன. அப்போதுதான் ரயில் மிக நெருக்கமாக வந்துவிட்டது என்பது தெரிந்தது. பதட்டத்துடன் தண்டவாளத்தில் இருந்து கீழே இறங்கி நின்றான். ரயில் அவனைக் கடந்து சென்றபின் மீண்டும் தண்டவாளத்தில் ஏறி நடக்கத் தொடங்கினான்" என்று தொடர்ந்து படிக்க முயல்கையில் அவர் குறுக்கிட்டார்.

"என்னப்பா இது? அரைச்ச மாவையே அரைக்கிற மாதிரியிருக்கு. ஒரு ரெய்ட்டர் கதை எழுதிகிட்டு வர்றேன்னா அதுல ஒரு புதுமை வேண்டாமா? மரபையே மாத்திக் காட்ட வேண்டாமா?" என்றார் பதிப்பக உரிமையாளர்.

"ஐயா சொல்றது சரிதாங்க....நாளைக்கி நீங்க சொன்னபடி மாத்தி எழுதிகிட்டு வரேங்க" என்று சொல்லிவிட்டுச் சென்றார் எழுத்தாளர். அதன்படியே மறுநாள் வந்து தான் மாற்றி எழுதிக் கொண்டு வந்ததைப் படிக்க ஆரம்பித்தார்.

"குப்பன் மிகுந்த கவலையோடு ரயில்வே தண்டவாளத்தில் நடந்து கொண்டிருந்தான்".

பதிப்பக உரிமையாளர் குறுக்கிட்டார்..."அட என்னப்பா! நேத்து படிச்சதையே படிக்கறியே!" என்றார்.

எழுத்தாளர் "இல்லிங்க! பின்னாடி ரொம்ப புதுமையா எழுதியிருக்கேன். மரபையே மாத்தியிருக்கேன்" என்றார். "அப்ப சரி! படி... பார்ப்போம்...." என்றார் அவர்.

எழுத்தாளர் தொடர்ந்து படித்தார். "குப்பன் கவலையோடு நடந்து கொண்டிருந்தபோது ரயில் வந்துவிட்டது. அதைக் கூட கவனிக்காமல் தனது சிந்தனையிலேயே மூழ்கியவனாக அவன் நடந்து கொண்டிருந்

தான். அவன் நிலையைப் பார்த்த ரயில் அவனது சிந்தனையைக் கலைக்க வேண்டாமென்று தண்டவாளத்தை விட்டுக் கீழே இறங்கி ஓடியது. அவனைக் கடந்து சென்றதும் மீண்டும் தண்டவாளத்தில் ஏறிக் கொண்டது".

''நிறுத்துப்பா...இதென்ன அபத்தம்!'' என்றார் பதிப்பக உரிமையாளர். "மரபை மீறினா இப்படித்தாங்க ஆகும்'' என்றார் எழுத்தாளர்.

புதுமைகளை வரவேற்கத்தான் வேண்டும். அதற்காக புதுமை என்ற பெயரில் பழமையைப் புறக்கணித்து மரபுகளை மாற்றிவிடக் கூடாது.

அகத்தியம்

தமிழ் நாடக மரபு அகத்தியரிடமிருந்து தொடங்குகிறது என்றால் ஆச்சரியமாகத்தான் இருக்கும். அதற்கும் பழம்பாடல் ஒன்று ஆதாரமாக விளங்குகிறது.

அகத்திய முனிவரின் பெருமையை அறியாதவர்கள் இருக்க முடியாது. தமிழ் வரலாறு அவரிடமிருந்துதான் தோன்றுகிறது. நாடகத்தின் பெருமையும் அகத்தியம் என்னும் மறைந்துபோன நூலிலேயே தொடங்கிவிட்டது. நீண்ட தமிழால் உலகத்தையே அளந்தார் அகத்தியர் என்கிறார் கம்பர். இந்தக் கம்பராமாயணப் பாடலில் மாண்ட வரதன் என்று வரும். அது மாண்புமிக்க வரங் களைத் தரக்கூடியவன் என்று பொருள் தரும். இராம லட்சுமணர் வர அகத்தியர் எதிர் சென்று வரவேற்றார் என்பது பாடலுக்குரிய நிகழ்வாகும்.

ஆண்தகையர் அவ்வயின் அடைந்தமை அறிந்தான்
ஈண்டுவகை வேலைதுணை ஏழுலகம் எய்த
மாண்ட வர தன்சரண் வழங்கஎதிர் வந்தான்
நீண்டதமி ழால் உலகை நேமியின் அளந்தான்

இதைத் தொடர்ந்து கம்பர் சிவபெருமான் தந்த தமிழை உலகிற்குத் தந்தவர் அகத்தியர் என்கிறார்.

தழற்புரை சுடர்க்கடவுள் தந்ததமிழ் தந்தான்

அது மட்டுமல்ல; என்றும் நிலைத்து நிற்கக் கூடிய இனிய தமிழைத் தந்து புகழ் பெற்றவர் அவர் என்கிறார்.

என்றுமுள தென்தமிழ் இயம்பிஇசை கொண்டான்

இத்தகைய சிறப்புமிக்க அகத்திய முனிவர இயல், இசை, நாடகம் என தமிழின் மூன்று பிரிவிற்கும் இலக்கணம் வகுத்திருக்கிறார் என்பதை விளக்கும் வகையில் அவை என்னென்ன என்பதைக் காட்டும் ஒரு தனிப்பாடல் உண்டு.

எழுத்தொடு சொற்பொருள் யாப்பணி என்னா
வழுத்தும் சுருதிசுரம் வண்ணம் – அழுத்தும்
தனியொத்து பாவனை சரச மிரசம்
பனிரெண் டிலக் கணமாம் பார்

ஆக அதற்கு முன்பே - அகத்தியர் இலக்கண நூலை வகுப்பதற்கு முன்பே தமிழில் நாடக இலக்கியம் இருந்திருக்க வேண்டும். ஏனென்றால் 'எள்ளினின்றும் எண்ணெய் எடுபடுமாபோல் இலக் கியத்தினின்றும் எடுபடும் இலக்கியம்' என்று வகுக்கப்பட்டிருக்கிறது. ''இயல் இசை நாடகமென்னும் முத்தமிழ் இலக்கணத்தையும் தெரிவிப்பதாகிய ஒரு பெரிய இலக்கண நூல் அகத்தியம்" என்கிறார் உ.வே.சா. "அகத்தியமானது நாடகத் தமிழைப் பற்றி வரைந்துள்ள மிகவும் பண்டைய நூல் என்பதில் சந்தேகமில்லை'' என்கிறார் நாடகத் தந்தை பம்மல் சம்பந்த முதலியார். ''சாந்திக் கூத்தும் வினோதக் கூத்துமென ஆய்ந்துற வகுத்தனன் அகத்தியன்தானே'' என்கிறர் அடியார்க்கு நல்லார்.

சங்கத் தமிழில் நாடகம்

நாடகம் என்ற சொல் முதன்முதலாக எங்கே பயின்று வருகிறது என்பதைப் பார்த்தால்தான் நாடகத்தின் தொன்மை தெரியும். இன்று நமக்குக் கிடைத்திருப்பவற்றுக்குள் முதன்மையான இலக்கண நூலாக விளங்கும் தொல்காப்பியத்திலேயே அந்தச் சொல் இடம் பெறுகிறது.

"நாடக வழக்கினும் உலகியல் வழக்கினும்
பாடல் சான்ற புலனெறி வழக்கம்"

என்று பாடும் தொல்காப்பியம் அதில் இடம் பெற வேண்டிய நவரசங்களை இவ்விதம் வகைப்படுத்துகிறது.

"நகையே அழுகை இளிவரல் மருட்கை
அச்சம் பெருமிதம் வெகுளி உவகை"

பத்துப்பாட்டு நூல்களுள் ஒன்றாக விளங்கக்கூடிய பெரும் பாணாற்றுப் படை நாடகம் என்ற சொல்லைக் குறிப்பிடுகிறது.

"நாடக மகளிர் ஆடுகளத் தெடுத்த
வீசிவீங் கின்னயம் கடுப்ப"

என்று அதில் சொல்லப்படுகிறது. நாடகம் என்பதைக் கூத்து என்றும் சொல்வதுண்டல்லவா! சாத்தனூர் கூத்தநூல் அதைப் பற்றிக் குறிப்பிடும்போது கூத்து மூன்று கூறுகளைக் கொண்டது என்கிறது.

"ஆட்டம் பாட்டம் அவிநயம் என்ன
மூவகை என்பர் கூத்தின் முறைமை"

என்று சொல்லப்படும் இந்த வரிகள் நாடகத்திற்குச் சொல்லப்பட்ட சுருக்கமான இலக்கணம் போல் அமைந்திருக்கிறது. நாடகக் காப்பியமான சிலப்பதிகாரம் நாடகம் நடத்துவதற்குரிய அரங்கம் பற்றியும், அதில் ஒருமுக எழினி, பொருமுக எழினி, கரந்துவரல் எழினி என பலவகைத் திரைகள் பயன்படுத்தப்பட்டது பற்றியும் பாடுகிறது. சிலப்பதிகாரத்தின் அரங்கேற்று காதை, கடலாடு காதை, ஆய்ச்சியர் குரவை ஆகிய பகுதிகள் நாடகத் தமிழ் பற்றி விரிவாக விளக்குவனவாகும்.

"பலவகைக் கூத்தும் விலக்கினிற் புணர்த்துப்
பதினோ ராடலும் பாட்டும் கொட்டும்"

என்று பாடும் சிலப்பதிகாரம் அந்த பதினொரு ஆடலும் என்னென்ன என்பதை விரிவாகப் பாடுகிறது. சிலம்பு காட்டும் கலைச்செல்வி யான மாதவி "நாடக மடந்தை" என்றே குறிப்பிடப்படுகிறாள்.

கம்பர் தாம் பாடிய ஏர் எழுபது என்ற நூலில் இயல் இசை நாடகம் என்ற தொடரை அருமையாகக் குறிப்பிட்டிருக்கிறார்.

"கார்நடக்கும் படிநடக்கும் காராளர் தம்முடைய
ஏர்நடக்கும் எனில்புகழ்சால் இயலிசைநாட கம்நடக்கும்
சீர்நடக்கும் திறன்நடக்கும் திருவறத்தின் செயல்நடக்கும்
பார்நடக்கும் படைநடக்கும் பசிநடக்க மாட்டாதே!"

கம்பர் தமது இராம காவியமான இராமாயணத்தில் மிக முக்கிய மான கட்டத்தில் நாடகம் என்ற சொல்லைப் பயன்படுத்துகிறார். தசரதரிடம் தான் விரும்பிய வரத்தைப் பெறுவதற்காக மயங்கிக் கிடப்பவள்போல் நடிக்கிறாள் கைகேயி என்பதை இவ்விதம் பாடுகிறார்.

"நவ்வி வீழ்ந்தென நாடகமயில் துயின்றென"

மாணிக்கவாசகர் காலத்திலேயே சமயத் துறையில் போலி வேட தாரிகள் இருந்திருக்கிறார்கள் என்பது அவர் பாடும் இந்த ஒரு வரியின் மூலம் தெரிகிறது.

"நாடகத்தால் உன்னடியார்போல் நடித்து"

கல்வெட்டில் நாடகம்

சோழ மன்னர்கள் நாடகக் கலையில் ஈடுபாடு கொண்டவர்களாக இருந்திருக்கிறார்கள். இராஜராஜ சோழன் பற்றி எழுதித் தயாரிக்கப் பட்ட இராஜராஜேஸ்வர நாடகம் மன்னரின் முன்னிலையில் நடத்தப்பட்டதைப் பற்றிக் கல்வெட்டுக் குறிப்பு இருக்கிறது.

அதன்பின் அவரது மகனான இராஜேந்திர சோழனின் பத்தாம் ஆண்டு கல்வெட்டில் இராஜராஜனைப் பற்றிய நாடகம் நடத்தப் பட்டதைப் பற்றிக் குறிப்பிடப்பட்டிருக்கிறது.

கி.பி. 1119 ஆம் ஆண்டில் முதற்குலோத்துங்க சோழன் காலத்தில் கமலாலய பட்டர் என்பவரால் பூம்புலியூர் நாடகம் நடத்தப்பட்ட தாக திருப்பாதிரிப்புலியூர் பாடலீசுவரர் கோயில் கல்வெட்டு தெரிவிக்கிறது.

நாடக வகைகள்

பதினேழாம் நூற்றாண்டு தொடக்கத்தில் பண்ணு நாடகம் துளிர் விட்டது. அதைத் தொடர்ந்து குறவஞ்சி நாடகம், நொண்டிச் சிந்து நாடகம் என சில நாடக வகைகள் தோன்றின.

முக்கூடற் பள்ளு, குற்றாலக் குறவஞ்சி, அழகர் குறவஞ்சி, கும்பேசர் குறவஞ்சி, சரபேந்திர பூபாலக் குறவஞ்சி, திருச்செந்தூர் நொண்டி நாடகம், சீதக்காதி நொண்டி நாடகம் போன்றவை இசை நாடகங்களுக்கு வளம் கூட்டின. இந்த நாடகங்களுக்கும் சங்க இலக்கியம் காட்டும் நிலப் பகுப்புக்கும் தொடர்பு இருப்பதை நினைத்தால் வியப்பாகயிருக்கிறது.

பள்ளு நாடகம் என்பது மருதநில மக்களான உழவர்கள் வாழ்வைச் சித்தரிக்கும் வகையில் அமைந்துள்ளது.

குறவஞ்சி நாடகம் குறிஞ்சி நில மக்களாகிய குறவர்களின் வாழ்வை அருமையாகச் சித்தரிக்கிறது.

நொண்டி நாடகம் பாலை நில மக்களான கள்வர்களின் வாழ்வைத் தெள்ளத் தெளிவாகக் காட்டுகிறது.

சீர்காழி மூவர்

இதே நூற்றாண்டில்தான் கீர்த்தனைகளைப் பிரதானமாகக் கொண்டு இன்றைய நாடகங்களுக்கு முன்னோடியாக சில நாடகங்கள் தோன்றின. இவற்றுள் சிறப்பாகக் குறிப்பிடப்பட வேண்டியவர்கள் சீர்காழி மூவரான முத்துத் தாண்டவர், மாரி முத்தாப்பிள்ளை, அருணாசலக் கவிராயர் ஆகியோர். அருணாசலக் கவிராயர் 'இராம நாடகம்' என்னும் கீர்த்தனை நாடகத்தை இயற்றித் தமிழுக்குப் புதிய வடிவமொன்றை உருவாக்கித் தந்தார். மனம் போன போக்கில் பாடி வந்த நாடகக் கலைஞர்களுக்கு பல்வேறு இசை உருப்படி வகைகளை அறிமுகப்படுத்தியது இராம நாடகமே ஆகும்.

பத்தொன்பதாம் நூற்றாண்டில் கோபால கிருஷ்ண பாரதி இயற்றி யளித்த நந்தனார் கீர்த்தன நாடகமும் தமிழிசை நாடகத்திற்குப் புத்துயிரளித்ததாகும். இன்றும் இந்த நாடகம் அங்கங்கே நடத்தப் பட்டு வருகிறது என்பதொன்றே இதன் சிறப்புக்குச் சான்றாகும்.

இத்தகைய சிறப்புமிக்க நாடக இயக்கத்திற்கு இலக்கணநூல் உண்டா என்பது நாம் அவசியம் காண வேண்டிய செய்தியாகும்.

1959-ஆம் ஆண்டு அண்ணாமலைப் பல்கலைக்கழகத்தில் நாடகக் கலை என்ற தலைப்பில் உரையாற்றிய அவ்வை தி.க. சண்முகம் அவர்கள் நான்கு நூல்களைக் குறிப்பிடுகிறார்.

அவற்றுள் முதன்மையாகக் குறிப்பிடத்தக்கது திரு.வி.கோ. சூரிய நாராயண சாஸ்திரி என்ற தமது பெயரை தமிழ் மரபுக்கேற்ப மாற்றிக் கொண்ட பரிதிமாற்கலைஞர் எழுதியதாகும். அன்றைய காலகட்டத்திற்கேற்ப நூல் செய்யுள்களாக இயற்றப்பட்டுள்ளது. 'நாடக இயல்' என்ற இந்த நூலில் ஒரு நாடகம் எப்படி நடத்தப்பட வேண்டும், ஒரு நடிகன் எப்படி நடிக்க வேண்டும் என்பதெல்லாம் மிக விரிவாக கூறப்படுகின்றன. பேராசிரியர் சுவாமி விபுலானந்தர் 'மதங்க சூளாமணி' என்ற நூலை எழுதியிருக்கிறார். இது நாடக ஆராய்ச்சி நூலாக அமைந்திருக்கிறது.

மறைமலை அடிகளாரின் மாண்பை அறியாதவர்கள் எவரும் இல்லை. பல்வேறு ஆய்வு நூல்களையும் படைத்த அவர் சாகுந்தலா நாடகம் பற்றிய ஆராய்ச்சியை வெளியிட்டிருக்கிறார். அது நாடகக் கலைக்குப் பயன்தரும் ஆய்வாக அமைந்துள்ளது என்பது ஆன்றோர் கருத்தாகும்.

பம்மல் சம்பந்த முதலியார் பழம்பெரும் தமிழ் நூல்களையெல்லாம் ஆராய்ந்து 'நாடகத் தமிழ்' என்ற நூலை வெளியிட்டிருக்கிறார். மிக விரிவாக ஆராய்ச்சி செய்து எழுதியிருக்கிறார். இவையாவும் நாடக இலக்கண நூல்களே ஆகும்.

அவ்வை தி.க. சண்முகம் அவர்கள் உரையாற்றிய அன்றைய கால கட்டத்தில் அவை இருந்ததால் அவற்றைப் பற்றிக் குறிப்பிட்டிருக் கிறார். அதற்குப் பின் நாடகம் பற்றிய ஆய்வு நூல்கள் பல வந்துவிட்டன. சுயசரிதை எழுதிய நடிகர்கள் சிலர் அவர்கள் வரலாற்றில் தங்கள் நாடக அனுபவங்களாய் பதிவு செய்திருக் கிறார்கள். இவையெல்லாம் ஆறுதலளிப்பவையாக இருந்தாலும் போதுமானதாக இல்லை என்பதை குறிப்பிடத்தான் வேண்டும்.

தெருக்கூத்து

இதோ நவீன நாடகங்கள் - இவையே வீதி நாடகங்கள் என்று இன்று பரபரப்பாகப் புதுமைப் படைப்பென்று போடப்படும் நாடகங்

களுக்கு முன்னோடி சில நூற்றாண்டுகளுக்கு முன்னால் தமிழகத் திலே நடத்தப்பெற்ற தெருக்கூத்துகளே என்று உறுதியாகக் கூறலாம். இன்றும் அங்கங்கே தெருக்கூத்துகள் நடக்கத்தான் செய்கின்றன.

முத்தமிழ் என்பது இயலிசைக் கூத்து என்றே வழங்கப்பட்டது என்பதிலிருந்தே நாம் அதன் தொன்மையை உணர்ந்து கொள்ள முடியும்.

நீங்கள் தெருக்கூத்தைப் பார்த்ததுண்டா? ஒருமுறை பார்த்திருந்தால் கூட அந்த அனுபவத்தை வாழ்நாள் முழுதும் மறக்க முடியாது. இரவெல்லாம் விழித்திருந்து விடிய விடிய அந்தப் பாடல்களைக் கேட்டுக் கொண்டிருந்த காரணத்தால் மறுநாள் முழுதும் அந்தப் பாடல்கள் ஒலிப்பது போன்ற ஒரு ரீங்காரம் காதில் கேட்டுக் கொண்டேயிருக்கும்.

இரவு 10 மணிக்கு மேல் தொடங்கும் தெருக்கூத்தில் பிரதான கதா பாத்திரம் வருவதே இரவு 12 மணிக்கு மேல் ஆகிவிடும். உதாரண மாக வள்ளித் திருமணம் என்றால் வள்ளியை மணம் புரிய வரும் முருகன் தன் சுயரூபத்தில் வேலனாக, பின் வேடனாக, அதன்பின்

விருத்தனாகத் தோன்றுவார். இவர் வேலனாக வருவதே இரவு 1 மணிக்குத்தான் வருவார், விருத்தனாக வரும்போது விடிந்துவிடும்.

அர்ஜுனன் தபசு என்றால் அர்ஜுனன் 1 மணிக்குத்தான் வருவார். அவர் தவம் செய்வதற்காக ஒரு நீண்ட கழியை நட்டு வைத்திருப்பார்கள். அதன் குறுக்கே அங்கங்கே சில மரப்பலகைகள் கட்டி வைக்கப்பட்டிருக்கும். படிக்கு ஒரு பாட்டு - அதாவது கட்டி வைத்திருக்கும் ஒவ்வொரு பலகைக்கும் ஒவ்வொரு பாட்டு என்று அர்ஜுனன் பாடிக் கொண்டே மேலே ஏறுவார். உச்சியில் உள்ள பலகையில் அமர்ந்து பாடும்போது கிழக்கு வெளுத்துவிடும். அங்கே அவர் தவம் முற்றுப் பெற்றதாகக் கருதப்படும். அங்கிருந்து அவர் சில எலுமிச்சம் பழங்களைக் கீழே போடுவார்.

அடடா... அந்தப் பழங்களை மடியில் ஏந்துவதற்குத் திருமணமான பெண்கள் மடியை ஏந்தியபடி நின்று போட்டி போடுவார்கள் பாருங்கள். அப்படி ஒரு பதட்டம் அவர்களிடம் நிலவும். காரணம் அந்தப் பழங்களைச் சாப்பிட்டால் குழந்தை பிறக்கும் என்பது அவர்களது நம்பிக்கை.

இதேபோல் மழையில்லாத ஊரில் விராடபர்வம் கூத்தை வைத்தால் மழை பொழியும் என்பது நம்பிக்கை. விராடபர்வம் கதைக்கும் மழைக்கும் என்ன சம்பந்தம் என்பது புரியவில்லை. அதிசயிக்கத் தக்க வகையில் அவ்விதம் சில ஊர்களில் மழை பொழிந்ததாகவும் கூறுவார்கள்.

அவரவர் கற்பனைக்கேற்ப கட்டுக்கோப்பில்லாமல் பாடப்பட்ட, விடிய விடிய நடத்தப்பட்ட தெருக்கூத்து கதைகளை ஒரு வரையறைக்குக் கொண்டு வந்து சுமார் 3 மணி நேரத்துக்கு மேடையில் நடத்தத்தக்க நாடகமாக மாற்றி அதற்கான விதிமுறைகளை வகுத்துத் தந்தவர் தமிழ் நாடகத் தலைமை ஆசிரியர், நாடகக் கலையின் பிதாமகர் என்றெல்லாம் போற்றப்பட்ட சங்கரதாஸ் சுவாமிகள் ஆவார்.

நாடகத்திற்கு மேடை தந்தவர்;
மேடைக்கு நாடகம் தந்தவர்

இன்றைய தமிழ் நாடக வரலாறு சங்கரதாஸ் சுவாமிகளிட மிருந்தே தோன்றுகிறது. சுவாமிகள் என்று சொன்னாலே அது அவரை மட்டுமே குறிக்கும். நாடகத் தந்தை, நாடகப் பிதாமகர் என்றெல்லாம் போற்றப்படுபவர் சங்கரதாஸ் சுவாமிகள். 1867ல் செப்டம்பர் 7-ஆம் நாள் தாமோதரத் தேவர் - பேச்சியம்மாள் இணையரின் மகனாகத் தோன்றினார் சங்கரதாஸ் சுவாமிகள். 1885 தொடங்கி 1922 வரை. நாடகக் கலைக்காகவே வாழ்ந்து தொண்டு புரிந்தார்.

இளம் வயதில் புலவரேறு என்று போற்றப்பட்ட பழனி தண்டாயுத பாணி சுவாமிகளிடம் தமிழ் கற்ற சுவாமிகள், தமிழ்க் கலைமேதை வித்துவான் மான் பூண்டியாபிள்ளை என்பவரிடம் கர்நாடக இசையை முறையாகக் கற்றுக் கொண்டார். அதன் காரணமாக 16ஆவது வயதிலேயே பலவகையான இசைப் பாடல்களை இயற்று வதில் திறமை பெற்றவராக விளங்கினார்.

சுவாமியின் சீடர்கள்

சிறு வயதிலேயே நாடகத் துறையில் புகுந்து சில நாடக சபாக்களில் இருந்து அனுபவப்பட்ட சுவாமிகள் புகழ்பெற்ற பி.எஸ்.வேலு நாயர் தொடங்கிய சண்முகானந்த சபையில் நடிகராக மட்டுமின்றி, நாடகங்களைப் படைப்பவராகவும், அவற்றைப் பயிற்றுவிக்கும் ஆசிரியராகவும் நீண்ட காலம் பணிபுரிந்தார். பி.எஸ்.வேலு நாயர் அந்த நாடக சபையின் நிறுவனராக இருந்த போதிலும் நான் சங்கரதாஸ் சுவாமிகளின் முதல் மாணவன் என்று சொல்வதையே தமக்குரிய பெருமையாகக் கருதினார்.

சுவாமிகள் இதேபோல் ஜகந்நாதய்யர் நடத்திய பாலமீனரஞ்சனி சங்கீத சபையில் நாடகாசிரியராகப் பணியாற்றியபோது அவரிடம் பயிற்சி பெற்ற நடிகர்களின் பட்டியல் பிரமிக்க வைக்கிறது. திரு. பி.டி. சம்பந்தம், எம்.எஸ். முத்துக்கிருஷ்ணன், டி.பி.கே. சாரங்க பாணி, எஸ்.வி. மணி, டி.பாலசுப்பிரமணியம், இராஜமாணிக்கம் பிள்ளை, எம்.கே. ராதா, டி.எஸ். பாலையா, டி.ஆர். இராமச்சந்திரன், கே.பி. கேசவன் என அந்தப் பட்டியல் நீளுகிறது. இவர்கள் ஒவ்வொருவருமே பிற்காலத்தில் நாடகத் துறையிலோ. திரைப்படத் துறையிலோ பெரும் புகழ் பெற்று விளங்கியவர்கள்.

சுவாமியின் நாடகங்கள்

சுவாமிகள் எழுதியவை சுமார் 40 நாடகங்கள் என கணக்கிடப் பட்டுள்ளன. அவற்றில் குறிப்பிடத்தக்கவை பார்வதி கல்யாணம், வள்ளித் திருமணம், சதி சுலோசனா, சதி அனுசூயா, கோவலன், சத்தியவான் சாவித்திரி, லவகுசா, அல்லி அர்ஜுனா, மணிமேகலை, பிரகலாதா, பிரபுலிங்க லீலை, பவளக்கொடி, அபிமன்யு சுந்தரி , நல்லதங்காள், சிறுத்தொண்டர், சீமந்தனி, ஞான சௌந்தரி முதலியவை ஆகும்.

இவற்றையெல்லாம் விட வியக்கத்தக்கவை அவர் ''மிருச்சடிகர்'' என்ற வடமொழி நாடகத்தையும் ''ரோமியோ ஜுலியத்'' என்ற ஆங்கில நாடகத்தையும் தமிழில் உருவாக்கித் தந்திருக்கிறார் என்பதுதான். அவரது பரந்துபட்ட நாடக எழுத்தாற்றலுக்கு இவை மிகச் சிறந்த உதாரணமல்லவா!

ஓரிரவில் எழுதிய நாடகம்

சுவாமிகள் எவ்வளவு விரைவாக எழுதக் கூடியவர் என்பதற்கு அவர் டி.கே. சண்முகத்திற்காக எழுதிய அபிமன்யு சுந்தரி எனும் நாடகத்தைப் பற்றி அறிந்தால் போதும். இரவு உணவுக்குப் பிறகு அரிக்கன் விளக்கை அருகில் வைத்துக் கொண்டு நாடகத்தை எழுத ஆரம்பித்தார். அந்த ஒரே இரவில் எண்ணற்ற பாடல்களோடு இடையிடையே உரையாடல்களோடு ஓரிடத்தில் கூட அடித்தல் திருத்தல் இல்லாமல் எழுதி வைத்திருந்தார். மறுநாள் காலை அவர் எழுதிய அந்தக் கையெழுத்துப் பிரதியில் நான்கு மணி நேர அபிமன்யு நாடகம் மங்களப் பாட்டுடன் நிறைவு செய்யப்பட்டிருந் ததைக் கண்டு அனைவரும் வியப்படைந்தனர்.

சிவாஜி கணேசன் ஒன்பது வேடங்களில் நடித்த நவராத்திரி படத்தில் வரும் சத்தியவான் சாவித்திரி நாடகக் காட்சியைப் பார்த்தவர்கள் ஒருபோதும் அதை மறக்க முடியாது. சிவாஜி கணேசனும் சாவித்திரி யும் மிக அற்புதமாக அந்தப் பாடல்களுக்கு வாயசைத்து வசனம் பேசி நடிப்பார்கள். அவை சங்கரதாஸ் சுவாமிகள் எழுதிய

நாடகத்தின் ஒரு பகுதியே ஆகும்.

சுவாமிகள் சிறிது காலம் சமரச சன்மார்க்க சபை என்ற பெயரில் ஒரு நாடக சபையைத் தொடங்கி சில ஆண்டுகள் நடத்தினார். இந்த நாடகக் குழுவிலேதான் தமிழ் நாடக மேடையின் மங்காத ஒளி விளக்காகத் திகழ்ந்த எஸ்.ஜி. கிட்டப்பாவும், அவரது சகோதரர் எஸ்.ஜி. காசி அய்யரும் பயிற்சி பெற்றனர். இசைப் புலவராக விளங்கிய மதுரை மாரியப்ப சுவாமிகளும் இந்த நாடகக் குழுவில் பணியாற்றியவரே என்பது குறிப்பிடத்தக்கதாகும்.

பாலர் நாடக சபை

தமிழ் நாடக வரலாற்றில் சிறுவர்களைக் கொண்டே நாடகங்களை நடத்துவது என்ற அமைப்பை முதன் முதலில் உருவாக்கியவர் சுவாமிகள்தான். திரு. ஜெகந்நாதய்யருடன் ஏற்பட்ட மனத்தாங்கலின் காரணமாகவே அங்கிருந்து வெளியேறி சில நண்பர்களின் கூட்டுறவோடு அத்தகைய அமைப்பை உருவாக்கினார். 1918ஆம் ஆண்டில் மதுரையின் தத்துவ மீனலோசனி வித்துவ பாலசபை என்ற பெயரில் சிறுவர்களையே நடிகர்களாகக் கொண்டு இந்த பாலர் சபை உருவாக்கப்பட்டது.

ஏன் இப்படிப் பாலர் நாடக சபையைச் சுவாமிகள் உருவாக்கினார் என்பதற்குக் காரணம் உண்டு. செல்வமும், செல்வாக்கும் சேரச் சேர பெரிய நடிகர்களிடையே கட்டுபாடின்மை உருவாகிவிட்டது. மது அருந்திவிட்டு மேடைக்கு வருவது சாதாரணமாகிவிட்டது. தாங்கள் ஏற்றுள்ள பாத்திரங்களுக்குரிய வரம்புகளை மீறி சக நடிகர்களை இழித்தும் பழித்தும் பேசிக் கைதட்டல் வாங்குவதும், சற்றுத் திறமை குறைந்தவர்களை அவமானப்படுத்துவதும் அன்றாட நிகழ்ச்சிகளாகி விட்டன. இதையெல்லாம் பார்த்துப் பார்த்து மனம் குமுறியதால் தான் சுவாமிகள் இவ்விதம் சிறுவர்களைக் கொண்டே நாடகம் நடத்துவது என்ற சோதனை முறையை மேற்கொண்டார். இந்தச் சபையில்தான் டி.கே.எஸ்.சகோதரர்கள் சிறுவர்களாக வந்து சேர்ந்தார்கள். இவர்களுள் சிறந்து விளங்கிய டி.கே.சண்முகத்துக்குத் தான் சுவாமிகள் ஒரே இரவில் அபிமன்யு சுந்தரி நாடகத்தை எழுதினார்.

பாலர் நாடக சபையில் நடிப்புப் பயிற்சியோடு ஒழுக்கம், கட்டுப்பாடு ஆகியவை கடுமையான சட்டத் திட்டங்கள் ஆயின. சிறுவர்களுக்குப் பயிற்சியளிப்பதற்காக சுவாமிகள் வகுத்துக் கொடுத்த பால பாடத்தின்படி யாவும் கையாளப்பட்டன. நடிகர்கள் தெய்வபக்தியும் தேச பக்தியும் கொண்டவர்களாக விளங்க வேண்டும் என கற்பித்தவர் சங்கரதாஸ் சுவாமிகள். அங்கிருந்து உருவாகி வந்த ஒவ்வொருவரும் பிற்காலத்தில் பண்பின் சிகரங் களாக விளங்கினார்கள் என்பது வரலாறு.

சுவாமிகள் எழுதிய நாடகங்கள் அனைத்துமே இசை நாடகங்கள் தான். பாடல்கள்தான் அவற்றில் பிரதானமாகயிருக்கும். கருநாடக இசை, திருமுறை இசை, இந்துஸ்தானி இசை, நாட்டுப்புற இசை, காவடிச் சிந்து என அனைத்திலுமே ஆழ்ந்த ஞானம் படைத்தவர். அதனால் அவர் படைப்புகளில் இவை யாவும் இடம் பெற்றிருந்தன.

அத்தோடு முறையான இலக்கண இலக்கியப் புலமை வாய்ந்தவராத லால் ஒவ்வொரு பாடலிலும் அதன் தாக்கம் இருக்கும். நற்றிணை, குறுந்தொகை, கலித்தொகை, திருக்குறள், நாலடியார் ஆகியவற்றை உரிய இடங்களில் பொருத்தமாக அமைத்திருப்பார்.

தமிழ் நாடகத்தின் தோற்றமும் வளர்ச்சியும் என்ற நூலில் செம்மொழித் தமிழாய்வு மத்திய நிறுவனத்தின் ஆராய்ச்சி அறிஞ ரான முனைவர் அரிமளம் சு. பத்மநாபன் அவர்கள் சுவாமிகளின் பல்வேறு இசை வடிவங்களையும், அதற்கேற்ப எழுதப்பட்ட பல்வகைப் பாடல்களையும் இவ்விதம் வகைப்படுத்துகிறார்.

தமிழ்த் திருமுறை இசை : வெண்பா, ஆசிரியப்பா, கலிப்பா, வஞ்சிப்பா, கொச்சகம், கழிநெடிலடி, விருத்தங்கள், வண்ணங்கள், சந்தங்கள்

கர்நாடக இசை : கிருதி, கீர்த்தனை, தில்லானா, ஜாவளி, தரு, திமதை, உருப்படி.

நாட்டுப்புற இசை : காவடிச் சிந்து, நொண்டிச் சிந்து, கும்மிச் சிந்து, தென்பாங்கு (தெம்மாங்கு) தெருக்கூத்து வகை.

இந்துஸ்தானி இசை : பஜன், கஜல், பார்சி நாடக வர்ணமெட்டுகள். அவரது வடமொழி நாடகமான மிருச்சகடிகரில் இடம் பெற்றது.

மேற்கத்திய இசை : இங்கிலீஸ் நோட்ஸ் (அவரது ரோமியோ ஜூலியத் என்ற ஷேக்ஸ்பியர் என்ற மொழிபெயர்ப்பு நூலில் இடம்பெற்றது)

சுவாமிகளின் நாடகங்களில் இவ்வளவு இசை வடிவங்களும் இவ்வளவு பாவகைளும் இடம் பெற்றுள்ளனவா என வியப்பாக யிருக்கிறது.

சுவாமிகளின் நாடகங்கள் இசையையே ஆதாரமாகக் கொண்டவை என்பதால் அவற்றில் நடிக்கும் நடிகர்கள் அனைவருமே இசைக் கலைஞர்களாக விளங்கினார்கள். அவரது பாத்திரப் படைப்புகள் கதைத் தலைவன், அவனுடைய தோழன், கதைத் தலைவி, அவளுடைய தோழி எனும் அடிப்படையில் அமைந்து மற்ற பாத்திரங்கள் அவர்களைச் சூழ்ந்து வரும்.

ஒரு கலைஞரே முற்பகுதியில் ஒரு வேடமும், பிற்பகுதியில் இன்னொரு வேடமும் ஏற்று நடிப்பதென்பது சுவாமிகளின் நாடகங் களில் அவசியமாகிவிட்டது. ஏனென்றால் இரண்டிலுமுள்ள பாடல் களைப் பாடிப் பேசி நடிக்கும் ஆற்றல் அவர்களுக்கு அமைந் திருக்கும். எடுத்துக்காட்டாக பவளக்கொடி நாடகத்தில் முற்பகுதி யில் அல்லியாக நடிப்பவரே, பிற்பகுதியில் பவளக்கொடியாக வருவார். இரு வேடங்களிலுமுள்ள சிறப்பான பாடல்களைப் பாடும் ஆற்றல் அவர் ஒருவருக்கே இருக்கும். இதேபோல் கோவலன் நாடகத்தின் முற்பகுதியில் மாதவியாக வந்து ஆடிப்பாடி நடித்தவரே பிற்பகுதியில் ஆவேசம் கொண்ட கண்ணகியாக வந்து பாண்டியன் அவைக்கு சிலம்போடு வந்து அதிரவைப்பார்.

சுவாமிகளின் நாடகங்களில் குறிப்பிடத்தக்க மற்றொரு சிறப்பு மனதில் பதியும் வகையில் அறநெறி அதிலே வலியுறுத்தப் பட்டிருக்கும். பரிதிமாற்கலைஞர் நாடகத்தின் நோக்கம் பற்றிச் சொல்லும்போது...

> நல்லொழுக்கம் உள்ளோர் நன்மை எய்தலும்
> தீயொழுக்கம் உள்ளோர் தீதுற்று அழிதலும்

விளக்கப்பட வேண்டும் என்று தமது நாடக இயல் நூலில் விவரித்தார். அந்த இலக்கணத்திற்கு இலக்கியமாக விளங்குபவை சங்கரதாஸ் சுவாமிகளின் நாடகங்களாகும்.

பராக்! பராக்!!

சங்கரதாஸ் சுவாமிகளின் பல சிறப்புகளைக் காணும் நாம் அவரது பாடல்களில் சிலவற்றையாவது காண வேண்டாமா? அவை எவ்வளவு அற்புதமாக இருக்கும் என்பதை அறிந்து கொள்ள வேண்டாமா?

ஒரு மன்னர் அவைக்கு வருகிறார் என்றால் அதற்கு முன்னால் இரு வீரர்கள் வந்து இரு பக்கமும் நின்று கட்டியம் கூறுவது மரபு. அந்தக் கட்டியத்தையும், அதனோட சம்பந்தப்பட்ட ஒரு சுவையான செய்தியையும் பார்ப்போம்.

சீர்கொண்ட நெடியகடல் சூழ்கின்ற உலகத்தில்
ஜெயவிந்த வாழ்வுற்ற சுயஹிந்து தேசத்தில்
சிந்தைமகிழ் அங்கமொடு வங்கம் கலிங்கம்
சந்தமக தம்உருது விந்தம் குளிர்ந்தம்
சிங்கணம் சிங்களம் சிந்துசெவ் வீரம்
கொங்கணம் கொங்குடன் குடகுகாஷ் மீரம்
சிங்கார மலையாள நேபாள மாளவம்
காந்தார பாஞ்சால காம்போஜ சாளுவம்
செப்பரிய ஆந்திரகர் நாடக மராடம்
பற்பரம் கூர்ஜரம் விதர்ப்பம் விராடம்
தீதில்லா சேரருடன் சோழபாண் டியரெனும்
ஓதுஐம் பத்தாறு தேசத்து மகராஜர்
  தினமும் வந்தெதிர் சமுகம் கண்டிட
  பணியும் பங்கஜ நிகமும் சம்பத
    தியாக யோக நாக ரீக
    ஏக போக மாவி வேக
சித்திர சத்திய லட்சுமி புத்திர
ஜெயவீர ரணதீர சுகுமாற மணியார
திருவளர் விக சித மலர்முக வசீகரன்
உருவினில் மதனென வருமொரு சமகரன்

செந்திரு வந்தரை யும்புய மந்திர
இந்திர தந்திர மந்திர சுந்தர

திடமிகு ரதகஜ துரக பதாதிகள்
புடைதர உலகினை ஆளும் திவாகரன்
திகழ்தரு நமது சபைக்கு வருகிறார்
மகிழ்வுடன் அரசு செலுத்த வருகிறார்
பராக்! பராக் !! பராக்!!!

இப்படிச் சொல்லப்படும் இந்தக் கட்டியத்தை இரு சேவகர்கள் மேடைக்கு வந்து நின்று ஒருவர் ஒரு வரியைச் சொல்லி மற்றவர் அடுத்த வரியைச் சொல்ல வேண்டும்.

கண்டம் என்ற நடையில் அவை சொல்லப்படும்போது மிருதங்க வித்துவான் அதற்கேற்ப "தக தகிட….தக தகிட…" என்று வாசிப்பார்.

இப்படிக் கட்டியம் சொல்வதை நாடகக் கம்பெனிக்கு புதிதாக வந்து சேர்ந்த இருவரிடம் தான் தருவார்கள். கடினமான நடைகொண்ட இந்த சொற்களை கண்டம் என்ற நடை மாறாமல் சொல்வதற்கு அவர்கள் மிகவும் சிரமப்பட்டு பாடம் செய்வார்கள். மேடைக்கு வரும்போதே மிகுந்த பயத்தோடு சரியாகச் சொல்ல வேண்டுமே என்ற கலக்கத்தோடு வந்து நிற்பார்கள்.

அந்த நேரம் பார்த்து மிருதங்க வித்துவான் மிருதங்கத்தில் சுருதி சேர்ப்பதற்காக வைத்திருக்கும் கல்லை எடுத்துக் காண்பித்து, ஒழுங்காகச் சொல்லாவிட்டால் இந்தக் கல்லாலேயே அடித்து

முட்டியைப் பெயர்த்து விடுவேன் என்பதுபோல் அவர்களை மிரட்டுவார். ஏற்கனவே மிரண்டு போயிருக்கும் அந்த நடிகர்கள் இதனால் மேலும் நடுங்கி உள்ளதும் போயிற்று என்பதுபோல் உளறத் தொடங்கிவிடுவார்கள்.

ஒரு கட்டியம் சொல்வதையே இவ்வளவு அற்புதமாக எழுதியிருக்கும் சுவாமிகள் ஒவ்வொரு பாடலையும் எவ்வளவு கவித்துவத்தோடு எழுதியிருப்பார் என்பதைச் சொல்லவும் வேண்டுமோ? இதோ இங்கு அன்னை பராசக்தியை நீ மேற்குலத்து மாதாதானா? என்று கேட்டு பாடும் இந்தப் பாடலைப் பாருங்கள். அவளுக்கு எண்ணற்ற குலங்கள் என்று அவர் காட்டும் பட்டியலைப் பார்க்கும் போது வியப்பாகயிருக்கிறது.

ஒருவரைப் பழிப்பதுபோல் அவரது சிறப்புகளைப் பாடுவதற்கு நிந்தாஸ்துதி என்பார்கள். நம் செந்தமிழ் அதை அழகாக வஞ்சப் புகழ்ச்சியணி என்று குறிப்பிடுகிறது. பாடலைப் பார்ப்போம்.

மேற்குலத்து மாதாவாயோ சொல்லடி – மீனாட்சி
வித்தாரம்நீ உரைத்தாலும் தக்காது நல்லதல்லடி (மேற்)

கால்பதுமம் தேடிவந்து காசினியோர் பூஜித்தாலும்
கண்டுபோற்றி இந்திராதி அண்டர்புகழ் வாசித்தாலும் (மேற்)

தக்கனுக்கும் சந்திர சேகரக் கவிராஜ
பண்டிதர்க்கும் மகளாகி பிராமணத்தியோ? – புவி
தாங்கும்இம வானும் தமிழோங்குக்கூடல் பாண்டியனும்
தாம்வளர்த்த தாலேநீ க்ஷத்திரியச்சியோ?
சொக்கனைச் சேரும்பரைச்சி தோலுடுத்தும் சக்கிலிச்சி
அக்குமணி பூண்ஒட்டச்சி ஆதியெனும் அம்பட்டச்சி (மேற்)

ஆட்டிடையன் அன்னநாதன் கோட்டிகொண்டிட்ட வலையன்
ஆசைமகனும் குறவன் அல்லவோ? – உன்றன்
அந்தரங்க மர்மமான நிந்தைபழி நானறிவேன்
அத்தனையும் இங்கெடுத்துச் சொல்லவோ?
கேட்டிலூரார் சிரிக்க கேவலங்கள் விஸ்தரிக்க
நாட்டிலுனைஉப சரிக்க நான்பாடியே ஸ்மரிக்க (மேற்)

மாபாவியோர் வாழும் மதுரையோ?

சுவாமிகள் தாம் எழுதிய நாடகங்கள் பற்றிய விவாதங்கள் ஏற்பட்டால், கேள்வி கேட்பவர் வியந்து போகும் அளவிற்குப் புராணங்களிலிருந்தும் இலக்கியங்களிலிருந்தும் விளக்கம் தருவார் என்பார்கள். அதற்கு உதாரணமாய் அமைந்த ஒரு நிகழ்ச்சியைப் பார்ப்போம்.

கோவலன் நாடகத்தில் கண்ணகியை மணந்து அதன்பின் மாதவியை நாடிச் சென்ற கோவலன் பொருளனைத்தையும் இழந்து திரும்பி வருகிறான். மதுரைக்குச் சென்று வாழ்வதற்கு வழி தேடலாம் என்று கோவலன் கூற, கண்ணகி அதை மறுத்தும் பாடுவதாக சுவாமிகள் ஒரு பாடலை எழுதியிருந்தார். அந்தப் பாடலின் பல்லவி இதுதான்...

"மாபாவியோர் வாழும் மதுரா புரிக்கு
மன்னாநீர் போகாதீர்"

மதுரை நகரில் அரங்கேற்றம் நடந்து கொண்டிருந்தது. குறிப்பிட்ட இந்தக் காட்சி தொடங்கி பாடலும் பாடப்பட்டது. அமர்ந்திருந்த மக்கள் எழுந்து கூச்சல் போடத் தொடங்கினார்கள். "நாடகத்தை நிறுத்துங்கள்! சுவாமியைக் கூப்பிடுங்கள்" என்றெல்லாம் குரல்கள் எழுந்தன. சுவாமி மேடைக்கு வந்தார்.

"மாபாவிகள் வாழும் மதுராபுரி என்று எப்படிப் பாடலாம்? வரியை மாற்றுங்கள்" என்றார் ஒருவர்.

"கண்ணகி அப்படிப் பாடுவதாகயிருந்தாலும் மதுரைக்கு வந்து சிலம்பின் காரணமாக கோவலன் கொல்லப்பட்ட பிறகுதானே அப்படிப் பாடவேண்டும்; அதற்கு முன்பே ஏன் அப்படிப் பாடுகிறாள்?" என்று கேட்டார் மற்றொருவர்.

"அதற்குப் பிறகு அவள் பாடுவதாக இருந்தாலும் அப்படி எப்படிப் பாடலாம்? அறம் தவறியது என்று அறிந்தவுடனேயே தன் உயிரைத் தந்தவனல்லவோ பாண்டியன்! அவன் எப்படி மாபாவியாக முடியும்?" என்று கேட்டார் இன்னொருவர்.

சுவாமிகள் புன்னகை புரிந்தார். அனைவரையும் அமைதியாக அமரச் சொல்லிவிட்டு விளக்கம் சொன்னார். "நான் உங்கள்

ஆதங்கத்தையும் ஆவேசத்தையும் உணர்கிறேன். ஆனால் முழு பாடலையும் கேட்பதற்குள் அவசரப்பட்டு விட்டீர்கள். மாபாவி என்பதற்கான விளக்கத்தை நான் பின்னால் வரும் சரணங்களில் எழுதியிருக்கிறேன். மா என்றால் திருமகள் - பா என்றால் பார்வதி - வி என்பது வித்யைக்கு அதிபதியான கலைமகளைக் குறிக்கும். இப்படி அலைகள், மலைமகள், கலைமகள் எனும் மா-பா-வி யோர் வாழும் மதுராபுரியில் இந்தச் சிலம்பைப் பெரிதாக மதித்து யாரும் வாங்க மாட்டார்கள். அதனால் நாம் அங்குப் போவதால் பலனில்லை. அதனால் மதுராபுரிக்கு மன்னா நீர் போகாதீர் என கண்ணகி பாடுவதாக அமைத்திருக்கிறேன்'' என்றார்.

அதைக் கேட்ட மதுரை மக்கள் உற்சாகர் குரல் எழுப்பி ஆரவாரம் செய்தார்கள். கைத் தட்டலால் அந்த அரங்கமே அதிர்ந்தது.

சுவாமிகளின் வேடங்கள்

சுவாமிகள் இத்தகைய சிறப்புமிக்க நாடகங்களை எழுதியவர் மட்டுமல்ல; மிகச் சிறந்த நடிகரும் கூட. இயல்பாகவே நல்ல உயரமும், திடகாத்திரமான உருவமும், கறுத்த நிறமும் கொண்டவர் சுவாமிகள். அத்தோடு கனத்த குரலும் கொண்டவ ராதலால் அவர் எமன் வேடம் போட்டு பாடியபடியே மேடைக்கு வந்தால் உண்மையான எமனே வந்து விட்டானோ எனும்படி இருக்கும்.

ஒருமுறை சுவாமிகள் அப்படி எமன் வேடத்தில் அட்டகாசமாகப் பாடியபடி மேடைக்கு வர நாடகத்தைப் பார்த்துக் கொண்டிருந்த ஒரு கர்ப்பவதிக்கு கரு கலைந்து விட்டது. அதனால் பெரும் பரபரப்பு ஏற்பட்டது. அன்று முதல் சத்தியவான் சாவித்திரி நாடகத்தில் சுவாமிகள் எமன் வேடத்தில் வரும் காட்சிக்கு முன்னால் ''இப்போது சுவாமிகள் எமன் வேடத்தோடு வரப் போகிறார். பயந்த சுபாவம் உள்ளவர்களும், கர்ப்பஸ்திரீகளும் சபை யிலிருந்தால் வெளியில் செல்லும்படிக் கேட்டுக் கொள்ளப்படு கிறார்கள்'' என்று அறிவிப்பார்கள். அதன்படி குறிப்பிட்டவர்கள் வெளியேறிய பிறகே மீண்டும் நாடகம் தொடரும்.

அப்பொழுதெல்லாம் சில நாடகங்கள் விடியற்காலை வரை தொடரும். அதன் பிறகு நடிகர்கள் வேடத்தைக் கலைக்காமல் அப்படியே ஆற்றங்கரைக்குச் சென்று எண்ணெய் தேய்த்து நீராடு வார்கள். அதன்படி ஒரு நாடகத்தில் சனீஸ்வரன் வேடம் போட்ட சுவாமிகள் வேடத்தைக் கலைக்காமல் நீராடச் சென்று கொண்டி ருக்கும்பொழுது எதிரில் வந்த ஓர் இளம்பெண் பயந்து நடுங்கி மயக்கமடைந்து விட்டாள். அன்று முதல் சுவாமிகள் அதுபோன்ற பயங்கரமான வேடங்களைப் போடும்போது நீராடுவதற்காக வெளியில் செல்வதில்லை. தங்கியுள்ள இடத்திலேயே நீராடி விடுவார்.

தமிழ்க் கவிதை மறுமலர்ச்சி பாரதியாரிடமிருந்து தோன்றுகிறது என்பதுபோல், தமிழ் நாடக மறுமலர்ச்சி சங்கரதாஸ் சுவாமிகளிட மிருந்தே தோன்றுகிறது. அங்கங்கே அவரவர் விருப்பத்துக்குப் பேசிக் கொண்டும் பாடிக் கொண்டும் இருந்த நிலையை மாற்றி அன்று வழக்கத்திலிருந்த எல்லா கதைகளையும் தமது புலமையினால் சுவையான பாடல்களும், கருத்துமிக்க வசனங்களும் கொண்ட

கட்டுக்கோப்பான மேடை நாடகங்களாக்கினார். மக்களுக்கு நன்னெறியைப் புகட்டுவதே அவரது நோக்கமாக இருந்ததால் அதற்கேற்ப புராண, இதிகாச, நாட்டுப்புறக் கலைகளே அவரது நாடகங்களுக்குக் கதை மூலங்கள் ஆயின.

பழந்தமிழ் இலக்கியங்களை ஆழ்ந்து பயின்றிருந்த அவர் அவற்றின் சாரமாகத் தமது பாடல்களை வரைந்தார். அதனால்தான் வெண்பா, அகவல், விருத்தம் முதலான இயற்றமிழ் கூறுகளும்; நொண்டிச் சிந்து, காவடிச் சிந்து, கீர்த்தனைகள் முதலான இசைத் தமிழ் கூறுகளும் அவரது நாடகத் தமிழில் நர்த்தனம் புரிந்தன.

நாடகத்துக்குரிய மேடையமைத்து அதிலே படுதாக்கள் எனும் சீன்களைக் கட்டி, ஒரு காட்சி முடியும்போது விளக்கை அணைத்து மறுகாட்சிக்குரிய முறையில் காட்சியை மாற்றி அது தொடங்கும் போது விளக்கைப் போடச் செய்து லைட் ஆஃப் - லைட் ஆன் எனும் முறைகளையெல்லாம் கொண்டு வந்தவர் சுவாமிகள்தான். அதன் மூலம் நாடகக் கலைக்கு வலுவான அடித்தளம் அமைத்துத் தந்து புத்துயிரளித்தவர் சுவாமிகள்தான்.

அதனால்தான் 1922-ஆம் ஆண்டு அவர் மறைந்து விட்டாலும் தமிழ் நாடக உலகம் அவரை மறவாமல் போற்றித் துதிக்கிறது.

நாடகங்களை நடத்துவதற்கு ஏற்ற முறையில் மேடை தந்தவரும் அவரே; அந்த மேடையில் நடத்துவதற்கு ஏற்ற நாடகம் தந்தவரும் அவரே!

❐

3
அன்றைய நாடகங்கள்; அதில் நடந்த விவாதங்கள்

தமிழ் நாடகம் எப்போது சரியான வடிவம் கொண்டு நடக்கத் தொடங்கியதோ, அப்போதே அது புராண நாடகமாகத்தான் தொடங்கியிருக்கிறது. அன்று நடந்த தெருக்கூத்துகள் எல்லாம் புராணக் கதைகளையே அடிப்படையாகக் கொண்டிருந்ததால், அவற்றை அடியொற்றி வந்த மேடை நாடகங்களும் அவ்விதமே அமைந்ததில் ஆச்சரியம் ஒன்றுமில்லை. அரிய நீதிகளை மக்கள் மனதில் பதியவைக்க புராணக் கதைகள் பயன்பட்டன. மகாத்மா காந்தி தமது இளம் வயதில் அரிச்சந்திரா நாடகத்தைப் பார்த்துத் தான் இனி என் வாழ்வில் உண்மையே பேசுவேன் என்ற விரதத்தை மேற்கொண்டார் என்பதொன்றே புராணக் கதைகளின் மகத்துவத் திற்கு உதாரணமாகும்.

சிதம்பரம் அண்ணாமலைப் பல்கலைக் கழகத்தில் தமிழ்த்துறைத் தலைவராகயிருந்த பேராசிரியர் கலைமாமணி, டாக்டர் ஆறு. அழகப்பனார் அவர்கள் தாம் எழுதிய "தமிழ் நாடகம் - தோற்றமும்- வளர்ச்சியும்" என்ற நூலில் "அன்றைய நாடகங்கள் புராணங்களை அடியொற்றியே எழுதப்பட்டவையாகும். அரிச்சந்திர விலாசம்,

மகாபாரத விலாசம், நள தமயந்தி, இந்திர சபா, அங்கம் பூம்பாவை, மாணிக்க வாசக சுவாமிகள் என்பவை போன்ற பெயர்களே அதற்குச் சான்றாகும். இந்த வரிசையில் இராமாயணம், மகாபாரதம் இவற்றிலிருந்து நூறு நாடகங்களுக்கு மேல் தோன்றியுள்ளன. ஏனைய புராண வகைளில் இருநூற்றுக்கும் மேல் நாடகங்கள் எழுந்துள்ளன" என்று அறுதியிட்டு உறுதியாகக் கூறுகிறார்.

அவற்றுள் சங்கரதாஸ் சுவாமிகளின் நாடகங்களே முதன்மை பெற்று விளங்கின என்பதைப் பார்த்தோம். அவரது மறைவுக்குப் பின்னும் அவை பல்லாண்டு காலம் தொடர்ந்து நடைபெற்றன. இன்றும் பல பகுதிகளில் நடந்துகொண்டிருக்கின்றன.

சுவாமிகளின் நாடகங்களில் மிகவும் புகழ்பெற்றவை அவரது தருக்கம் (தர்க்க) பாடல்கள். வேலனுக்கும் வள்ளிக்கும் நடக்கும் தருக்கத்தில் இருவருமே விவகாரமானவர்கள் என்றால் அதுவே பல மணிநேரம் நீடிக்கும்.

இதில் சங்கரதாஸ் சுவாமிகள் எழுதிய புகழ்பெற்ற ஒரு பாடலை மேடையில் பாடவிடாமல் தடுத்து தன்னோடு நடித்தவர்களை அவமதித்த நீலாவதி என்ற நடிகை, பின்னர் புகழ்பெற்ற ஒரு நடிகரால் அவமதிக்கப்பட்டு நடிப்பதையே நிறுத்திக் கொண்டாள் என்பது ஓர் ஆச்சர்யமான நிகழ்வல்லவா!

வள்ளித் திருமணம் நாடகத்தில் இடம்பெற்ற காயாத கானகத்தே என்ற பாடல்தான் அந்த நடிகையால் தடுக்கப்பட்ட சுவாமிகளின் பாடல்.

வள்ளி திணைப்புலத்தில் நின்று கவண் வீசி ஆலோலம் பாடிப் பறவைகளை விரட்டிக் கொண்டிருக்கிறாள். முருகன் வேடனாக வேடமிட்டு அங்கே வந்து எதையோ தேடுவதுபோல் பாவனை செய்கிறான். வள்ளி அவன் அருகே வந்து எதைத் தேடுகிறாய் என்று கேட்கிறாள். அவன் நான் எனது மானைத் தேடிக் கொண்டு வந்தேன் என்கிறான். அவள் இங்கு மான் எதுவும் வரவில்லையே என்கிறான். அவன் இங்குதான் வந்தது என்கிறான். அப்படியானால் அதன் அடையாளம் என்ன? என்று கேட்கிறாள் அவள். உடனே அவன் பாடத் தொடங்குகிறான்.

காயாத கானகத்தே நின்றுலாவும் நற்காரிகையே
மேயாத மான் புள்ளி மேவாத மான்
சாயாத கொம்பிரண்டு இருந்தாலும் அது தலைநிமிர்ந்து
பாயாத மான் அந்த மான்வரக் கண்டதுண்டோ?

இவ்விதம் மானின் அடையாளத்தைச் சொல்வது போல் வள்ளியின் அழகைப் பாடுகிறான் வேடன். இப்படி அந்தக் காட்சி மிகவும் சுவையாகத் தொடரும்.

இதில் மானைத் தேடி வந்தேன் என்று வேடன் சொன்னதும் மானின் அடையாளத்தை வள்ளி கேட்டால்தான் காயாத கானகத்தே பாடலை வேடன் பாட முடியும்.

இந்தக் கட்டத்தில்தான் வள்ளியாக நடிக்க வந்த நீலாவதி வேலன் வேடம் போடுவோரை அவமதிக்கும் வகையில் அந்தப் பாடலைப் பாடவிடாமல் செய்வாள். அப்படி அவளை உருவாக்கியிருந்தார் அவளது குருநாதர்.

வேடன் மானைத் தேடிவரும் காட்சி தொடங்கி அவன் வந்து மானைப் பற்றிக் கேட்டவுடனே மான் வரவில்லை என்று சொல்லத் தொடங்கும் அவள் வேடன் எப்படி மடக்கி மடக்கிக் கேட்டாலும் மான் வரவில்லை. பிறகென்ன பேச்சு? வந்த வழியே போக வேண்டியதுதானே! என்பதிலேயே நின்றாள். அதனால் அந்தப் பாடலைப் பாட முடியாத நிலை ஏற்பட்டது. வேடன் வேடதாரிகள் அவமானப்பட நேர்ந்தது. நாடகம் அத்தோடு நின்று போனாலும் அந்தப் பெண்ணின் சாமர்த்தியத்தைப் புகழ்ந்தபடி மக்கள் சென்றார்கள்.

எஸ்.எம். குமரேசன்

வேலன் வேடமேற்ற சில நடிகர்கள் இதனால் மன உளைச்சலுக்கு ஆளானார்கள். அப்போது மேடை நாடகங்களில் நடிப்பதிலிருந்து ஒய்வு பெற்று ஒதுங்கியிருந்த ஒரு நடிகரைத் தேடிச் சென்றார்கள். அவர்தான் எஸ்.எம். குமரேசன்.

பழைய திரைப்படங்களைப் பார்ப்பவர்களுக்கு அவர் யார் என்று புரியும். அபிமன்யு என்ற பழைய கருப்பு வெள்ளைப் படத்தில்

அபிமன்யுவாக நடித்தவர் அவர். அந்தப் படத்தில்தான் எம்.ஜி.ராமச்சந்திரன் அவர்கள் அடையாளம் சொல்லக்கூடிய குறிப்பிடத்தக்க வேடத்தில் நடித்தார். அவர்தான் அதில் அர்ச்சுனன். நரசிம்ம பாரதி கிருஷ்ணனாக நடித்தார். எஸ்.வி. சுப்பையா அந்தப் படத்தில் சகுனியாக அற்புதமாக நடித்திருப்பார்.

அந்த குமரேசனைத்தான் அவர்கள் சென்று சந்தித்து தங்களுக்கு நேர்ந்த சங்கடத்தைச் சொல்லி அவர் மீண்டும் மேடையேறி வேலனாக நடித்து அந்தப் பெண்ணிற்குப் பாடம் புகட்ட வேண்டும் என்று வேண்டினார்கள். அவரும் அதை ஏற்றுக்கொண்டு நடிக்க வந்தார்.

அன்றைய தினம் என்ன நடக்கிறதென்று பார்க்க மக்கள் குவிந் தார்கள். முன் வரிசையில் வேலன் வேடம் போட்டவர்கள் அமர்ந் திருந்தார்கள். நாடகம் தொடங்கியது. குறிப்பிட்ட அந்தக் காட்சி யும் வந்தது.

வேடனான வேலன் மானைப் பற்றிப் பேச வள்ளி இங்கு மான் எதுவும் வரவில்லை என்பதிலேயே நின்றாள். திரும்பத் திரும்பக் கேட்டபோதும் பிடிவாதமாக அதையே சொல்லிக் கொண்டிருந் தாள். அப்போது அவர் திடீரென நினைவு வந்தவர்போல் "அடடா! பெண்ணே! நான் சொல்வது அந்த மானல்ல…" என்றார். அவள் தன்னை மறந்து "வேறு எந்த மான்?" என்று கேட்டு விட்டாள்.

மறுகணம் காயாத கானகத்தே நின்றுலாவும நற்காரிகையே என பாட்டைத் தொடங்கிவிட்டார் எஸ்.எம்.குமரேசன். கைத்தட்ட லால் அந்தப் பகுதி அதிர்ந்தது.

ஆனால் நீலாவதி உடனே குறுக்கிட்டாள். "ஏனய்யா இப்படிப் பிழையாகப் பாடுகிறீர்! காய்வதுதானே கானகம்? காய்ந்தால் தானே கானகம்! அப்படியிருக்க காயாத கானகம் எப்படி இருக்க முடியும்?" என்று கேட்டுவிட்டாள். சட்டென்று அங்கு எழுந்த ஆரவாரம் அடங்கியது. ஊசியைப் போட்டாலும் ஒலி கேட்கும் என்னுமள விற்கு நிசப்தம் நிலவியது.

அவள் கேட்ட அந்தக் கேள்வி அங்கு வேலனாக நடிப்பவரை மட்டும்

அவமதிக்கும் கேள்வியல்ல; அந்தப் பாடலை இயற்றிய சங்கரதாஸ் சுவாமிகளையே அவமதிக்கும் கேள்வியல்லவா!

குமரேசன் புன்னகை புரிந்தார். அவர் என்ன சொல்லப் போகிறார் என்று மக்கள் ஆவலோடு கவனித்தார்கள். அவர் சொன்னார்... "பெண்ணே! நீ இந்த சிற்றூரை ஆண்டு கொண்டிருக்கும் வேடர் குலத் தலைவனான நம்பிராஜனின் மகள். நல்ல குருநாதரிடம் கல்வி கற்றவள். அதனால் நீ புத்திக்கூர்மை உள்ளவளாக இருப்பாய் என்று கருதினேன். ஆனால் நீயும் அப்படியல்ல; உன் குருநாதரும் அதற்குரிய தகுதி படைத்தவரல்ல என்பதை உன் அசட்டுத்தனமான கேள்வியின் மூலம் காட்டி விட்டாய்" என்றார்.

இப்படி அவர் சொன்னதும் அவள் திகைக்க, உள்ளிருந்து அவளது ஆசிரியரும் குழப்பமடைந்தார். மக்கள் இவர் ஏதோ அருமையான விடை சொல்லப் போகிறார் என்று ஆர்வத்தோடு கவனித்தனர்.

அவர் தொடர்ந்து சொன்னார்... "வள்ளி! உன் தந்தை நம்பிராஜனின் ஆட்சியிலே மாதம் மும்மாரி மழை பொழிகிறது. இயற்கையன்னை எல்லா நலங்களையும், வளங்களையும் அள்ளியள்ளிக் கொடுக் கிறாள். எல்லோரும் எல்லாச் செல்வமும் பெற்று வாழ்கிறார்கள். அதனால் யாருக்கும் எதுவும் தேவைப்படவில்லை. வறுமையுள்ள பகுதியில் வாழ்பவர்கள் தான் ஒரு கானகத்தில் ஏதாவது காய்த்திருந் தால் அதைப் பறித்துத் தின்ன வேண்டிய நிலையில் இருப்பார்கள். உன் தந்தையின் ஆட்சியில் அந்த நிலை இல்லாததால் யாரும் காயாக இருக்கும்போதே அவற்றை ஆய்வதில்லை. அதாவது கொய்வ தில்லை. தானாகப் பழுத்து விழுந்தால்தான் எடுப்பார்கள். அதனால் தான் காய்களைப் பறிக்காத - அதாவது காய்களை ஆயாத கானகம் - காயாத கானகம் என்று பாடினேன். இதைக்கூட உன்னால் புரிந்து கொள்ள முடியவில்லையே" என்றார்.

பெரும் பரபரப்பு ஏற்பட்டது. ஆரவாரத்தோடு கைதட்டியபடி மக்கள் எழுந்து மேடையருகே வந்துவிட்டார்கள். வேலன் வேட மேற்று நீலாவதியால் அவமதிக்கப்பட்டவர்கள் ஓடி வந்து குமரேசனை தோளில் தூக்கிக் கொண்டு கொண்டாடினார்கள்.

நீலாவதி தலை குனிந்து வெளியேறினாள். அவளுக்குக் கற்பித்த குருநாதர் அதற்கு முன்பே பின்பக்கமாக எங்கோ சென்றுவிட்டார்.

இப்படிச் சொல்லப்பட்ட விடை இலக்கணப்படி சரிதானா என்பது பற்றி விவாதம் உண்டு. இருந்தாலும் அந்தக் காலத்தில் சொல்லப்பட்ட சாமர்த்தியமான விடை என்ற முறையில் எல்லோராலும் அது ஏற்றுக்கொள்ளப்பட்டது.

இந்த நிகழ்ச்சியைப் பற்றி சங்கரதாஸ் சுவாமிகளின் மாணவருக்கு மாணவரான ஏ. கே. காளீஸ்வரன் அவர்கள் சொல்லக் கேட்டு நானும் என் நண்பர்களும் பிரமித்துப் போனோம். இது நடந்த போது அங்கிருந்து பார்த்தவர்களில் அவரும் ஒருவர் என்பது குறிப்பிடத்தக்கது.

காயாத கானகம் என்பது உருவகம். இன்னும் எவரும் தீண்டாத பெண்ணாக இருக்கிறாள் வள்ளி என்பதையே அது குறிப்பிடுகிறது. இப்படி அற்புதமாக அணியிலக்கணத்தில் உள்ள அவ்வளவையும் பயன்படுத்தி மிக நுணுக்கமாகப் பாடல்களை இயற்றும் சுவாமிகள், பாமரரும் ரசிக்கும்படி அவர்களில் சிலர் பேசும் கொச்சையான தமிழிலேயே பாடல்களைத் தந்திருக்கிறார் என்றால் நம்ப முடி கிறதா? மக்கள் கவிஞனாக உள்ள ஒருவரால்தான் இப்படி இரு நிலையிலும் இருந்து எழுதமுடியும். இதுவும் தர்க்கம் என்பதால் இங்கு அதைப் பார்ப்போம்.

அபிமன்யு சுந்தரி நாடகத்தில் அரவான் இரு மலைகள் மீது கால்களை வைத்துக் கொண்டு நிற்க, சில வீரர்களோடு வரும் அபிமன்யு காலை எடுக்கும்படிக் கூறுகிறான். அரவான் அதை மறுப்பது போன்ற காட்சி.

இரண்டு மலைக் கட் அவுட் இருக்கும். அவற்றின் மீது அரவான் வேடமிட்டவர் இரு கால்களை விரித்து வைத்துக் கொண்டு நிற்கிறார். அபிமன்யு வந்து காலை எடு எனப் பாடுகிறான்.

அபிமன்யு: சடுதியில் இவ்வனம் கடந்திட வேண்டும். கால்களை எடுத்து வழிவிடடா

அரவான் : காமாட்டி சிறு பயல்களா என் கவட்டில் நுழைந்து போங்களடா

அபிமன்யு : பதிமிசை உள்ளோர் போக்குவரத்துப் பாதையை மறிக்க லாமோடா

அரவான் : படுவீர் உதைநீர் இனி மொழியாமல் பரபரப்பாய் நுழைந்து போங்களடா

அவ்வளவு இலக்கிய நயம் வாய்ந்த பாடல்களை எழுதிய சுவாமி களா இவ்வளவு நடைமுறைத் தமிழில் எழுதியிருக்கிறார் என வியப்பாகயிருக்கிறது. ஆனால் இதைக் கேட்ட நாடக ரசிகர்கள் விழுந்து விழுந்து சிரித்திருப்பார்கள் என்பதில் எந்தச் சந்தேகமும் இல்லை.

இந்த விவாதத்திற்குப் பிறகு அரவான் அர்ச்சுனனின் மூத்த குமாரன் -நாககன்னி உலூபிக்குப் பிறந்தவன் என்பதும், அபிமன்யு அர்ச்சுனனின் இளைய குமாரன் - சுபத்திரைக்குப் பிறந்தவள் என்றும் தெரிந்து இருவரும் இணைந்து புறப்படுகிறார்கள் என காட்சி தொடரும்.

அன்றைய நாடகங்களில் பாடல்களே அதிகம். அதனால் பாடத் தெரிந்தவர்கள் மட்டுமே வேடம் போடமுடியும் என்பதை முன்பே பார்த்தோம். அதிலும் சாதாரணமாகப் பாடிவிட முடியாது. இராக ஆலாபனை செய்து ஸ்வரம் போட்டு பாடத் தெரிந்திருக்க வேண்டும். ஹார்மோனியம், தபேலா முதலான வாத்தியங்கள் மேடையில் மக்கள் பார்க்கும்படி வைக்கப்பட்டிருக்கும். நடிகர் உள்ளேயிருந்தே பாடத் தொடங்கி மேடைக்கு வருவார். அவர் பாடும் ஒவ்வொரு வரியையும் ஹார்மோனியம் வாசிப்பவர் வாங்கிப் பாடுவார். அதனால் அன்றைய காலகட்டத்தில் ஹார்மோனியம் வாசிக்கத் கூடியவர் மிகச் சிறந்த சங்கீத ஞானம் கொண்டவராக இருக்க வேண்டும்.

சில நேரங்களில் பிரதான வேடம் ஏற்றவருக்கும் ஹார்மோனியக் காரருக்கும் வித்வப் போட்டி வந்துவிடும். நீயா நானா பார்த்து விடுவோம் என்று போட்டி போட்டுக் கொண்டு விவகாரமாகப் பாடுவார்கள். பாடியதற்கும் மேலே சில இடங்களைத் தொட்டுப் பாடி ஹார்மோனியக்காரர் பெயர் வாங்குவதும் உண்டு.

ஹார்மோனியக்காரர் பாட முடியாதபடி சில ஸ்வரங்களைப் பாடி அவரைத் திணறடித்து நடிகர் பெயர் வாங்குவதும் உண்டு.

ஔவையார் புகழ் கே.பி. சுந்தராம்பாளின் கணவர் எஸ்.ஜி. கிட்டப்பாவிடம் பல ஹார்மோனியக்காரர்கள் திணறியதாக வரலாறு உண்டு. ஏன்? அவர் நடிக்கும் நாடகமானால் நான் வரமாட்டேன் என்றே பலர் பின்வாங்கியதும் உண்டு என்பார்கள்.

பலதிறன் கொண்ட பபூன்

அன்றைய நாடகங்களில் நகைச்சுவைக் காட்சிகளுக்குப் பஞ்ச மில்லை. பபூன் என்று சொல்லப்படும் கோமாளி ஒருவர் வருவார். கதையில் வரும் எல்லா கதாபாத்திரங்களையும் கேலி செய்து சிரிப்பு மூட்டுவார். யாரும் அதைக் குறையாகக் கருதமாட்டார்கள். அதே நேரத்தில் அவர் அனைவருக்கும் ஈடுகொடுக்கும் ஆற்றல் படைத்தவ ராகயிருப்பார். ஒரு நடிகர் வேடம் மாற்றிக் கொண்டு வருவதற்கான இடைவெளியை அவர் ஒருவராகவே சமாளிப்பார்.

அன்றைய நாடகங்களில் வேறு சில வேடிக்கைகளும் உண்டு. நடிகர் உணர்ச்சிமயமான கட்டத்தில் மிக விரிவாகப் பாடி அழுது கடைசியில் கீழே விழுந்து இறந்தும் விடுவார். அவரது நடிப்பில் லயித்துப்போன மக்கள் 'ஒன்ஸ்மோர்' என்று கத்துவார்கள். அவர் எழுந்து மீண்டும் பாடிவிட்டு மறுபடியும் விழுந்து சாவார்.

பிரகலாதா நாடகத்தில் நரசிங்க வடிவத்தில் வருபவருக்கு ஆவேசம் வந்துவிடும். உண்மையாகவே இரணியன் வேடதாரியைக் குத்திக் கிழிக்க முனைந்துவிடுவார். இதனால் அவரைச் சுற்றிலும் பத்து பேர் எச்சரிக்கையாக இருப்பார்களாம். இதேபோல் காளி வேடம் போடுபவர்களைக் கட்டுப்படுத்த முடியாமல் சங்கிலி போட்டுக் கட்டி வைத்திருந்ததாகவும் சொல்வார்கள்.

அன்றைய நாடகங்களில் எல்லா நடிகர்களும் எல்லா வேடங்களை யும் ஏற்று நடிப்பார்கள். எல்லோருக்கும் மூலபாடம் சங்கரதாஸ் சுவாமிகளின் படைப்புகள்தாம். அதனால் ஒரு ஊரில் ஸ்பெஷல் நாடகம் என்றால் முருகன் வேடம் போடுபவர் புதுக்கோட்டையி லிருந்து வருவார். நாரதர் போடுபவர் மதுரையிலிருந்து வருவார்.

ஒத்திகைக்கான அவசியமே இல்லாமல் வள்ளித் திருமணம் நாடகம் விடிய விடிய நடக்கும்.

இலக்கியத் திறன்

அதுமட்டுமல்ல; அந்த நடிகர்கள் ஒவ்வொருவரும் மிகச் சிறந்த இலக்கியப் பயிற்சி உள்ளவர்களாக இருப்பார்கள். எல்லா நாடகங்களிலும் விவாதம் புரியும் காட்சி என்று ஒன்று இருக்கும். உதாரணமாக வள்ளித் திருமணம் என்றால், வேடனாக வரும் முருகனுக்கும் வள்ளிக்கும் விவாதம் நடக்கும். பவளக்கொடி நாடகமென்றால் அல்லிக்கும் அர்ஜுனனுக்கும் விவாதம் நடக்கும். இதில் நடிகர்கள் அவரவர் கற்பனைக்கேற்ப அபாரமாக விவாதிப்பார்கள்.

ஒவ்வொரு நாடகத்தின் போதும் வேறு வேறு ஊர்களிலிருந்து வரும் அந்த நடிகர்கள் ஒப்பனை அறையில் பேசிக் கொள்வார்களாம். “என்ன ஓய்! இன்று எதிலிருந்து விவாதம் வைத்துக் கொள்ளலாம்...? சிலப்பதிகாரமா? கம்ப ராமாயணமா?” என்று ஒருவர் கேட்க, மற்றவர் “சென்ற வாரம் நடந்த நாடகத்தில் சிலப்பதிகாரத்திலிருந்து தானே விவாதம் செய்தோம்? இன்று கம்பனையே எடுத்துக் கொள்ளலாம்” என்பார். இப்படித் தீர்மானித்துவிட்டால் அன்றைய விவாதம் முழுவதும் அதிலிருந்துதான் இருக்கும். அப்படியானால் அவர்களுக்கு எந்த அளவிற்கு இலக்கியப் பயிற்சி இருக்க வேண்டும்?

பெண் வேடத்தில்...

அன்றைய காலகட்டத்தில் பெண்கள் இதுபோன்ற நாடகங்கள் நடிப்பது கௌரவக் குறைவாகக் கருதப்பட்டது. அதனால் ஆண்களே பெண் வேடமிட்டு நடித்தார்கள். அதற்காகவே எல்லா நடிகர்களும், நீண்ட தலைமுடியை வைத்திருந்தார்கள். நாடகம் பார்ப்பவர்களுக்கு அங்கு அரங்கில் நடிப்பது ஆண்தான் என்பது நன்றாகத் தெரியும். ஆனாலும் அரிச்சந்திரா நாடகத்தில் சந்திரமதி வேடத்தில் நடிப்பவர் மகன் லோகிதாசன் பாம்பு கடித்து இறந்தது கண்டு கதறிப் புலம்பியழும் கட்டத்திலும், சம்பூரண மகாபாரதம் நாடகத்தில் திரௌபதி துகிலுரியப்படும்போது கண்ணனை

வேண்டிக் கதறும் நேரத்திலும் நடிப்பவர் ஆண் என்பதையே மறந்து பெண்ணோடு பெண்ணாக மாறித் தாய்மார்கள் கதறி அழுவார்கள்.

அப்படி அன்றைய நாடகங்களில் பெண் வேடமிட்டு நடித்த சிலர் பின்னர் திரையுலகில் புகுந்து மிகச்சிறந்த சாதனையாளர்களாக விளங்கினார்கள். தமிழகத்தின் கலைச் சிறப்பை உலகமே வியந்து பார்க்கும்படிச் செய்த சிவாஜி கணேசன், அவர்களில் ஒருவர்தான் என்றால் வியப்பாக இருக்கிறதல்லவா! அரிய புராணக் கதைகளைத் தந்த சிறந்த இயக்குனரான ஏ.பி. நாகராஜன் அன்று நாடகங்களில் பெண் வேடம் போட்டவர்தான்.

எந்தெந்த ஊரோ?

அந்தக் காலகட்டத்தில் நாடகக் கம்பெனிகளின் நிலை எப்படி இருந்தது என்பதையும் நாம் இங்கு பார்க்க வேண்டும். ஒரு ஊரில் நாடகங்களுக்கு நல்லபடி வசூலாகும். கம்பெனி நாடகங்கள் அனைத்திற்கும் புகழ் கிடைக்கும். எல்லா நாடகங்களுக்கும் வசூலும் ஆகும்.

அடுத்த ஊரில் குறிப்பிட்ட சில நாடகங்களை மட்டுமே ரசிப்பார்கள். கூட்டம் வரும். மற்ற நாடகங்களுக்கு ஆட்களே வர மாட்டார்கள். சில ஊர்களில் எந்த நாடகத்திற்குமே வசூலாகாது. கம்பெனி நஷ்டத்தில் நடந்து கொண்டிருக்கும். தொடர்ந்து இரு முறை ஊர்களில் அந்த நிலை தொடரும்போது கம்பெனி கலகலத்துப் போகும். அடுத்து என்ன செய்வது என்று புரியாத நிலை ஏற்படும்.

இதற்கிடையில் மேலும் ஒரு பிரச்சனையை நாடகக் கம்பெனிகள் எதிர்கொள்ள வேண்டிய நிலை ஏற்படும். கூட்டம் நிறைந்திருக்கும். வசூல் மிகவும் குறைந்திருக்கும். உள்ளுக்குள் புகுந்து பார்க்கும் போதுதான் நிர்வாகத்துக்கென நியமிக்கப்பட்டவர்களே கையாடல் புரிந்திருக்கிறார்கள் என்பது தெரியும். பல நாள் திருடன் ஒருநாள் அகப்படுவான் என்பதற்கேற்ப அவர்கள் பிடிபட்டாலும் அதற்குள் வெள்ளம் தலைக்குமேல் ஓடியிருக்கும்.

நடிகரைக் கடத்தல்

இவ்விதம் கம்பெனியில் பிரச்சனைகள் ஏற்படும்போது நடிகர் களாலும் பல்வேறு பிரச்சனைகள் உருவாகும். சூழ்நிலை சரியில்லை என்று தெரிந்தவுடனே சொல்லாமல் கொள்ளாமல் போய் விடுவார்கள்.

புதிய நாடகம் தயாரிக்க வேண்டும் என்று தொடங்கி பாடங்களை எழுதித் தந்து, பாடங்களை மனப்பாடம் செய்து, தினமும் ஒத்திகை என பல நாட்கள் பார்த்து நாளை நாடகம் என்ற நிலையில் முதல்நாள் இரவு கதாநாயகனாக நடிப்பவர் ஓடிவிட்டால் என்ன ஆகும்? ஒரே நாளில் அதற்கென ஒருவரைத் தயார் செய்ய முடியாது என்ற நிலையில் நாடகம் தள்ளி வைக்கப்படும்.

இது போதாதென்று நடிகர்களைக் கடத்தும் தரகர்கள் என்றே சில பேர் உண்டு. ஒரு கம்பெனியில் ஒரு நடிகர் சிறப்பாக நடித்துக் கொண்டிருக்கிறார் என்று தெரிந்தால் போதும். தேடிக்கொண்டு வந்து விடுவார்கள்.

அவரைச் சந்தித்து நீ அந்தக் கம்பெனிக்கு வந்தால் இதைவிட அதிக சம்பளம் தர ஏற்பாடு செய்கிறேன் என்று சொல்லி அழைத்துச் சென்று விடுவார்கள். சில நேரங்களில் நான்கைந்து பேர் ஒன்றாகச் சென்று விடுவார்கள். அவர்கள் இருந்த நாடகக் கம்பெனி சில நாட்களுக்கு புதிய நடிகர்கள் வரும் வரை அல்லது புதிதாக சிலரை உருவாக்கும் வரை நாடகங்களை நடத்த முடியாத நிலை ஏற்படும்.

இப்படி நடக்கும் இந்தக் கம்பெனிகளுக்குள்ளேயே சில போட்டி மனப்பான்மை உருவாகி ஒரு கம்பெனி நல்லபடியாக நாடகங்களை நடத்திக் கொண்டிருக்கும் ஊருக்கே மற்றொரு கம்பெனி வந்து அருகிலுள்ள வேறு ஒரு தியேட்டரில் நாடகங்கள் நடத்தும். இதனால் முதலில் நடத்திக் கொண்டிருந்த கம்பெனி பாதிக்கப் பட்டு வேறு ஊருக்கே போக வேண்டிய நிலையும் வந்துள்ளது. வந்த கம்பெனியின் நாடகங்கள் எடுபடாமல் போய் நாம் இப்படி வந்திருக்கக் கூடாது என்று உணர்ந்து அவர்களாகவே வேறு ஊருக்குப் போக வேண்டிய நிலையும் வந்துள்ளது.

இத்தனைப் போராட்டங்களுக்கு இடையில்தான் அன்றைய கலைஞர்கள் நாடகக்கலையை வளர்த்தார்கள். இதற்கிடையில் நாடகங்கள் புராணம், சரித்திரம் என்பவற்றோடு சமூக நாடகங் களை நடத்தும் கட்டத்திற்கு வந்தது. அதற்கு வித்திட்டவர் பம்மல் சம்பந்தனார் என்பதால் அவரது வரலாற்றைச் சிறிது காண்போம்.

❏

4
மேலைநாட்டுப் பாணியை மேடைக்குக் கொண்டு வந்தவர்

நாடகப் பேராசிரியர், நாடகத் தந்தை என்றெல்லாம் போற்றப் படும் பம்மல் சம்பந்தனார் 1873 பிப்ரவரி 1ஆம் தேதி பம்மல் விஜயரங்க முதலியார் - மாணிக்கவேலம்மையார் தம்பதிகளின் மகனாகப் பிறந்தார்.

திண்ணைப் பள்ளிக்கூடம், இந்து புரொமரைடரி பள்ளி, பச்சையப்பன் கல்லூரி, மாநிலக் கல்லூரி என தொடர்ந்த அவரது கல்விப் பயணம், சட்டக் கல்லூரியில் சேர்ந்து சட்டப்படிப்பை நிறைவு செய்து வக்கீலாகத் தன்னைப் பதிவு செய்து கொண்டது வரை தொடர்ந்தது.

இத்தனைக்கும் இடையில் அவர் மனதில் இருந்த கலைத் தாகத்துக்கு ஊற்றுக்கண்ணாக 1891-ஆம் ஆண்டு தமது நண்பர்கள் பலரை இணைத்துக் கொண்டு சுகுண விலாச சபை என்ற அமைப்பை உருவாக்கினார். அதன் மூலம் நாடகக் கலை வளர்ச்சிக்கும் பாடு பட்ட அவர் தாமே பல நாடகங்களை எழுதலானார். 90 வயதைக் கடந்து வாழ்ந்த அவர் 94 நாடகங்களை எழுதி சாதனை புரிந்திருக் கிறார். அந்த நாடகங்கள் அனைத்தையும் சொந்தத்தில் அச்சிட்டிருக் கிறார்.

ஆங்கில நாடகங்களைப் பயின்று அவற்றின் அணுகுமுறைகளை ஆய்வு செய்திருந்த அவர் பாடல்களைப் பெரிதும் குறைத்து முழுக்க முழுக்க உரையாடல் வடிவத்துக்கு கொண்டு வந்தார். ஆங்கில பாணியைத் தமிழ் மரபிற்கேற்ப மாற்றி அரிய பல நாடகங்களை உருவாக்கியவர் அவர் என்பதால்தான் நாடகப் பேராசிரியர் என்றே கலையுலகம் அவரைப் போற்றுகிறது.

அவர்களா நடித்தார்கள்?

நாடகத்தைக் கேவலமாக நினைத்த அந்த நேரத்தில் சர்.சி.பி. இராமசாமி அய்யர், வி.வி.சீனிவாச அய்யங்கார், ஆர்.கே.சண்முகம் செட்டியார், தேசியத் தலைவர் எஸ். சத்தியமூர்த்தி முதலான பெருமக்களையெல்லாம் தமது நாடகங்களில் நடிக்கச் செய்து நாடகக் கலைக்கு கௌரவத்தை ஏற்படுத்தினார். அவர்களா நடித்தார்கள் என மக்கள் ஆச்சரியப்பட்டார்கள்.

சம்பந்தனார் வக்கீலாக இருக்கும் பொழுது நியாயத்துக்குப் புறம்பான வழக்குகள் வந்தால் அவற்றை ஏற்றுக் கொள்வதில்லை. அவற்றின் மூலம் நிறைய சம்பாதிப்பதை விட நியாயமான

வழக்குகளை நடத்தி அதில் வரும் வருமானத்தின் மூலம் தான் எழுதிய நாடகங்களை அச்சிட்டால் போதும் என இருந்திருக்கிறார்.

நமக்குத் தெரிந்து நாடக மேடையில் ஏற்பட்ட அனுபவங்களை எழுதி நாடக மேடை நினைவுகள் என்று முதலில் தந்திருப்பவர் பம்மல் சம்பந்தனார்தான். சிறு சிறு விஷயங்களைக் கூட மிகுந்த பொறுப்புணர்ச்சியோடு எழுதியிருக்கிறார்.

அவர் எழுதிய நாடகங்களில் மிகவும் புகழ் பெற்ற நாடகம் மனோகரன். கலைஞரின் கதை வசனத்தில் சிவாஜி கணேசன் நடித்த அதே மனோகரா தான். 1954 இல் நாம் பார்த்த அந்த மனோகரா படக் கதை அதற்கு முன்பே 1936 இல் படமாக வந்தபோது சம்பந்தனார் நாடகத்திற்கென எழுதியிருந்த அதே வசனங்களோடு திரைப்படமாக வந்திருக்கிறது. அவர் அதில் மனோகரனின் தந்தை புருஷோத்தமனாக நடித்திருந்தார். டி. ஆர். ராமச்சந்திரன் நடித்த சபாபதி, டி. ஆர். மகாலிங்கம் நடித்த வேதாள உலகம் என அவர் எழுதிய சில நாடகங்கள் படங்களாக்கப்பட்டிருக்கின்றன.

மனோகரா கதை பலரும் அறிந்ததுதான். என்றாலும் சம்பந்தனாருக்குப் பெரும்புகழ் தந்த அந்தக் கதையை சுருக்கமாக ஒருமுறை காண்பதுதான் முறை.

மன்னன் புருஷோத்தமன் தன் மனைவி பத்மாவதியைப் புறக்கணித்து விட்டு வசந்தசேனை என்ற வேசியின் வலையில் வீழ்ந்து கிடக்கிறான். தாயின் உரிமைக்காகப் போராடும் மனோகரனை சங்கலி பூட்டி சபையில் நிறுத்தி குற்றவாளியென தண்டனை விதிக்கிறான். நண்பர்களால் காப்பாற்றப்பட்ட மனோகரன் வசந்தசேனை நாட்டையே தன் பழைய காதலனுக்கு அடிமையாக்க முயல்வதையறிந்து பெரும் போராட்டத்துக்குப் பின் நாட்டைக் காப்பாற்றுகிறான்.

மனோகரா நாடகம் பல சபையினரால் பலமுறை நடத்தப்பட்ட நாடகம் என்பதோடு ஒருவரின் பெயரே மாறுவதற்குக் காரணமாயிருந்த நாடகமாகும். தபால் ஊழியராகயிருந்த நரசிம்மன் என்பவர் அந்த நாடகத்தில் மனோகரனாக அற்புதமாக நடித்த காரணத்தால்

மனோகரன் நரசிம்மன் என பெயர் சூட்டப்பட்டுப் பின்னர் மனோகர் என்றே அழைக்கப்பட்டார். அதே பெயரில் பிரபல திரைப்பட நடிகராக எண்ணற்ற நாடகங்கள் நடத்தி நாடகக் காவலர் என புகழ் பெற்றார்.

நான் நாடகக் காவலர் ஆர்.எஸ்.மனோகர் அவர்களுக்கு நாடகங்கள் எழுதியவன் என்ற முறையில் அவரோடு பழகும் வாய்ப்பைப் பெற்றவன். இன்று மனோகரா நாடகத்தின் சங்கிலி சீன் என்றால் கலைஞரின் வசனம் தான் நினைவுக்கு வரும். ஆனால் சம்பந்தனாரின் நாடகத்தில் சங்கிலியால் பூட்டப்பட்டு சபைக்கு இழுத்து வரப்படும் அந்தக் காட்சியில் மனோகரன் "பூட்டிய விலங்குடன் பேட்டி காண வருகயென்று புகன்றமொழி உண்மை தானா!" என்று தொடங்கிப் பேசும் சம்பந்தனாரின் வசனத்தை மனோகர் அவர்கள் பேசிக் காட்ட நானே கேட்டிருக்கிறேன்.

இரத்தினாவளி, கள்வர் தலைவன், லீலாவதி சுலோசனா, ரஜபுத்ர வீரன், தாசிப் பெண், அரிச்சந்திரன், சிறுத்தொண்டர், புத்த சரித்திரம், நற்குல தெய்வம், விருப்பப்படியே என பற்பல நாடகங்கள் அவரால் எழுதப்பட்டு நடத்தப்பட்டிருக்கின்றன.

தாம் நாடகங்களை எழுதிய அனுபவங்கள் ஒவ்வொன்றையும், நடத்துவதில் ஏற்பட்ட பிரச்சனைகள் பற்றியும் தமது நூலில் விரிவாகக் கூறுகிறார் சம்பந்தனார். உதாரணமாக அவர் ஷேக்ஸ்பியர் நாடகமான ஹாம்லெட் கதையை தமிழில் எழுதி நடத்த வேண்டும் என்று தீர்மானித்தவுடனே அதற்காக என்னென்ன செய்தார் என்பதைப் பார்க்கும் போது வியப்பாகயிருக்கிறது.

சுகுண விலாச சபையில் கற்றுணர்ந்த வல்லுனர்களைக் கொண்டு நாடகக் கவிகள் பற்றியும், சிறந்த நாடகங்கள் பற்றியும், அவ்வப் போது உரையாற்றுவது என்ற முறை இருந்திருக்கிறது. அதன்படி சம்பந்தனார் வேண்டுகோளுக்கேற்ப ஆர்தர் டேவிஸ் என்பவர் வரவழைக்கப்பட்டார். அவர் ஷேக்ஸ்பியர் நாடகங்களில் ஊறித் திளைத்தவராதலால் அவரிடம் கேட்டுக் கொண்டபடி ஹாம்லெட் எனும் நாடகத்தைத் தக்க அபிநயத்தோடு படித்துக் காட்டினார்.

அதை மனதில் பதித்துக் கொண்ட சம்பந்தனார் நேரடி மொழி பெயர்ப்பாகயில்லாமல் தனது பாணியில் நாடகமாக்கினார். அமலாதித்தன் என பெயர் சூட்டப்பட்ட அந்த நாடகம் அவரது மிகச் சிறந்த நாடகங்களில் ஒன்றாக அமைந்தது.

ஷேக்ஸ்பியர் நாடகங்களில் ஈடுபாடுள்ள ஒவ்வொருவரும் ஹாம்லெட் கதையை அறிந்திருப்பார்கள். கல்வி கற்றுத் தனது நாட்டிற்குத் திரும்பும் ஹாம்லெட் தன் தந்தை இறந்துவிட, தன் சிற்றப்பன் மணிமுடி தரித்து ஆட்சி புரிவதைக் காண்கிறான். சிற்றப்பன் கிளாடியஸ் வஞ்சகமாகத் தன் தந்தையைக் கொன்று விட்டான் என்பதை அறிந்து ஹாம்லெட் நண்பர்கள் யோசனைப் படி நட்பு நாட்டின் படையுதவி பெற்று கிளாடியஸை சிறைப் படுத்துகிறான். இதுதான் கதை.

உன்னால் நடிக்க முடியாது

ஹாம்லெட் கதாபாத்திரத்துக்குத்தான் அமலாதித்தன் என்று பெயர் சூட்டியிருந்தார் சம்பந்தனார். இதில் அமலாதித்தன் தனிமையில் இருக்கும்போது அவன் தந்தையின் உருவம் தோன்றி தனக்கு நேர்ந்ததைச் சொல்லும் காட்சி மிக முக்கியமானது. அதைத் தொடர்ந்து அவன் வரும் காட்சிகளில் மன உளைச்சலோடு

வெடிக்க வேண்டும். அமலாதித்தனாக சம்பந்தனார்தான் நடிக்க யிருந்தார். அவரது நண்பர்கள் சிலர் இதை உன்னால் நடிக்க முடியாது என்று கூறிவிட்டார்கள். அதனால் பதட்டத்துக்காளான அவர் என்ன செய்தார் என்பதை அவர் வாசகமாகவே காண்போம்.

"இந்தப் பாத்திரத்தை மேடையில் நடித்தபோது எட்மண்ட் கீன் (Kean) இவ்வாறு நடித்தார். கெம்பில் (Kemble) என்பவர் அவ்வாறு நடித்தார். சர் ஹென்றி இர்விங் (SIR Henry Irving) இவ்வாறு நடித்தார். பார்மேன் (Burbage) அவ்வாறு நடித்தார். அமெரிக்க தேசத்து ஆக்டராகிய பூத் (Booth) என்பவர் நடித்தது இவ்விதம். பிராங்க் பென்சன் (Frank Benson) நடித்தது அவ்விதம் என்பதை யெல்லாம் வாசித்தபொழுது இதில் எதை ஏற்றுக் கொள்வது எதைத் தள்ளிவிடுவது என்ற சங்கை உண்டாயிற்று".

ஒரு கதாபாத்திரத்தை நடிப்பதற்கு அதன் நாடகாசிரியர் எந்த அளவிற்கு யோசித்திருக்கிறார் என்பதை நினைக்கும்போது வியப்பாகயிருக்கிறது. இந்த அளவிற்கு அவர் குழப்பமடைந்திருந் தாலும் நாடகத்தில் தனக்குரிய பாணியில் நடித்துப் பாராட்டுப் பெற்றிருக்கிறார்.

அவரால் சரியாக அந்த வேடத்தை நடிக்க முடியாது என்று சொன்ன அவரது நண்பரே தேடிவந்து "சம்பந்தம்! நீ ஜெயித்தாய். நான் தோற்றேன். என் தொப்பியைக் கழற்றி உன்னை வணங்குகிறேன்" என்று கூறியிருக்கிறார். சம்பந்தனார் அதைப் பற்றி தம் வரலாற்றில் மிகுந்த நெகிழ்ச்சியோடு எழுதியிருக்கிறார்.

பம்மல் சம்பந்தனார் எழுதிய மற்றொரு குறிப்பிடத்தக்க நாடகம் வேதாள உலகம். அவருடைய சுகுண விலாச சபை மட்டுமன்றி வேறு குழுக்களாலும் பலமுறை நடத்தப்பட்ட நாடகம்.

வேதாள உலகம்

ஒரு நாடகம் மற்றொரு நாடகத்திற்குத் தோற்றுவாயாக அமையக் கூடும் என்பதற்கு இந்த வேதாள உலகம் நாடகம் ஓர் உதாரணமாக விளங்குகிறது. சென்னைக்கு ஒரு புதிய பாரசீகக் கம்பெனியார் வந்து இந்துஸ்தானி பாஷையில் சில நாடகங்கள் நடத்தினார்கள். அப்படி

அவர்கள் நடத்தியவற்றில் முதல் நாடகம் பஹாரி பரிஸ்தான் என்பது அதை சம்பந்தனார் பார்த்தார்.

அதில் வரும் ஓர் அருமையான நிகழ்ச்சி இது. ஒரு ராஜகுமாரன் தன் தோழனோடு ஒரு காட்டிற்கு வந்து திசை தெரியாமல் தவிக்கிறான். அப்போது தன்னிடமிருந்த ஓர் அரிய குளிகையை அங்குள்ள மலைக்குகை எதிரே சென்று காண்பிக்க குகை வெடித்து அவன் வெகுநாட்களாகப் பார்க்க விரும்பிய பரிஸ்தான் என்ற அப்ஸர கன்னிகள் வசிக்கும் உலகத்திற்குச் செல்ல வழி காட்டுகிறது. அவள் அங்கு செல்ல என்ன நடக்கிறது என்பதுதான் கதை.

இதை அடிப்படையாகக் கொண்டு வேதாள உலகத்தை உருவாக்கி னார் சம்பந்தனார். மாயங்கள் நிறைந்த அங்கு ஓர் இளவரசி அவளைச் சார்ந்தவர்களாலேயே அடிமைப்படுத்தப்பட்டுக் கிடக் கிறாள். அங்கு வந்த கதாநாயகன் அவர்கள் வைக்கும் சோதனைகளி லிருந்து எப்படி மீண்டும் அவளைக் காப்பாற்றிக் கொண்டு வருகிறான் என்பதே கதை.

இதில் கதாநாயகன் ராஜசிம்மனோடு வரும் நண்பன் தத்தன் என்ற கதாபாத்திரம் மிகவும் முக்கியமானது. இதில் அவன் கதாபாத்திரத் துக்கென அவர் அமைந்திருந்த ஒரு காட்சி மேடையில் பேசுவோர் தனி சம்பவமாகச் சொல்லிக் கொள்ளுமளவிற்கு சுவையாக அமைந்திருந்தது.

வந்த இடத்தில் நண்பனைப் பிரிந்து தனிமைப்பட்டுப்போன தத்தன் அங்குமிங்கும் ஓடி வெட்டவெளியான ஓரிடத்திற்கு வந்து நிற்கிறான். இங்கு இவ்வளவு கடுமையான வெயிலாகயிருக்கிறதே. நிழல் தரும் மரம் ஒன்று இருந்தால் எவ்வளவு நன்றாகயிருக்கும்? என்று நினைக்கிறான். அடர்ந்து படர்ந்த ஆலமரம் தோன்றி நிழல் தருகிறது. “அடடா! இந்த மர நிழலில் அமர்ந்து உண்ண அறுசுவை உணவிருந்தால் நன்றாகயிருக்கும்” என்கிறான். உணவு வருகிறது. உண்டபின் “இப்போது ஒரு பஞ்சணை மெத்தை கட்டிலோடு இருந்தால்...” என்று நினைக்கும்போதே கட்டிலும் மெத்தையும் வந்து விடுகின்றன. அதில் படுத்தபடி “அப்சரசுகள் நடனமாடினால்” எனும் போதே அழகிய அப்சரசுகள் தோன்றி நடனமாடுகின்றனர்.

இத்தோடு நின்று விடக் கூடாதா அவன்! "நினைப்பதெல்லாம் நடக்கிறதே! ஒருவேளை இது மாயங்கள் நிறைந்த இடமாகயிருக்குமோ! எல்லாமே மறைந்து போய் பூதங்கள் வந்து என்னைத் தூக்கிக் கொண்டு போய் எங்காவது போட்டு விடுமோ" என நினைக்கிறான். அதுவும் நடக்கிறது. நினைவுகளின் வலிமையைக் காட்டும் இந்தக் காட்சி தத்ரூபமாகச் செய்து காட்டப்பட்டது.

இதில் தத்தனாக நடிப்பதற்குத் தேர்ந்தெடுக்கப்பட்ட ராஜ கணபதி என்பவர் பாடங்கள் செய்து ஒத்திகைகளும் பார்க்கப்பட்ட நிலையில் அவரது அலுவலகத்தில் அவரை திடீரென ஒரு வருடம் ரங்கூன் சென்று பணியாற்ற வேண்டும் என்று அனுப்பி விட்டார்கள். சம்பந்தனார் அந்த வேடத்திற்கு வேறொருவரைப் போட்டு நடிக்க சம்மதிக்கவில்லை. அந்த நாடகப் பணிகளை அப்படியே நிறுத்தி விட்டார். மீண்டும் அவர் வந்து அந்த வேடத்தில் நடிக்கும் சூழல் அமைந்த பிறகே அந்த நாடகம் நடந்திருக்கிறது.

இப்படிச் சம்பந்தனார் சில விஷயங்களில் உறுதியாக இருந்திருக்கிறார். இதேபோல் மற்றொன்று ஆச்சரியத்தைத் தருகிறது. சம்பந்தனாரின் ஆருயிர் நண்பரான ச.ரங்கவடிவேலு நாடகங்களில் பெண் வேடமிட்டு அற்புதமாக நடிக்கக் கூடியவர். அவர் சம்பந்தனாருக்கு ஜோடியாக வருவதாயிருந்தால் மட்டுமே அந்த வேடத்தில் நடிப்பேன். வேறு எவருடனும் நடிக்க மாட்டேன் என பிடிவாதமாயிருந்து 1895 முதல் 1923 இல் தேக வியோகமானது வரை அவ்விதமே நடித்திருக்கிறார்.

அன்று நாடக உலகில் இப்படியெல்லாம் இருந்திருக்கிறார்களே என்று வியப்பாகயிருக்கிறது.

அப்பொழுதெல்லாம் எந்த நாடகம் நடத்துவதானாலும் 9 மணிக்குத்தான் தொடங்கி நடத்த வேண்டும் என்ற நியதி இருந்தது. அன்றைய நாடகங்களோ குறைந்தபட்சம் நான்கு மணி நேரம் முதல் ஐந்து மணி நேரம் வரை நடக்கும். சுமார் 2 மணிக்குத்தான் ரசிகர்கள் வீடு திரும்புவார்கள்.

1906-ஆம் வருடத்தில் சுகுண விலாச சபையார்கள் அதை மாற்றி மாலை 6 மணிக்குத் தொடங்கி 9 மணிக்கு நிறைவு செய்வது என்று

ஆரம்பித்திருக்கிறார்கள். தொடக்கத்தில் அதற்கு எதிர்ப்பு இருந்தாலும் அதுவே சரியானது என புரிந்து எல்லோருமே ஏற்றிருக் கிறார்கள்.

சபாபதி

சம்பந்தனார் புராண, சரித்திர நாடகங்களை எழுதினாலும், அதிக அளவில் எழுதியிருப்பது சமூக நாடகங்கள்தான். அவற்றுள் சபாபதி நாடகம் மிகவும் பிரசித்தி பெற்றதாகும். மூடத்தனம் கொண்ட ஒரு வேலையாளால் அவன் முதலாளிக்கு ஏற்படும் சங்கடங்களை நகைச்சுவையோடு சொல்வதுதான் சபாபதி நாடகம்.

ஆங்கில இலக்கியத்தில் மிகுந்த பரிச்சயம் உள்ளவர் என்பதால் சம்பந்தனாருக்கு சில கதாபாத்திரங்கள் அதிலிருந்தே தோன்றி விடுகின்றன போலும். செர்வாண்டிஸ் (Cervantes) என்னும் ஸ்பெயின் நாட்டு ஆசிரியர் எழுதிய டான்குவிட் கோட் (DON Quixote) என்ற கதையில் கதாநாயகனுக்கு மூடத்தனம் கொண்ட ஒரு வேலைக்காரன் வருகிறான். அவனை மூலமாக வைத்து எழுத வேண்டும் என அவர் நினைத்துக் கொண்டிருந்த நேரத்தில் அவரது பால்ய நண்பருக்கு சபாபதி என்ற பெயரில் ஒரு வேலைக்காரன் அது போன்றவனாக இருப்பது நினைவு வர அந்தப் பெயரையே நாடகத் துக்கு வைத்து விட்டார்.

சபாபதி கதாபாத்திரத்தின் மூடத்தனத்துக்கு உதாரணமாக இரு சம்பவங்களைப் பார்க்கலாம். முதலியாரைப் பார்க்க முக்கியமான ஒருவர் வந்திருக்கிறார். முதலியார் நாற்காலியிலிருந்து எழுந்து வரவேற்கிறார். அவர் அமர்ந்த நாற்காலி தவிர வேறு இல்லை. "சபாபதி! ஒரு நாற்காலி கொண்டு வந்து போடு" என்கிறார். அவன் அவ்விதமே கொண்டு வந்து தொபீரென்று கீழே போடுகிறான். வந்தவர் மிரண்டு போகிறார். மற்றொரு நாள் முதலியாருக்கு வயிறு தொல்லை தருகிறது. "சபாபதி! ஒரு சோடாவை ஓடைச்சி கொண்டு வா'' என்கிறார். அவன் சோடா பாட்டிலையே உடைத்து நொறுக்கிக் கொண்டு வருகிறான். இத்தகைய அசட்டுத்தனங்கள் கொண்ட வேலையாளைப் பற்றிய இந்த நாடகம் பலமுறை நடந்ததில் ஆச்சரியமில்லையல்லவா?

எப்போதும் நாடகம் நாடகம் என்றே இருந்த சம்பந்தனாரிடம் "நாடகத்தையே பிரதானமாகக் கருதினால் வக்கீல் தொழிலில் சம்பாதிக்க முடியாது" என அவரது தொழில் முறை நண்பர்கள் சிலர் எச்சரித்திருக்கிறார்கள். ஆனால் அதை ஏற்காமல் நாடகப் பணியைத் தொடர்ந்து செய்து கொண்டே வக்கீல் தொழிலையும் நிறைவாகச் செய்திருக்கிறார் சம்பந்தனார். அதன் பயனாக தமது 51-ஆவது வயதில் நீதிபதியானார்.

என்னென்ன பணிகள்?

1900-ஆம் ஆண்டில் மயிலாப்பூர் கபாலீஸ்வரர் கோயில் தர்மகர்த்தா வாகயிருந்த சம்பந்தனார் கோயில் தெப்பக் குளத்தைச் சுற்றி கல் படிகள் கட்டியிருக்கிறார். சென்னையில் காங்கிரஸ் மகாசபை கூடியபோது வரவேற்பு உறுப்பினராக இருந்திருக்கிறார். சென்னை பல்கலைக்கழகத்திலும், அண்ணாலைப் பல்கலைக்கழகத்திலும் செனட் உறுப்பினராயிருந்து கல்விப்பணி ஆற்றியிருக்கிறார். வழக்கு களை நடத்தும் பணியும் வழக்கம்போல் தொடர்ந்தது.

இத்தனைக்கும் நடுவில் நாடகப் பணியை ஒருபோதும் நிறுத்தாமல் தொடர்ந்திருக்கிறார் என்றால் அவருக்கு அதில் உள்ள ஈடுபாடு எத்தகையதாக இருக்க வேண்டும்?

நாடகக் கலை மீது அவருக்கிருந்த ஈடுபாட்டுக்கு இந்த ஒரு சம்பவம் போதும். தாம் எழுதிய நாடகங்களில் தாமே சில முக்கியமான வேடங்களை ஏற்று நடிக்கக்கூடிய அவர் சிறுத்தொண்டர் நாடகத்தை எழுதி சிறுத்தொண்டராகத் தாமே நடித்தார். கதைப்படி அவர் சிவனடியாருக்கு ஒரு குழந்தையை - அதிலும் தம் குழந்தையை - அறுத்துக் கறி சமைத்து விருந்திட வேண்டும். இதில் அந்தக் குழந்தை யாக நடிக்க தங்கள் பிள்ளையை யார் தருவார்கள்?

அதற்காகச் சற்றும் தயங்கவில்லை சம்பந்தனார். பல ஆண்டு காலமாகக் குழந்தையே இல்லாமல் இருந்து பிறந்த தனது ஒரே பிள்ளையை அந்தக் காட்சிக்காகக் கொண்டு வந்து நடித்துவிட்டார். சிறுத்தொண்டர் தன் பிள்ளையையே பலி தந்தது போல், அந்தக்

காட்சியில் நடிப்பதற்கு இவர் தன் பிள்ளையையே பயன்படுத்தி னார்.

எத்தனைப் பட்டங்கள்?

ஆங்கிலேய அரசு பம்மல் சம்பந்தனாருக்கு 1916-இல் ராவ் சாகிப் பட்டமும், 1927-இல் ராவ் பகதூர் பட்டமும் அளித்து கௌரவித்தது.

1951-ஆம் அண்டு ஜனவரி 26-ஆம் நாள் டெல்லியில் நடந்த குடியரசு விழாவில் அவருக்கு பத்மபூஷண் விருது வழங்கப்பட்டது. இது தமிழ் நாடகக் கலைக்கு மத்திய அரசு செய்த மரியாதை என தமிழ் நாடக உலகம் பெருமைப்பட்டது.

பம்மல் சம்பந்தனாரின் 81-வது பிறந்த நாளை சென்னையில் நாடகக் கழகம் கொண்டாடியபோது சர்.சி.வி.இராமசாமி அய்யர், இராஜாஜி, ப.ஜீவானந்தம், பேரறிஞர் அண்ணா, டாக்டர் ம.பொ.சி., காமராஜர் ஆகிய பல கட்சித் தலைவர்களும் வந்திருந்து ஒருங்கிணைந்து அவரைப் பாராட்டினார்கள். கலைவாணர் தலைமையில் கலையுலகமே ஒன்று திரண்டு நாடகப் பேராசிரி யரைப் போற்றி வணங்கியது.

பம்மல் சம்பந்தனார் தமது 91-ஆம் வயதில் 1964ம் வருடம் மறைந்தா ரென்றாலும், மனோகரா முதலான உன்னதமான நாடகங்கள் மூலம் வாழ்ந்து கொண்டுதான் இருக்கிறார்.

வாழ்வதுதான் வாழ்க்கையென்றால் மண்ணில் வாழ்ந்தாலென்ன? மனதில் வாழ்ந்தாலென்ன? நாடக ஆர்வலர்கள் உள்ளவரை அவர்கள் மனதில் சம்பந்தனார் வாழ்ந்து கொண்டிருப்பார்!

❒

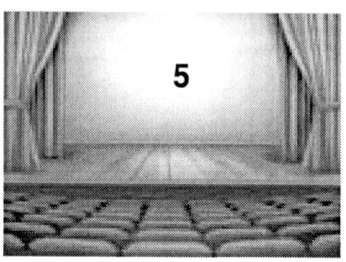

5

அரங்கத்தில் ஐயப்பனைத் தரிசிக்கச் செய்தவர்

நாடகச் சக்கரவர்த்தி நாடகக் கலை அரசு, நாடகக் கலாநிதி, நாடகக் கேசரி, நாடகக்கலைக் காவலர் முதலான பல பட்டங்களைப் பெற்றவர் நவாப் டி.எஸ். ராஜமாணிக்கப் பிள்ளை அவர்கள். 'பக்த இராமதாஸ்' நாடகத்தில் நவாப் வேடம் பூண்டு அற்புதமாக நடித்ததால் நவாப் என்றே அழைக்கப்பட்டு நவாப் டி.எஸ். ராஜ மாணிக்கமானார்.

1933-ஆம் ஆண்டு இவர் தொடங்கிய மதுரை தேவி பால வினோத சங்கீத சபை சம்பூர்ண இராமாயணம், ஸ்ரீ கிருஷ்ணலீலா, தசாவதாரம், பக்த பிரகலாதா, குமார விஜயம், அனுசூயா, நந்தனார் என பல அற்புதமான நாடகங்களை அரங்கேற்றி அரிய சாதனைகள் புரிந்தது. இவற்றுள் சில நாடகங்கள் ஆயிரக்கணக்கான முறைகளும் பல நாடகங்கள் நூற்றுக்கணக்கான முறைகளும் நடைபெற்றிருக்கின்றன.

ஆனால் இவையனைத்திலும் அதிகமாக நடந்த நாடகம் என்றால் அது ஸ்ரீ ஐயப்பன் நாடகம்தான். அந்த நாடகத்தை அவர் உருவாக்க முனைந்ததே ஒரு சுவையான வரலாறாகும். தமிழகம் மட்டுமின்றி

ஆந்திரம், கர்நாடகம், கேரளம் ஆகிய மாநிலங்களிலும் அவரது நாடகங்கள் சிறப்பாக நடந்த காலகட்டம் அது. கேரளத்தில்தான் சபரிமலை இருக்கிறது என்பது அனைவரும் அறிந்ததே.

கேரளத்திலுள்ள கோட்டயம் என்ற ஊரில் நவாப்பின் நாடகங்கள் வெகு விமரிசையாக நடைபெற்றுக் கொண்டிருந்தன. அப்போது கார்த்திகை மாதம் தொடங்க எங்கு திரும்பினாலும் "சுவாமியே சரணம் ஐயப்பா!" என்ற கோஷம் கேட்கத் தொடங்கியது. அதைப் பற்றி அங்குள்ளோரிடம் கேட்டு அங்குள்ளோருக்குரிய தெய்வம் எனும் அளவில் அவர் தெரிந்து கொண்டார்.

சில நாட்களுக்குப் பிறகு ஒருநாள் ஒரு முதியவர் நவாப்பைத் தேடி வந்தார். பார்க்கும்போதே பக்தி மார்க்கத்தில் ஈடுபாடு கொண்டவர் என்பது புரிந்தது. அவர் நவாபிடம் "தங்கள் நாடகங்கள் சிலவற்றை நான் பார்த்திருக்கிறேன். மிக பிரம்மாண்டமான காட்சிகளோடு அருமையான பிள்ளைகளின் நடிப்பில் அற்புதமாக நடத்துகிறீர்கள். தாங்கள் ஐயப்பன் நாடகம் நடத்த வேண்டும். அதன் மூலம் ஐயன் புகழ் எங்கும் பரவ வேண்டும்" என்று வேண்டினார். ஆனால் நவாப் அதை ஏற்கவில்லை. "இது ஒரு மாநிலத்துக்கு மட்டுமே உரிய தெய்வ வரலாறு. மற்ற மாநிலங்களில் எடுபடாது" என்று கூறிவிட்டார். ஆனால் வந்த முதியவர் விடவில்லை.

"நான் ஐயப்பன் கதையைக் கதாகாலட்சேபமாக நடத்திக் கொண்டிருப்பவன். இங்கு உள்ள உங்கள் பிள்ளைகளுக்கு முன்னால் நடத்த வாய்ப்புத் தாருங்கள். நீங்களும் கேளுங்கள். பிறகு நாடகம் பற்றித் தீர்மானியுங்கள்" என்று கேட்டார். அவரும் ஒப்புக் கொண்டார்.

அதன்படி நடத்தப்பட்ட அந்த ஐயப்பன் வரலாறைக் கேட்ட ராஜமாணிக்கம்பிள்ளை பிரமித்துப் போனார். அந்தக் கணமே ஐயப்ப பக்தரானார். "எவ்வளவு செலவானாலும் பரவாயில்லை. இந்த நாடகத்தை பிரம்மாண்டமாகத் தயாரிக்கிறேன்" என்று உறுதி கூறினார்.

அதன்படி மிகவும் பிரம்மாண்டமான காட்சிகளோடு தயாரிக்கப் பட்ட 'ஸ்ரீ ஐயப்பன்' நாடகம் 1942-ஆம் ஆண்டு ஆலப்புழையில்

அரங்கேற்றமாகி பெரும் வெற்றியைக் கண்டது. தமிழகத்திலும் பெரும் பரபரப்பை ஏற்படுத்தியது. பந்தளமன்னன் மகனாக மணிகண்டன் கிடைப்பதிலிருந்து தொடங்கி சபரி மலையில் வந்து அமர்வது வரை தொடரும் அந்த நாடகத்தில் விரதம் இருக்கும் முறை மிக விரிவாக விளக்கப்பட்டதால் பலரும் அந்த விரதத்தைப் பின்பற்றினர். இவ்விதம் ஐயப்பனை அரங்கத்திலேயே தரிசிக்கச் செய்தார் நவாப் ராஜமாணிக்கம்பிள்ளை அவர்கள். அந்த நாடகம் 1400 முறை நடத்தப்பட்டுள்ளது என்பதே அதன் வெற்றிக்கு அடையாளமல்லவா?

நவாப் நாடகத்தை மகாத்மா காந்தி பார்த்தும் பாராட்டினார் என்பது ஓர் அரிய செய்தியாகும். நந்தனார் நாடகத்தை முழுமையாகக் கண்டு மனம் நெகிழ்ந்த காந்தியடிகள் அதைப் பாராட்டி ஆங்கிலத்தில் சில வரிகள் எழுதியபின் காந்தி என தமிழில் கையெழுத்திட்டிருக்கிறார்.

தேசப்பிதா ஒரு தமிழ் நாடகத்தைக் கண்டு மெய்மறந்து போனார் என்பது தமிழ் நாடக வரலாற்றின் மணிமகுடமாகத் திகழ்கிறது.

நான் சிறுவயதில் நடிகவேள் எம்.ஆர்.ராதா நாடக மன்றத்தில் இருந்தவன். நாங்கள் விழுப்புரத்திற்கு நாடகம் நடத்தச் சென்றிருந்த போது எங்கள் கொட்டகைக்கு எதிரே உள்ள தியேட்டரில் நவாப் ராஜமாணிக்கம் நாடகங்கள் தொடர்ந்து நடந்து கொண்டிருந்தன. எங்களுக்கு நாடகம் இல்லாத நாளில் நடிகவேளே எங்களை அங்கு அழைத்துச் சென்றார். அவர்கள் மிகவும் நெருக்கமாகப் பழகியவர்கள் என்று அங்கு சென்ற பிறகுதான் எங்களுக்குத் தெரிந்தது. அதன் மூலம் வியப்பூட்டும் காட்சிகளைக் கொண்ட 'ஸ்ரீ ஐயப்பன்' தசாவதாரம் ஆகிய நாடகங்களைப் பார்க்கும் வாய்ப்பு கிடைத்தது. அன்று கண்ட காட்சிகள் இன்றும் நினைவில் நிற்கின்றன.

ஐயப்பன் நாடகம்

ஐயப்பன் நாடகத்தில் ஓர் அற்புதமான காட்சி. ஐயப்பன் தன் சிற்றன்னையின் நோய் தீர்க்க புலிப்பால் வேண்டுமென்பதற்காக இருமுடி ஏந்தி கானகத்திற்குச் செல்கிறார். அங்கு மகிஷியை வென்றபின் ஒரு புலியின் மேல் ஏறிக்கொண்டு புலிப்படை சூழ அரண்மனைக்கு வருகிறார்.

அந்தக் காட்சி தொடங்கியவுடனே ஒரு பெரும் புலியின்மேல் ஐயப்பன் அமர்ந்திருக்க, அவருக்குப் பின்னால் சுமார் ஐம்பது புலிகள் மின்னும் கண்களோடு அவரைத் தொடர்ந்து செல்லும் அதைக் கண்ட மக்கள் தம்மை மறந்து எழுந்து நின்று உடல் சிலிர்க்க "சுவாமியே சரணம் ஐயப்பா" என்று சரணகோஷம் இடுவார்கள். புலிகள் மறுபக்கம் செல்லும் வரை அது தொடரும்.

அந்தப்புலிகள் யாவும் அட்டையில் வெட்டப்பட்டு வரையப் பட்டவை. பிரதானமான பெரிய புலி மோல்டிங்கில் செய்யப் பட்டது. அவற்றின் கண்களாக ஒளிவீசுபவை சிகப்பு நிற சிறிய பல்புகள். இவையனைத்தும் புரிந்தாலும் அவை மேடையில் தோன்றும் ஒரு கணத்தில் அதெல்லாம் மறந்துபோய் உடல் சிலிர்த்து உள்ளம் பக்திப் பரவசத்தில் ஆழ்ந்து விடும்.

தசாவதாரம் நாடகம்

தசாவதாரம் நாடகத்தில் குறுகிய வாமனாவதாரமாக வந்த திருமால், மாபலியிடம் மூன்றடி மண் கேட்டு தானம் பெற்றவுடன் திரிவிக்கிரமனாக வளர்ந்து விண்ணையும், மண்ணையும் ஈரடியால் அளந்து மூன்றாவது அடியை மாபலி தலைமேல் வைப்பதாக ஒரு காட்சி. மேடையின் முழு உயரத்திற்கும் உயர்ந்து நிற்கும் திரி விக்கிரமனின் பாதங்கள் மண்ணை அளந்து விண்ணை அளந்து மாபலியின் தலைமீது பாதம் வைக்கும்போது மேலே உள்ள பாதம் கீழே இறங்கி வந்து மாபலியின் மீது வைக்கும். மாபலி மண்ணுக்குள் புதைந்து விடுவான்.

அந்தத் திரிவிக்கிர வடிவத்தின் படுதா மேடை உயரத்துக்கு மிகப் பெரிதாக வரையப்பட்டு உயர்ந்து நின்றதில் வியப்பேதுமில்லை. அதை யார் வேண்டுமானாலும் வரைய முடியும். ஆனால் அதிலிருந்து விண்ணில் உயர்ந்த பாதம் கீழே இறங்கி வந்து முன்னால் மண்டியிட்டு அமர்ந்திருக்கும் மாபலியின் தலைமேல் வைக்கும் வகையில் அதை இயக்கியிருந்தது அற்புதமான செயலாகும். அந்தப் பாதம் மேலேயிருந்து இறங்கி வரும்போதே கைத்தட்டத் தொடங்கும் மக்கள் மாபலி தலைமேல் அது பட்டு அவன் பூமிக்குள் புதையும்வரை உற்சாகக் குரல் கொடுத்து கைத்தட்டுவார்கள். அங்கு ஏற்கனவே பள்ளம் தோண்டப்பட்டு அதில் அவன் இறங்கும் வகையில் அது அமைக்கப்பட்டிருக்கும்.

பின்னாளில் ஆர்.எஸ். மனோகர் அவர்கள் தமது சுக்கிராச் சாரியார் நாடகத்தில் அதே காட்சி இடம்பெற வேண்டிய நிலையில் அதேபோல் ஒரு படுதாவை உருவாக்க முயன்றபோது அது சரியாக வரவில்லை. நவாப் இராஜமாணிக்கம் அவர்கள் பயன்படுத்திய அந்தப் படுதாவை வாங்கி வந்து அதைப் புதுப்பித்துப் பயன்படுத்தி னார். அதே கைத்தட்டல் இங்கும் விழுந்தது. ஆனால் சென்னையில் தினமும் ஒரு மேடையில் நாடகம் என்பதால் மாபலியை பள்ளத்தில் இறக்குவதை மட்டும் செய்ய முடியவில்லை. அவன் மேல் பாதம் பட்டதும்காட்சி நிறைவு பெறும்.

ஸ்ரீ கிருஷ்ண லீலா

இவரது தேசப்பற்றுக்கு அடையாளமாக இவர் நடத்திய கிருஷ்ண லீலா நாடகத்தில் இடம்பெற்ற ஒரு காட்சியைப் பற்றித் தெரிந்து கொண்டால் போதும்.

பாலகிருஷ்ணன் மண்ணையுண்டான் என அவனது தாய் யசோதை யிடம் தோழிகள் சொல்கின்றனர். அவள் கோபத்தோடு வந்து அதட்டிவாயைத் திறந்து காட்டச் செய்ய அதில் சகல புவனங்களும் தெரியும். நவகிரகங்கள், தேவர்கள் என யாவரும் தெரிவார்கள். அவர்களைத் தொடர்ந்து மகாத்மா காந்தி, ஜவஹர்லால் நேரு, சுபாஷ் சந்திர போஸ் என தேசியத் தலைவர்களின் உருவங்களும் தெரியும். சென்ற யுகத்தின் கதையான கிருஷ்ண லீலாவில் இன்றைய சுதந்திரப் போராட்ட வீரர்களின் உருவங்கள் எப்படித் தெரியும் என்று யாரும் கேள்வி கேட்க மாட்டார்கள். கைத்தட்டலால் கொட்டகை அதிரும்.

இவரது குழுவிலிருந்து வந்து புகழ்பெற்ற நடிகர்கள் பலருண்டு. அவர்களில் குறிப்பிடத்தக்கவர் எம்.என். நம்பியார் அவர்கள். திரையுலகில் அன்று பி.யு.சின்னப்பா-பாகவதர் காலம் முதல் பின்னர் விஜய்-அஜித் காலம்வரை ஐந்து தலைமுறை நடிகராக விளங்கியவர். தமிழகம் மட்டுமின்றி ஆந்திரம், கர்நாடகம், கேரளம் என தென்னிந்திய ஐயப்ப பக்தர்கள் அனைவருக்கும் குருசாமியாகத் திகழ்ந்தாரென்றால் நவாப் ராஜமாணிக்கம் நடத்திய ஐயப்பன் நாடகத்தில் பங்கு கொண்டதால் ஏற்பட்ட பக்தியே காரணம் என்றால் மிகையாகாது.

எம்.என்.நம்பியாரை பேட்டி கண்ட ஒருவர் தங்கள் எப்போது முதன் முதலாக சபரிமலைக்குச் சென்றீர்கள் என்று கேட்டபோது அதைப் பற்றி அதில் அவர் விரிவாகக் கூறுகிறார்.

1942-ஆம் ஆண்டு ஆலப்புழாவில் ஸ்ரீ ஐயப்பன் நாடகம் அரங்கேற்றமானபோது அதில் பங்கு கொண்ட நடிகர்களில் நானும் ஒருவன். நாடகம் வெற்றிகரமாக நடைபெற்றதால் மகிழ்ச்சி கொண்ட எங்கள் குருநாதர் நவாப் டி.எஸ். ராஜமாணிக்கம் அவர்கள் எங்கள் அனைவருக்கும் விரத மாலை அணிவித்து சபரிமலைக்கு அழைத்துச் சென்றார். அது முதல் இதுவரை ஒரு வருடம் கூட விடாமல் சென்று கொண்டிருக்கிறேன் என்றார்.

அவர் அப்படிச் சொல்லி சில ஆண்டுகளுக்குப் பின் 2008-ஆம் ஆண்டு 90 அகவையைத் தொடயிருந்த நேரத்தில் மரணித்தார். ஆனால் அவரை குருசாமியாக ஏற்றுக் கொண்ட ஆயிரக்கணக்கான ஐயப்ப பக்தர்களில் ஒருவர் கூட அவர் மரணமடைந்ததாகக் கருதவில்லை. தங்கள் கழுத்தில் போட்ட மாலையையும் கழற்றவில்லை. 'சாமியே சரணம் ஐயப்பா' என்ற கோஷத்துடனேயே அவரை அனுப்பி வைத்தார்கள். உயர்ந்த பக்தியால் கிடைத்த உன்னத நிலை அது.

நம்பியார் என்ற பெயரைச் சொல்லும்போதெல்லாம் சிறு வயதில் அவரைத் தன் நாடகக் கம்பெனியில் சேர்த்துப் பயிற்சி தந்து சிறந்த நடிகனாக உருவாக்கியதோடு, சபரி மலைக்கு அழைத்துச் சென்று ஐயப்ப சுவாமி பக்தனாக மாற்றிய நவாப் ராஜமாணிக்கம் பி;ளை அவர்களையும், நவாப் ராஜமாணிக்கம் பிள்ளையைப் பற்றிப் பேசும்போதெல்லாம் அவருக்குப் புகழ் தேடித் தந்த நம்பியாரைப் பற்றியும் நினைக்காமல் இருக்க முடியாது.

நாடக வரலாற்றுச் செப்பேடுகளில் மதுரை தேவி பால வினோத சங்கீத சபையின் புகழ் என்றென்றும் பொறிக்கப்பட்டிருக்கும் என்பதை எவராலும் மறுக்க முடியாது.

அன்றைய புகழ்பெற்ற சில நாடகக் குழுக்கள் பற்றியும் அவற்றில் சாதனை புரிந்த நாடகக் கலைஞர்கள் பற்றியும் சிறிது பார்ப்போம்.

சதாவதானம் கிருஷ்ணசாமிப் பாவலர் பம்மல் சம்பந்தனாரிடம் பயிற்சி பெற்றவர். இவர் சிறு பாலகர்களைக் கொண்டே பால மனோகர சபா என்ற நாடக மன்றத்தை நிறுவி 'கதரின் வெற்றி', 'தேசியக்கொடி.' முதலான நாடகங்களை நடத்தினார். இலண்டனில் நடந்த வெம்பிலி கண்காட்சிக்குத் தன் குழுவினரை அழைத்துச் சென்று பிரிட்டிஸ்ராணிக்குமுன்னாலேயே தேசியப் போராட்ட நாடகத்தை நடத்தினார் என்றால் அவரது துணிச்சலுக்கு ஈடாக எதைச் சொல்ல முடியும்?

எம்.கந்தசாமி முதலியார் பம்மல் சம்பந்தனாரின் நாடக மன்றத்தில் உருவாகி நாடக வளர்ச்சிக்காகப் பாடுபட்டுப் பல புதுமைகள் செய்ததால் நாடக மறுமலர்ச்சித் தந்தை என்றே அழைக்கப் பட்டார். நாவல்களை நாடகமாக்கி வெற்றி பெற முடியும் என்று முதன் முதலில் செய்து காட்டியவர் அவர்தான். அன்று பிரபலமாக யிருந்த பல நாவல்கள் இவரது நாடக மன்றத்தில் நாடகங்களாக அரங்கேறின.

சி.கன்னையா நாடக மேடையைப் புனிதமான கோயிலாகக் கருதி யவர். பிரம்மாண்டமான காட்சிகளை மேடையில் அரங்கேற்றி யவர். உயிருள்ள மான், காளை, பசு - ஏன்? - யானையைக் கூட

அவை வருவதற்குரிய காட்சிகளில் மேடையேற்றி மக்களை பிரமிக்கச் செய்தவர். இலங்கை, பர்மா முதலான நாடுகளுக்குச் சென்று நாடகங்களை நடத்தியவர்.

புளிய மாநகர் ஒரிஜினல் பாய்ஸ் கம்பெனி என்று ஒன்றிருந்தது. ஏன் அந்தப் பெயர்? மதுரை கள்ளிப்பட்டிக்கு அருகில் உள்ள புளியம்பட்டி ஊரைச் சேர்ந்த நண்பர்கள் ரங்கசாமி ரெட்டியார், ராமசாமி செட்டியார், சுப்பா ரெட்டியார் மூவரும் சேர்ந்து சிறுவர்களை நடிகர்களாகக் கொண்ட நாடகக் கம்பெனியைத் தொடங்கி சிறப்பாக நடத்தினார்கள். இதில் 75 சிறுவர்கள் இருந்தார்கள். சங்கரதாஸ் சுவாமிகள் எழுதிய பவளக்கொடி, கண்டிராஜா, சதி அனுசூயா, சம்பூர்ண இராமாயணம் முதலான நாடகங்கள் நடத்தப்பட்டன.

இந்தக் கம்பெனியில் நடந்த வருந்தத்தக்க ஒரு நிகழ்ச்சியைப் பற்றி 'அருட்செல்வர் ஏ.பி. நாகராஜனும், கலைமாமணி எஸ்.ஆர். தசரதனும்' என்ற வரலாற்று நூலில் அதன் ஆசிரியர் கவிஞர் மு.அண்ணாஜோதி அவர்கள் நெஞ்சத்தை நெகிழ வைக்கும் வகையில் எழுதியுள்ளார்.

கம்பெனி முதலாளிகள் மூவருள் ஒருவரான ராமசாமி ரெட்டியார் சில நாட்களிலேயே பொறுப்பிலிருந்து விலகிச் சென்று விட, இருவர் மட்டுமே பொறுப்பேற்று நடத்தி வந்திருக்கிறார்கள். ஒவ்வொரு ஊரிலும் நாடகங்கள் சிறப்பாக நடத்தப்பட்டிருக்கின்றன.

ஒரு ஊரில் கேம்ப் போட்டால் சுமார் 3 மாதங்களாவது நாடகங்கள் நடக்கும். அப்படி அங்கங்கே நடத்திவிட்டு பழனிக்கு வந்த நேரத்தில் இரு முதலாளிகளுக்குள் மனபேதம் ஏற்பட்டு கம்பெனியை இரண்டாகப் பிரிக்கும் நிலை உருவாகியுள்ளது.

பாய்ஸ் கம்பெனி என்பதால் அந்த நேரத்தில் சுமார் ஐம்பதுக்கும் மேற்பட்ட சிறுவர்களும், பத்துக்கும் மேற்பட்ட இளைஞர்களும் இருந்தார்கள். கதாசிரியர்கள், சீன் செட்டுக்காரர்கள் என எல்லாம் சேர்ந்து சுமார் நூறு பேர் இருந்தார்கள். அத்தனைப் பேரையும் யார் எந்தப் பக்கம் போகிறீர்கள் என்று பிரிக்க வேண்டியிருந்தது.

அது மட்டுமா? நாடகக் காட்சிகளுக்கான பிரம்மாண்டமான திரைகள், கட் அவுட்டுகள், ஒப்பனைப் பொருட்கள், ஏராளமான உடைகள் என இருந்தன. அவற்றையும் இரண்டாகப் பிரிக்க வேண்டிய நிலை ஏற்பட்டது.

இந்த நேரத்தில் நாடகக் கம்பெனியின் வளர்ச்சி கண்டு பொறாமை கொண்டிருந்த சிலர் இவர்கள் பிரிவைப் பயன்படுத்திக் கொள்ள வேண்டும் என்று வந்து நிலைமையைத் தங்களுக்குச் சாதகமாகப் பயன்படுத்திக் கொண்டார்கள்.

அவருக்குச் சிறிது அதிகமாகப் போய்விட்டது. இவருக்குச் சிறிது குறைவாகப் போய்விட்டது என்று இருபக்கமும் இருந்து பிரச்சனையைப் பெரிதாக்கி நாடகப் பொருட்களை சரிசமமாகக் கூறு போட்டார்கள்.

இதில் நடந்த கொடுமை என்னவென்றால் நாடகக் காட்சி எழுதப் பட்ட திரைத் துணிகளை இரண்டாகப் பிரிக்கும்போது ஒன்று அதிகமாக இருந்தால் அந்தப் படுதாவையே இரண்டாகக் கிழித்தார்கள்.

நடிகர்களை அப்படிச் செய்ய முடியாதல்லவா? அதனால் அதை அவர்கள் விருப்பத்துக்கே விட்டுவிட்டார்கள். யார் எந்தப் பக்கம் போகிறீர்கள் என்று கேட்க அவரவர் விருப்பப்படிப் பிரித்தார்கள்.

அண்ணாஜோதியின் நூலில் குறிப்பிடப்பட்ட தசரதன் அவர்கள் ரங்காரெட்டி பக்கம் போய் நிற்க, அவர்மீது அபிமானம் கொண்ட பல முக்கியமான நடிகர்கள் அந்தப் பக்கமே சேர்ந்தார்கள். பால முருகன் பாய்ஸ் கம்பெனி என்ற பெயரில் அவர்கள் நாடகங்கள் தொடர்ந்தன.

கம்பெனி சேலத்திற்கு வந்து நாடகங்களை நடத்திக் கொண்டிருந்த நேரத்தில் நாடக வாத்தியாராகயிருந்தவர் உடல் நல பாதிப்பாலும், முதுமையாலும் கம்பெனியிலிருந்து விலகிச் சென்றார். நாடகத்திற்கு வசூலாவதும் பாதிக்கப்பட்டிருந்தது. நாடகத்தை உருவாக்கும் ஆற்றல் பெற்ற ஒருவர் தேவைப்பட்டார்.

சில கம்பெனி நாடகங்களில் பெண் வேடங்களில் சிறப்பாக நடித்தவரும், நாடக இயக்குனராகயிருந்து சில நாடகங்களை உருவாக்கியவருமான ஏ.பி. நாகராஜன் அவர்கள் கலையுலகில் ஏற்பட்ட சில கசப்பான அனுபவங்களால் இனி நாடகமே வேண்டாமென மாடர்ன் தியேட்டர்ஸில் உதவி கேமராமேனாகச் சென்று சேர்ந்திருந்தார்.

தசரதன் ஏ.பி.நாகராஜன் அவர்களை சந்தித்து கம்பெனி நிலையைச் சொல்லி அழைக்க 'மறுபடியுமா நாடகத்துக்குக் கூப்பிடுறே? எனக்கு வேண்டாம்' என்றார் அவர். ஆனால் தசரதன் விடவில்லை. மாடர்ன் தியேட்டர்ஸின் ஆஸ்தான கவிஞராகயிருந்த தஞ்சை ராமையா தாசை அணுகி நிலைமையைச் சொல்லி, அவர் மூலம் ஏ.பி. நாகராஜனுக்குச் சொல்ல வைத்தார். இவரும் அவர் பேச்சை ஏற்றுக்கொண்டு கம்பெனிக்கு வந்தார்.

ஆக ஏ.பி. நாகராஜன் அவர்களைக் கலையுலகிற்கு மீண்டும் கொண்டு வந்தவர் தசரதன் அவர்கள்தான். அதனாலல்லவா திருவிளையாடல் முதல் தில்லானா மோகனாம்பாள் வரை பல அற்புதமான படைப்புகளை நாம் பெற முடிந்தது? கம்பெனியின் பொறுப்பையேற்ற ஏ.பி.என். (சுருக்கமாக அவரை அப்படி அழைப்பது வழக்கம்) தஞ்சை ராமையாதாஸ் அவர்களிடம் சொல்லி

மச்சரேகை என்ற நாடகத்தை எழுதி வாங்கினார். ஒரு மாதம் தொடர்ந்து ஒத்திகைகள் நடத்தப்பட்டு புதிய திரைச்சீலைகள் வரையப்பட்டு நாடகம் தயாரானது.

இந்த நேரத்தில் நாடகத்தை நடத்துவதற்கு பாதிப்பு ஏற்படுமோ என்று திகைப்படையும்படியான செய்தி ஒன்று வந்தது. இவர்கள் நாடகம் நடத்துவதற்காகயிருந்த சேலம் கார்ப்பரேஷனுக்கு எதிரில் ஒரு தியேட்டரில் நாடகத்திலிருந்து திரைப்படத்துறைக்குச் சென்று பிரபலமாகியிருந்த ஒரு நடிகர் தமது குழுவினரோடு வந்து தொடர் நாடகம் நடத்தயிருக்கிறார் என்பதுதான் அது.

அதைவிட முக்கியமாக ஏ.பி.என். அவர்களிடம் சொல்லப்பட்ட செய்தி சேலத்தில் ஏற்கனவே ஏ.பி.நாகராஜன் வாத்தியாராகயிருந்து தயாரித்த நாடகம் அரங்கேறயிருக்கிறது என்பதைச் சொன்னபோது "அதற்கென்ன! அவர்களுக்காக ஒரு நிதி நாடகம் நடத்தி அந்தத் தொகையை அவர்களுக்குக் கொடுத்து வேறு ஊருக்குப் போகச் சொல்வோம்" என்று சொன்னார் அந்த நடிகர் என்பதுதான்.

அதைத் தனது கலைத்திறனுக்கும், தன்மானத்திற்கும் விடப்பட்ட அறைகூவலாய்க் கருதிய ஏ.பி.என். அவர்கள் 'வந்து நடத்தட்டும், நாமும் நடத்துவோம். பார்த்துக் கொள்ளலாம்' என்றார்.

இருவரது நாடகங்களும் முறையாக விளம்பரம் செய்யப்பட்டு எதிரெதிரே உள்ள கொட்டகைகளில் நடைபெற்றன. முதல் நாள் பிரபல நடிகரின் நாடகத்திற்கு வசூல் ரூ.4000. ஆனால் ஏ.பி.என். நடத்திய மச்சரேகை நாடகத்திற்கு வசூல் ரூ.40. தான்.

தொடர்ந்து நாடகங்கள் நடக்க நடக்க மச்சரேகை நாடகத்தின் சிறப்பு பரவலாகத் தெரிய ஆரம்பித்தது. டி.ஆர். மகாலிங்கம், கலைவாணர் என்.எஸ். கிருஷ்ணன், நடிகவேள் எம்.ஆர். ராதா, டி.எஸ். பாலையா, லலிதா பத்மினி ராகினி, தயாரிப்பாளர் ஜி. ராமநாதய்யர் என பலரும் தேடி வந்து பார்த்ததால் பெரும் பரபரப்பு ஏற்பட்டது.

சில வாரங்களுக்குப் பிறகு நிலைமை முற்றிலும் மாறிப் போனது. மச்சரேகை நாடகத்திற்கு வசூல் ரூ.4000. பிரபல நடிகரின்

நாடகத்திற்கு வசூல் ரூ.40. அவர்களுக்குத் தொடர்ந்து நட்டம் ஏற்பட்டதால் வேறு ஊருக்குப் போவதற்குத் தீர்மானித்து அதற்கான ஏற்பாடுகளில் ஈடுபட்டார்கள்.

ஏ.பி.என். மனதில் அந்த நடிகர் சொன்னது உறுத்திக் கொண்டே இருந்திருக்கிறது. அவர்கள் புறப்படத் தயாராகிக் கொண்டிருந்த நேரத்தில் தசரதனை உடனழைத்துக் கொண்டு அங்கு சென்றார்.

நடிகருக்கு வியப்பாகயிருந்தாலும் 'வா நாகராஜா! என்ன திடீர்னு வந்திருக்கே?' என்று கேட்டார். அந்தக் கம்பெனியைச் சேர்ந்த சிலரும் அருகில் வந்து நின்றார்கள்.

"ஒரு நிதி நாடகம் போட்டு எங்களை ஊரை விட்டே அனுப்பிடலாம்னு சொன்னீங்களாமே... இந்தாங்க நேத்தைய வசூலான 4000 ரூபாயை உங்களுக்காக நடத்தின நிதி நாடகமா நினைச்சி கொடுக்க வந்திருக்கேன். வாங்கிக்கிங்க" என்றார் ஏ.பி.நாகராஜன்.

நடிகர் மனம் நொந்து ஏதும் பேசாமல் மௌனமாக எழுந்து அடுத்த அறைக்குச் சென்று விட்டார். மிகவும் பண்பட்டவர்களும் சில நேரம் வார்த்தையைக் கொட்டி விடுவார்கள் என்பதற்குச் சாட்சி தான் அது. இத்தகைய மோதல்களும், மனச்சங்கடங்களும் நாடக உலகில் அவ்வப்போது ஏற்படுபவைதான். மற்றபடி கலைஞர்களில் உயர்ந்தவரென்றோ, தாழ்ந்தவரென்றோ எவரும் கிடையாது.

பட்டினி கிடந்து நாடகத்தை வளர்த்த கலைஞர்கள் பலருண்டு. ஜாதி பேதம், மதபேதம், குலபேதம் அனைத்தையும் கடந்து ஒன்றிணைந்து வாழ்ந்த கலைஞர்கள் பலருண்டு. நம் இங்கு காணும் தசரதன் சம்பூர்ண இராமாயணத்தில் ஆதம்ஷா என்ற முகமதியப்பிள்ளை ராமனாக நடிக்க தாம் லட்சுமணனாக நடித்தவர்தான். அவர்கள் மிகவும் நெருங்கிய நண்பர்களாக இருந்திருக்கிறார்கள்.

பாலமுருகன் பாய்ஸ் கம்பெனியின் அடுத்த நாடகமாக ஏ.பி.என். அவர்கள் சத்தியவான் சாவித்திரி கதையை தஞ்சை ராமையாதாஸின் வசனத்தில் எழுதி வாங்கினார். 'விதியின் வெற்றி' என்று அதற்குப் பெயர் சூட்டினார்.

அந்த நாடகத்தில்தான் இடைவேளை வரை சத்தியவானாக நடிக்கும் தசரதன் அதற்குப்பின் சாவித்திரியாகத் தோன்றி நடித்தார். கணவனும் அவரே! மனைவியும் அவரே! இதில் அதிசயம் என்னவென்றால் நாடகம் பார்த்த எவரும் அதைக் கண்டுபிடித்த தில்லை என்பதுதான்.

அருமையான பல தந்திரக் காட்சிகளை அமைத்து அற்புதமான நாடகமாக உருவாக்கினார் ஏ.பி. நாகராஜன். எமதர்மனிடமிருந்து ஒரு ஜோதி புறப்பட்டு வந்து சத்தியவான் உயிரைக் கொண்டு செல்வது, சூறைக்காற்றின் நடுவே சாவித்திரி தடுமாறிக் கொண்டு செல்வது, அக்கினிப் பாலத்தை எமதர்மனும் சாவித்திரியும் கடந்து செல்வது என ஒவ்வொன்றும் அற்புதமாகயிருக்கும்.

தஞ்சை ராமையாதாஸ் அவர்களை பாடலாசிரியராக மட்டுமே பலரும் அறிவார்கள். அவர் எவ்வளவு சிறந்த நாடகாசிரியர் என்பதற்கு விதியின் வெற்றி ஒன்றே போதும்.

சத்தியவான் உயிரைப் பறித்துக் கொண்டு செல்லும் எமதர்மனிடம் அவனைத் தொடர்ந்து வந்து சாமர்த்தியமாக உரையாடி புத்திர பாக்கியம் என்ற வரத்தைப் பெற்று விடுகிறார் சாவித்திரி. அதற்குப் பின்னும் எமனைப் பின்தொடரும் சாவித்திரி யிடம் அவன் ‘இன்னும் ஏன் பின்தொடர்கிறாய்? உன் கணவன் உயிரைத் தர மாட்டேன்’ என்கிறான் எமன். அதைத் தொடர்ந்து நடக்கும் விவாதம் தஞ்சை ராமையாதாஸின் வசனச் சிறப்புக்கு ஒரு சான்றாகும்.

சாவித்திரி : சுவாமி! அறுக்கச் சுரப்பது என்ன?

எமன் : பூம்பாளை

சாவித்திரி : இறைக்கச் சுரப்பது?

எமன் : மணற்கேணி

சாவித்திரி : கொடுக்கச் சுரப்பது?

எமன் : பெருஞ்செல்வம்

சாவித்திரி : சுகிக்கச் சுரப்பது?

எமன் : சிற்றின்பம்

சாவித்திரி : அது எவ்விதம் விளையும்?

எமன் : வித்தில்லாமல் விருட்சமில்லை. விருட்சமில்லாமல் வித்தில்லை. ஆணில்லாமல் பெண்ணில்லை, பெண்ணில்லாமல் ஆணில்லை. அதனால் ஆணும் பெண்ணும் இணைவதால் விளையும்.

சாவித்திரி : அதனால் வரும் பயன்?

எமன் : அம்மா என்று அழைக்கும் அழகிய குழந்தை

சாவித்திரி : அப்பா என்றும் அது அழைக்க வேண்டுமல்லவா?

எமன்: அதிலென்ன சந்தேகம்? நீ கேட்பது விசித்திரமாகயிருக்கிறது.

சாவித்திரி : எனது கணவர் உயிரைத் தராமல் தாங்கள் எனக்கு புத்திர பாக்கியம் என்ற வரத்தைத் தந்தீர்களே! அதை விடவா விசித்திரமாக யிருக்கிறது?

எமன்: ஆ...சாவித்திரி! நீ என்னை வென்றுவிட்டாய். எமன் தோற்றான். நீ கேட்டபடி உன் கணவன் உயிரை வரமாகத் தந்தேன்... போ...!

இந்த உரையாடலை அப்படியே சொன்னவர், இதில் சாவித்திரியாக நடித்த ஏ.பி.என். தசரதன் அவர்கள்தான். தமது 92 வயதில் இப்பொழுதும் அட்சரம் பிசகாமல் அனைத்தையும் சொல்கிறார் என்பது குறிப்பிடத்தக்கது.

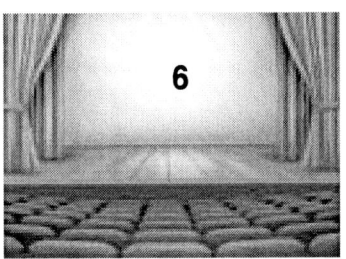

நாடகம் காட்டிய தேசபக்தி நாடகமல்ல

சுதந்திரப் போராட்ட காலத்தில் நாடகக் கலைஞர்கள் காட்டிய தேசபக்தி மகத்தானதாகும். சிறைப்பட்டவர்கள், வதைப்பட்டவர்கள், தூக்குமேடை வரை சென்றவர்கள் என பலர் உண்டு.

அன்றைய காலகட்டத்திற்கேற்ப புராண நாடகங்களே நடத்தப்பட்டன என்றாலும் அவற்றுக்குள் தேசியம் புகுத்தப்பட்டது. முருகன் வெள்ளைக் கொக்கு பறக்குதடி என்று பாடுவார். அருச்சனன் பகதூர் பகவத் சிங்கம் என்று பாடுவார்.

அன்றைய நாடகங்களில் திரும்பத் திரும்ப பாடப்பட்ட ஒரு பாட்டு இன்றளவும் நிலைத்திருக்கிறது.

    ஊரான் ஊரான் தோட்டத்திலே
    ஒருத்தன் போட்டானாம் வெள்ளரிக்கா
    காசுக்கு ரெண்டு விக்கச் சொல்லி
    காயிதம் போட்டானாம் வெள்ளைக்காரன்

என்று எங்கள் வீட்டுத் தோட்டத்திலே விளைந்த வெள்ளரிக்காயை விற்க வெள்ளைக்காரன் என்ன உத்தரவு போடுவது என ஆங்கில ஆதிக்கத்தைச் சாடியது அந்தப் பாடல்.

விஸ்வநாத தாஸ்

தேசியப் பாடல்களைப் பாடியதற்காகச் சிறைக்குச் சென்ற கலைஞர்கள் பலருண்டு என்றாலும் அதில் குறிப்பிட்டுச் சொல்லத் தக்கவர் விஸ்வநாததாஸ். அவரது வள்ளித் திருமணம் நாடகம் என்றாலே கூட்டம் தாங்காது. அத்தனைப் பேரும் ஒரே ஒரு காட்சிக்காகத்தான். அதில் அவர் பாடும் அந்த ஒரே ஒரு பாட்டுக் காகத்தான் காத்திருப்பார்கள்.

வள்ளி ஆலோலம் பாடியபடி பறவைகளை விரட்டிக் கொண்டிருப் பாள். முருகனான விஸ்வநாததாஸ் மானைத் தேடிக் கொண்டு வருவது போல் வேடன் வேடத்தில் வருவார். அப்போது அவர் களுக்குள் உரையாடல் இப்படி நடக்கும்.

பெண்ணே! இந்தத் தினைப்புலத்தில் நீ என்ன செய்து கொண்டிருக்கிறாய்?

பார்த்தால் தெரியவில்லையா? பறவைகளை நெருங்க விடாமல் கவண்கல் வீசித் துரத்திக் கொண்டிருக்கிறேன்.

பறவைகளை விரட்டுகிறாயா? என்னென்ன பறவைகள்?

குருவிகள்... கிளிகள்... மைனாக்கள்...

இவ்வளவுதானா! இன்னும் ஒரு முக்கியமான பறவையை விரட்டாமல் விட்டு வைத்திருக்கிறாயே!

அது என்ன பறவை?

அடுத்த கணம் 'கொக்கு பறக்குதடி பாப்பா' என்ற பாடலைப் பாடத் தொடங்குவார். கொட்டகை கைத்தட்டலால் அதிரும். அப்படி அதில் என்னதான் இருக்கிறதென்று பார்ப்போமா? சில வரிகளைப் பார்த்தாலே காரணம் புரியும்.

கொக்கு பறக்குதடி பாப்பா – வெள்ளைக்
கொக்கு பறக்குதடி பாப்பா அதன்
குறிப்பை உணர்ந்துகொள்வாய் பாப்பா

தேம்ஸ் நதிக்கரையின் கொக்கு – அங்கு
தின்னவழி இல்லாத கொக்கு
மாமிச வெறிபிடித்த கொக்கு – நம்
மக்களை ஏமாற்ற வந்த கொக்கு

கொந்தள மூக்குடைய கொக்கு – அது
குளிர்பனிக் கடல்வாசக் கொக்கு
அந்தோ பழிகாரக் கொக்கு – நம்மை
அடக்கி ஆளவந்த கொக்கு

இப்படிப் பாடினால் ஆங்கில அரசு விட்டு வைக்குமா? உடனே போலீசார் மேடையில் ஏறி விஸ்வநாததாஸைக் கைது செய்வார்கள். இப்படி 21 முறை கைது செய்யப்பட்டார் விஸ்வநாததாஸ். ஒவ்வொரு முறையும் விடுதலை பெற்று வந்தவுடன் மீண்டும் அந்த நாடகத்தைப் போடுவார். கைதாவார்.

ஒருமுறை அப்படிக் கைது செய்ய வந்தபோது முருகன் வேடத்தி லிருந்த விஸ்வநாததாஸ், "நீங்கள் யாரைக் கைது செய்ய வந்திருக் கிறீர்கள்? முருகனையா? விஸ்வநாத தாஸையா?" என்று கேட்டார். வந்தவர் குழப்பமடைந்து "விஸ்வநாத தாசைத்தான்" என்றார்.

உடனே "நான் இப்போது முருகன் அல்லவா? நடித்து முடித்து விஸ்வநாத தாசாக வரும்போது கைது செய்யுங்கள்" என்றார். மக்களும் கூச்சல் போட அன்று அப்படித்தான் நடந்தது. ஆனால் எல்லோரும் அப்படியிருப்பார்களா? பாடத் தொடங்கியவுடனே மேடையேறி கைது செய்து விடுவார்கள்.

ஒருமுறை அவர் மேடையில் ஏறும் முன்பே கைது செய்யத் தீர்மானித்திருக்கிறார்கள் என்பது தெரிந்தது. விஸ்வநாத தாஸிற்குப் பதிலாக அவர் மகன் நடிப்பார் என அறிவிக்கப்பட்டது. ஒப்பனை யாளர் போல் தன் மகனைத் தொடர்ந்து மேடைக்கு வந்துவிட்ட அவர் முருகனாகத் தோன்றி அந்தப் பாட்டைப் பாடிவிட்டார். கைதானார்.

தடை செய்யப்படாமல் அவர் நாடகம் நடந்ததில்லை என்ற நிலை ஏற்பட்டது. ஒரு நாள் நாடகம் போட்டால் பல நாட்கள் சிறையில் இருந்தாக வேண்டும் எனும் அவலநிலை ஏற்பட்டது. பெற்றோர்கள் தேடி வைத்த சொத்துக்கள் ஒன்றன்பின் ஒன்றாகக் குறையத் தொடங்கின. நீதி மன்றத்தில் வாதாடியே தன் குடும்பச் சொத்துக்கள் முழுவதையும் இழந்தார் விஸ்வநாததாஸ்.

பெரிய குடும்பஸ்தனான விஸ்வநாததாசுக்கு சுப்பிரமணியன், காசிநாதன், முத்தையா என்ற மூன்று மகன்களும், பிச்சம்மாள், தங்கம்மாள் என்ற இரு மகள்களும் இருந்தார்கள்.

நாடகத் தொழில் பாதிக்கப்பட்டதால் போதிய வருமானமின்றி கடனுக்கு மேல் கடன் வாங்க வேண்டிய நிலை ஏற்பட்டது. கடன்காரர்கள் தொல்லை ஒருபுறம். அரசாங்கத்தின் கெடுபிடிகள் மறுபுறம். அவரது நிலையைத் தெரிந்து கொண்டு அரசு சார்பாக அனுப்பப்பட்டவர்கள் காங்கிரஸ் இயக்கத்திலிருந்து விலகி இனி தேசியப் பாடல்களைப் பாடுவதில்லை என உறுதியளித்தால் கடன் முழுதையும் தீர்த்து வளமான வாழ்வுக்கு வழி வகுக்கிறோம் என்றார்கள். இப்படியே மடிவேனே தவிர இதற்கு இசைய மாட்டேன் என்று கூறிவிட்டார்.

இவ்வளவு சங்கடமான சூழ்நிலையிலும் அவர் மனைவி கண்ணம்மாவோ, பிள்ளைகளோ, பெண்களோ அவருக்கு மாறாக

ஒரு வார்த்தைகூட பேசவில்லை. அவருடைய தம்பி சண்முக தாஸ் அண்ணனை நிழல்போல் தொடர்ந்தார். அவரது நாடகங்களில் ஆர்மோனியம் வாசித்தவர் அவர்தான். தாஸின் மகன் சுப்பிரமணி தந்தையைப் பின்பற்றி சுதந்திரப் போராட்டத்தில் பங்கு கொண் டார். தாஸின் தங்கை குருவம்மாவின் மகன் சின்னச்சாமியும் நாடக மேடையேறி சுதந்திரப் போராட்டத்தில் பங்கு கொண்டவர்தான்.

மேடையில் உயிர் பிரிந்தது

இப்படித் தொடர்ந்து நடந்தது. அதன் விளைவாக இருந்த செல்வமெல்லாம் கரைந்தது. வீடு ஏலத்திற்கு வந்தது. ஆங்கிலேயர் மீண்டும் அவரிடம் பேரம் பேசினார்கள். கொக்கு பாட்டை மேடையில் பாடாமலிருந்தால் போதும். வீட்டை மீட்டுக் கொடுப் போம் என்றார்கள். அவர் வீட்டைத்தான் இழந்தார். தன்மானத்தை இழக்கவில்லை.

விஸ்வநாத தாஸ் நாவிதர் குலத்தைச் சேர்ந்தவர் என்பதால் அவரோடு நடிக்க மாட்டேன் என்று சொன்ன நடிகைகள் உண்டு. பின்னர் அவர் புகழடைந்தபின் அதே நடிகைகள் தாங்களாக விரும்பி வந்து நடித்ததும் உண்டு.

இத்தகைய சிறப்புக்குரிய அவர் வயது முதிர்ந்து உடல் நலம் குன்றிய நிலையில் சிலரது வேண்டுகோளை ஏற்று வள்ளித் திருமணம் நாடகத்தை நடத்த முன்வந்தார். சென்னை ஒற்றைவாடைத் தியேட்டரில் நாடகம் நடந்தது. முதல் காட்சியில் மயில் வாகனத்தில் அமர்ந்து பாடிக் கொண்டிருக்கும்போதே உயிர் பிரிந்தது. மறுநாள் நடந்த அவரது இறுதி ஊர்வலத்தில் ஆரியகான அனந்தராமய்யர், எஸ்.வி. சகஸ்ரநாமம், தீரர் சத்தியமூர்த்தி, கே.பி. சுந்தராம்பாள் ஆகியோர் நடந்து சென்றனர். தேசியப் போராட்டக் கலைஞனுக்கு இதற்கு மேல் வேறென்ன கௌரவம் வேண்டும்?

தேசியப் பாடல்கள்

கொக்கு பறக்குதடி பாப்பா போலவே அன்று புகழ் பெற்று விளங்கிய தேச பக்திப் பாடல்கள் பல உண்டு. அவற்றில் சிலவற்றைப் பார்ப்பது அன்றைய சுதந்திர எழுச்சியில் மேடை

நாடகக் கலைஞர்கள் பங்கு எந்த அளவிற்கு மேலோங்கியிருந்தது என்பதை அறிவதற்கு ஆதாரமாக இருக்கும்.

வள்ளி வேடம் போடுபவர் ஆலோலம் பாடிப் பறவைகளை விரட்டும் காட்சியிலும் கொக்கை வைத்தே பாடப்பட்ட ஒரு பாட்டுப் பெரும் பரபரப்பை ஏற்படுத்திப் புகழ் பெற்றது.

> வெள்ளை வெள்ளைக் கொக்குகளா வெகுநாளாய் இங்கிருந்து
> கொள்ளை அடிச்சிங்களா ஆலோலங்கடி சோ! – இனி
> கோபம் வரும் போய்விடுங்கள் ஆலோலங்கடி சோ!
> இந்தியரைக் கொள்ளையிடும் இங்கிலாந்து பட்சிகளா
> சொந்த நாட்டைத் தேடிப்போங்க ஆலோலங்கடி சோ – இனியும்
> சுரண்டலை சகிக்கமாட்டோம் ஆலோலங்கடி சோ

அன்றைய காலகட்டத்தில் பகத்சிங்கும் அவரது நண்பர்களான சுகதேவ் - ராஜகுரு ஆகியோரும் பெரும் புகழ்பெற்று விளங்கினார்கள். ஆங்கில அரசு அவர்கள் மூவரையும் தூக்கிலிட்ட நிகழ்ச்சி இந்தியர் மனதை மிகவும் பாதித்தது. இது தமிழ் நாடக மேடையிலும் எதிரொலித்தது.

> பகதூர் பகவத் சிங்கம் – தேச
> பக்தி மான்கள் தங்கம்
>
> சுகதேவ் ராஜகுரு தோழமை இலங்கும்

என்ற பாட்டு பாடப்படாத மேடையே அன்று இல்லை. அதேபோல் எல்லா மேடைகளிலும் எல்லோராலும் பாடப்பட்ட ஒரு பாட்டு உண்டு.

> சுதந்திரம் இல்லாமல் இருப்பேனா? – வெறும்
> சோற்றுக்கு உடல்சுமந்து மரிப்பேனா?
>
> யாரோ உழைச்சிப் பாடுபட்டா இங்கே
> யாரு வந்து வரிகேக்கறது
> நேரா வரட்டும் பாத்துக்கறேன் சங்கை
> நெறிச்சி உசிரை மாய்ச்சுடறேன்

தூக்கு மேடையில் பாடல்

இவ்விதம் தேசியப் போராட்டங்களின் நாடகங்களில் பங்கு கொண்டு ஹார்மோனியம் வாசித்தபடி தெய்வ பக்திப் பாடல் களோடு தேசபக்திப் பாடல்களை உணர்ச்சிகரமாகப் பாடியவர் களில் டி.எம். காதர் பாட்சா குறிப்பிடத்தக்கவர். வெள்ளையரை எதிர்த்துப் பாடி தூக்குமேடை வரை சென்று மீண்டவர்.

இது எப்படிச் சாத்தியமாகும்? தூக்குமேடை வரை சென்றவர் அதிலிருந்து எப்படி மீள முடியும் என்று கேட்கத் தோன்றுகிற தல்லவா? நாடக வரலாற்றில் நடந்த அந்தப் பிரசித்திப் பெற்ற நிகழ்ச்சியைக் காண்போம்.

காதர் பாட்சாவிடம் தேசபக்திப் பாடல்களைப் பாடக் கூடாதென்று பலமுறை எச்சரித்தும் அவர் அவற்றைப் பாடுவதை நிறுத்தவில்லை. சிறையிலடைத்த பிறகும் திரும்பி வந்து மேடையேறி அந்தப் பாடல்களைப் பாடத் தயங்கவில்லை.

அதனால் அவரைக் கொன்றுவிடத் தீர்மானித்த ஆங்கில அரசு ஒரு கொலைக் குற்றத்தில் அவரை சம்பந்தப்படுத்தி சிறையில் அடைத்தார்கள். விசாரணை என்ற பெயரில் கொலைக் குற்றத்தை உறுதிப்படுத்தி மரண தண்டனை விதித்தார்கள்.

தண்டனையை நிறைவேற்ற வேண்டிய நாள் வந்தது. தூக்கு மேடைக்கும் அழைத்துச் சென்று விட்டார்கள். வழக்கமாகக் கேட்பதுபோல் உன் கடைசி விருப்பம் என்ன என்று கேட்டார்கள். அவர் ஒரே ஒருமுறை கடைசியாக என் ஹார்மோனியத்தை வாசித்தபடி ஒரு பாடல் பாடவேண்டும் என்றார். அதன்படி கொடுத்தார்கள்.

காதர் பாட்சா முருக பக்தரானதால் மனமுருகி ஹார்மோன்யத்தை வாசித்தபடி 'சுருளிமலை மீதில் மேவும் சீலா - உன்னைத் தோத்தரித்தேன் சுப்ரமண்ய பாலா' எனும் பாடலைப் பாட ஆரம்பித்தார். ஜெயில் அதிகாரிகள், இரு டாக்டர்கள், தூக்கிலிடும் பணியாளர்கள் உட்பட அங்கிருந்த அனைவரும் தம்மை மறந்து பாடலைக் கேட்டுக் கொண்டிருந்தார்கள். பாடல் முடிந்து

கடிகாரத்தைப் பார்த்தபோது தூக்கிலிட வேண்டிய நேரம் கடந்து 45 நிமிடங்கள் ஆகிவிட்டன. குறிப்பிட்ட நேரம் கடந்து விட்டால் தூக்கிலிடக் கூடாது என்ற விதியிருப்பதால் அவரைத் தூக்கில் போடாமல் விடுதலை செய்து விட்டார்கள்.

கே.பி. சுந்தராம்பாள்

தேசியப் போராட்டக் காலத்தில் தமது அற்புதமான பாடல்களால் நாடக உலகில் சாதனை புரிந்தவர்களில் இசை ஞானப் பேரொளி பத்மஸ்ரீ சுந்தராம்பாள் மிகவும் குறிப்பிடத்தக்கவர்.

26-10-1908ஆம் வருடம் கொடுமுடி என்ற ஊரில் பிறந்த சுந்தராம்பாள், சிறுமியாக இருக்கும்போது ரயிலில் பாடிக்கொண்டு சென்றபோது எம்.ஜி.நடேச அய்யர் என்பவர் கேட்டு வியந்து பி.எஸ்.வேலு நாயரின் சண்முகானந்த சபையில் சேர்த்தார். அன்று தொடங்கிய கலை வாழ்க்கை நெடிய வரலாறாக நீண்டது.

எஸ்.ஜி.கிட்டப்பா சுந்தராம்பாளுக்கு இணையாக கணீரென்று பாடக்கூடியவராதலால் அதுவே அவர்களை ஒன்று சேர்த்தது. இருவரும் நாடகங்களில் போட்டி போட்டுக் கொண்டு பாடி நடிப்பார்கள். தேசியப் பாடல்களை அற்புதமாகப் பாடுவார்கள்.

சில ஆண்டுகளே அவர்கள் சேர்ந்து வாழ்ந்த நிலையில் கிட்டப்பா அகால மரணமடைந்தார். வாழ்வே வெறுத்துப் போன நிலையில் சுந்தராம்பாள் கலைத் துறையிலிருந்தே விலகியிருந்தார்.

தீரர் சத்தியமூர்த்தியை தமது அரசியல் ஆசானாகக் கொண்டவர் சுந்தராம்பாள். மேடையில் எண்ணற்ற தேசியப் பாடல்களைப் பாடியவர். அவை அனைத்தும் இசைத்தட்டாகவும் வெளிவந்து பரபரப்பாக விற்பனையாயின.

அத்தகைய ஆற்றல் படைத்தவர் விலகியிருப்பது நல்லதல்ல என்று சத்தியமூர்த்தியே வற்புறுத்தி மீண்டும் மேடைக்கு அழைத்து வந்தார். அதன் பலனாக அவர் மகாத்மா காந்தி தமிழகத்துக்கு வந்து பேசிய மேடையிலேயே கூட்டம் சேர்க்க முதலில் பாட்டுப் பாடும் பெருமையைப் பெற்றார்.

தேசிய பக்தி

தேசிய எழுச்சிக் களத்தில் தமது பங்காக 'தேசபக்தி' என்றே ஒரு நாடகத்தைத் துணிவோடு மேடையேற்றிய டி.கே.எஸ்.குழுவினரை எவ்வளவு பாராட்டினாலும் போதாது. அந்த சமயத்தில் விடுதலைப் போராட்டப் பாடல்களை எழுதுவதில் மிகவும் புகழ்பெற்று விளங்கினார் மதுரகவி பாஸ்கரதாஸ்.

காந்திய பக்தரான அவர் மகாத்மா நடத்திய ஒவ்வொரு போராட்டங்களைப் பற்றியும் உணர்வூட்டும் பாடல்களை எழுதினார். அவருடைய பாடல்களைப் பாடாத நடிகர்களே கிடையாது என்ற அளவிற்கு அவை பிரபலமாகியது.

சிறந்த நாடகாசிரியராகவும் விளங்கிய அவர் பிரபல எழுத்தாளர் வெ.சாமிநாத சர்மா எழுதிய பாணபுரத்து வீரன் என்ற நாடகத்தைக் கொண்டு வந்து கொடுத்தார். ஸ்காட்லாந்து வீரன் ஒருவர் தன் தாய்நாட்டுச் சுதந்திரத்துக்காக பாடுபடுவதாக அமைந்த அந்தக் கதை பாரத நாட்டு சுதந்திரம் போராட்டத்தைப் பிரதிபலிக்கும் வகையில் அமைந்திருந்தது. பாஸ்கரதாஸ் அதற்கேற்ப வடிவமைத்து சில காட்சிகளுக்குத் தேவையான வசனங்களை இணைத்து சில பாடல்களையும் எழுதித் தந்தார். அதுதான் தேசபக்தி என்ற பெயரில் தயாரானது.

அப்போது அந்தக் கம்பெனியில் நகைச்சுவை நடிகராக இடம் பெற்றிருந்த என்.எஸ்.கிருஷ்ணன் அவர்கள் தேசபக்திக்கு மேலும் பெருமை கிடைக்கும் வகையில் புதுமையாக ஏதாவது செய்ய வேண்டும் என்று யோசித்தார். காந்தி மகான் வரலாற்றை வில்லுப்பாட்டாகப் பாடலாம் என தீர்மானித்தார். மகாத்மாவின் வரலாற்றுப் புத்தகம் ஒன்றை வாங்கி வந்து அன்றைய இரவே அமர்ந்து என்.எஸ்.கே. அவர்களும், டி.கே. சண்முகம் அவர்களும் இணைந்து பாடல்களை எழுதினார்கள்.

தேசபக்தி நாடகம் அரங்கேறிய காலகட்டந்தான் பகத்சிங், இராஜகுரு, சுகதேவ் ஆகியோர் தூக்கிலிடப்பட்டு நாடெங்கும் கொந்தளித்துக் கொண்டிருந்த காலம். அதனால் முதல் காட்சி தொடங்கி டி.கே. சண்முகம் அவர்கள் மேடைக்கு வந்து,

தேசபக்தியே முக்தியாம் தெய்வ சக்தியாம்

என்ற பாடலைப் பாடியவுடனே மக்கள் உணர்ச்சிமயமாகி 'மகாத்மா காந்திக்கே ஜே' என்று முழக்கமிட்டார்கள். அடுத்து பாண புரத்தின் சுதந்திர வீரன் வாலீசனாக நடித்த எஸ்.வி. சகஸ்ரநாமம் அந்தக் கதாபாத்திரமாகவே மாறி எழுச்சிமிக்க உரையாற்றினார். காவலர்கள் அவரைக் கைது செய்கின்றனர். அடுத்த காட்சியில் அவனுக்குத் தூக்குத் தண்டனை விதிக்கப்படுகிறது. அதற்கடுத்த காட்சியில் அவன் தூக்கிலிடப்படுகிறான்.

தூக்கு மேடைக் காட்சி உண்மைபோல் தோன்றி அதில் நடிப்பவர் சுருக்குக் கயிற்றை கழுத்தில் மாட்டிக் கொள்ளும்போதே அதனோடு இணைக்கப்பட்டிருக்கும் ஒரு இரும்புக் கொக்கியை தனது இடுப்பிலே கட்டப்பட்டிருக்கும் மற்றொரு கயிற்றில் மாட்டிக் கொள்ள வேண்டும். அப்படிச் செய்தால்தான் அவர் தொங்கும்போது அவரது உடல் பாரத்தை இரும்புக் கொக்கி தாங்கிக் கொள்ளும். கழுத்து சுருக்கு இறுக்காது.

தூக்குமேடைக் காட்சி தொடங்கும்போதே வாலீசனாக வெடித்த சகஸ்ரநாமம் உணர்ச்சிப் பிழம்பாக இருந்தார். தூக்குமேடையில் ஏறி ஆவேசமாக வீரமுழக்கம் செய்து விட்டுக் கயிற்றைக் கழுத்தில் மாட்டிக் கொண்டார். ஆனால் ஒத்திகையில் பலமுறை பார்த் திருந்தபடி கொக்கியை இடுப்பில் மாட்டிக் கொள்ள மறந்து

விட்டார். அவர் சுருக்குக் கயிற்றை மாட்டிக் கொண்டவுடன் மணி அடிக்கப்பட்டு அதிகாரி கையைக் காட்டிவிட்டார். தூக்குமேடை யில் உள்ள பலகையும் இழுக்கப்பட்டது. வாலீசன் அந்தரத்தில் தொங்கினார்.

நாடகத்தைப் பார்த்துக் கொண்டிருந்த மக்கள் அவரை வாலீசன் என்ற கதாபாத்திரமாகப் பார்க்கவில்லை. பகத்சிங்காகவே பார்த் தார்கள். அதனால் பகத்சிங்காகவே 'பகத்சிங்கிற்கு ஜே' என்றே முழக்கமிட்டார்கள்.

இதற்கிடையில் திரைமறைவில் நின்று அந்தக் காட்சியைப் பார்த்துக் கொண்டிருந்த டி.கே. சண்முகம் முதுகுப் பக்கம் இரும்புக் கொக்கி மாட்டப்படாததை கவனித்து விட்டார். அவர் படுதா! படுதா! என குரல் கொடுக்க வேறு சிலரும் நிலைமையைப் புரிந்து கொண்டு கத்த திரை விழுந்ததும் ஓடிச் சென்று அவரைத் தூக்கிப் பிடித்து இறுகிப் போன கழுத்துச் சுருக்கை அவிழ்த்தார். அவருக்கு பிரச்சனை இல்லை. நினைவு திரும்ப அரை மணி நேரமானது.

பகத்சிங் நாட்டிற்காக உயிர் துறந்தார். சகஸ்ரநாமம் நாடகத்திற்காக உயிர் துறக்க இருந்தார். இப்படி எத்தனையோ விபத்துகள் நாடகக் கலைஞர்களுக்கு ஏற்பட்டதுண்டு. ஒவ்வொருவருக்கும் தனித்தனி அனுபவங்கள் உண்டு. தேசபக்தி நாடகம் பெரும் வெற்றி பெற்றது. மக்களின் தேசிய உணர்வைத் தூண்டிவிடக் கூடியதாக அமைந்தது. என்.எஸ். கிருஷ்ணன் அவர்களின் காந்தி மகான் வில்லுப்பாட்டு பெரும் பாராட்டைப் பெற்றது.

இப்படிப்பட்ட நாடகத்தை ஆங்கில அரசு நடத்த விடுமா? திருநெல்வேலியில் நாடகம் நடந்தபோது நெல்லை மாவட்டம் முழுவதிலும் அந்த நாடகம் நடத்தப்படக் கூடாது என தடை விதிக்கப்பட்டது. அதுபோன்று அங்கங்கு விதிக்கப்பட்ட தடை களைக் கடந்து தேசபக்தி நாடகம் பலமுறை நடத்தப்பட்டது. காங்கிரஸ் கமிட்டிக்கு நிதி நாடகங்களாக நடத்திக் கொடுக்கப் பட்டது. இவ்விதம் தேசிய வரலாற்றில் பல அற்புதக் கலைஞர்கள் பங்கு பெற்றார்கள். பல அரிய நாடகங்கள் நடைபெற்றன. அவர்கள் நடத்தியவை நாடகம் என்றாலும் அவர்களது தேசபக்தி நாடக மல்ல.

❒

ஔவையே சண்முகமாகி அரங்கிற்கு வந்தாள்

அவ்வை தி.க.சண்முகம் அவர்களைப் பற்றியும், அவர் உள்ளிட்ட நாடக நால்வர் பற்றியும் எவ்வளவு எழுதினாலும் அது ஏட்டில் அடங்காது. அன்றைய அரிய செய்திகள் பல இன்று நமக்குக் கிடைக்கிறதென்றால் ஔவை சண்முகம் அவர்கள் எழுதிய எனது நாடக வாழ்க்கை என்ற நூலால்தான் என்பதை நாடக ஆர்வலர்கள் ஒவ்வொருவரும் நன்றியோடு நினைத்துப் பார்க்க வேண்டும்.

கண்ணுசாமிப்பிள்ளை, சீதையம்மாள் தம்பதிகளுக்கு சங்கரன், முத்துசாமி எனும் இரு பிள்ளைகளுக்குப் பிறகு மூன்றாவது பிள்ளையாகப் பிறந்தவர் சண்முகம். இவருக்குப் பின் பிறந்தவர் பகவதி. இவர்கள் நால்வரையும்தான் நாடக நால்வர் என்று சிறப்புப் பெயரிட்டுக் குறிப்பிடுவார்கள்.

நான்கு சகோதரர்களில் மூன்றாமவரான டி.கே. சண்முகம் அவர்கள் நாடக வரலாற்றில் முதன்மை பெற்று விளங்குகிறாரென்றால் அதற்குக் காரணம் எதையும் பூரணமாகக் கற்றுக் கொள்ள வேண்டும் என்ற அவரது ஆர்வமும் அயராத உழைப்பும்தான்.

அதற்கும் மேலே குருவின் ஆசி என்பது மிகவும் முக்கியமான தாகும். எண்ணற்றவர்களுக்கு குருவாக விளங்கிய சங்கரதாஸ் சுவாமிகள், தன் பராமரிப்பில் இருக்கும் பல பிள்ளைகளில் சண்முகத்துக்காக மட்டும் இரவு முழுவதும் விழித்திருந்து ஒரு நாடகத்தை எழுதியிருக்கிறாரென்றால் அந்தப் பிள்ளை மீது அவருக்கு எவ்வளவு அன்பு இருந்திருக்க வேண்டும்?

பாண்டவர்க்கும், கௌரவர்க்கும் குருவாகயிருந்த துரோணாச் சாரியார் அர்ச்சுனன் மீது மட்டும் அபிமானம் வைத்திருந்ததற்கு என்ன காரணம்? அவனிடமிருந்த தனிப்பட்ட ஆற்றல்தானே? அப்படித்தான் சங்கரதாஸ் சுவாமிகள் என்ற துரோணருக்கு சண்முகம் அர்ச்சுனனானான். சுவாமிகள் அபிமன்யு சுந்தரி என்ற நாடகத்தை ஒரே இரவில் சண்முகத்துக்காகவே எழுதிய வரலாற்றை முன்பே பார்த்தோம்.

இத்தகைய நாடக நால்வரை தான் ஆசிரியராகயிருக்கும் மதுரை தத்துவ மீனலோசனி வித்துவ பால சபாவில் சேர்க்கும்படி சங்கர தாஸ் சுவாமிகள் சொன்னபோது அதற்கு மறுப்புத் தெரிவித்தார் அவர்கள் தந்தையாரான கண்ணுசாமிப்பிள்ளை என்றால் ஆச்சரிய மாக இருக்கிறதல்லவா! ஆனால் அப்படித்தான் நடந்தது. அதற்குக் காரணம் அவரே ஒரு நடிகராயிருந்து அதில் உள்ள சங்கடங்களை

அனுபவித்துக் கொண்டிருந்தவர் என்பதுதான். ஆனால் நாடக உலகின் நற்பேறு காரணமாக அவர் அதை ஏற்றுக்கொண்டார். பிள்ளைகள் சுவாமியின் சீடர்களானார்கள்.

சண்முகம் முதன்முதலில் சத்தியவான் சாவித்திரி நாடகத்தில் நாரதர் வேடம் போட்டார். ஆறு வயதுப் பிள்ளை ஏழு சுரங்களைப் பற்றிப் பாடியபடி மேடைக்கு ஆடிக்கொண்டு வந்தபோது கைத் தட்டல் பலமாகயிருந்ததில் ஆச்சரியமில்லையல்லவா!

அடுத்து எமதருமனோடு வாதாடும் காட்சியில் எமன் கோபத்தோடு சூலத்தை நீட்டிக் கொண்டுவர சிறுவன் சண்முகம் அலறிக்கொண்டு உள்ளே வந்துவிட சுவாமிகள் ஆறுதல் கூறி எமனாக வேட மிட்டவன் யாரென்பதைத் தெளிவுபடுத்தி அச்சத்தைப் போக்கி அனுப்ப வேண்டிய நிலை ஏற்பட்டிருக்கிறது. அதன் பிறகு தொடர்ந்து பல நாடகங்களில் நாரதராக நடித்தார் சண்முகம்.

அன்று அங்கு தொடங்கிய நாடகப் பயணம் நெடும் பயணமாகத் தொடர்ந்தது. மூன்று தலைமுறைகளைக் கண்டவரான தி.க. சண்முகம் அவர்கள் தமது நாடக அனுபவங்களைப் பற்றிய நூலில் மூன்றே மூன்று கியாஸ் லைட்டுக்களை வைத்துக் கொண்டு நாடகங்கள் நடத்தப்பட்ட போதும் நடித்தேன். இன்று கண்ணைப் பறிக்கும் மின்சார விளக்கில் நடத்தப்படும்போதும் நடிக்கிறேன் என்றாரென்றால் அவரது நாடக வாழ்க்கை எவ்வளவு நீண்ட வரலாறு கொண்டதாக இருக்க வேண்டும்.

நாடக நால்வரான திரு. சங்கரன், திரு.முத்துசாமி, திரு. சண்முகம், திரு. பகவதி ஆகியோர் இணைந்து 1925-ஆம் ஆண்டு உருவாக்கிய ஸ்ரீ பால சண்முகானந்த சபா அன்றைய காலகட்டத்தில் பல அரிய சாதனைகளைப் படைத்தது. பொதுவாக டி.கே.எஸ். நாடக மன்றம் என்றே அழைக்கப்பட்டது.

திருவனந்தபுரம ஆரிய சபையில் உள்ள தியேட்டரில் சொந்தக் கம்பெனியின் முதல் நாடகமாக கோவலன் நாடகம் அரங்கேறியது. அடுத்து மனோகரா. இப்படி ஆறு நாடகங்கள் அங்கு தயாராயின. அங்கிருந்து வேறு சில ஊர்களுக்குச் சென்று நாடகங்களை நடத்திய

டி.கே.எஸ். நாடக மன்றம் திருப்பூர் வந்து நாடகங்களை நடத்திய போது எம்.கந்தசாமி முதலியார் தமது மகன் எம்.கே. ராதாவோடு அங்கு வந்து சேர்ந்தார்.

இந்த இடத்தில் கந்தசாமி முதலியார் சிறப்பை நாம் காண வேண்டும். சென்னை சுகுண விலாச சபையில் எமன் வேடமேற்று நடிப்பதில் சிறப்புப் பெற்ற இவர் பம்மல் சம்பந்த முதலியாரிடம் பயிற்சி பெற்றவர். பாலாம்பாள் கம்பெனி, பி.எஸ். வேலு நாயர் கம்பெனி ஆகியவற்றிலெல்லாம் மனோகரா முதலாக சில நாடகங் களை சொல்லிக் கொடுத்து தயாரித்தவர். மதுரை ஒரிஜினல் பாய்ஸ் கம்பெனியில் நீண்டகாலம் இருந்தவர் அன்றைய புகழ்பெற்ற நாவலாசிரியரான ஜெ.ஆர். ரங்கராஜுவின் இராஜாம்பாள், இராஜேந்திரா, சந்திரகாந்தா, ஆனந்தகிருஷ்ணன் ஆகிய நாடகங் களையெல்லாம் நாடகங்களாக்கி அரங்கேற்றியவர். இவ்வளவு சிறப்புகள் பெற்ற கந்தசாமி முதலியார் தங்களுக்கு ஆசிரியராக வந்தது பெரும் பேறு என்றே டி.கே.எஸ். குழுவினர் கருதினர்.

அதற்கேற்ப அவரும் இரத்தினாவளி, இராஜேந்திரா நாடகங்களை உருவாக்கினார். இவற்றுள் இராஜேந்திரா வரதட்சணையின் கொடுமையை மிக உருக்கமாக எடுத்துக்காட்டும் நாடகமாகும். இவை சிறப்பாக நடைபெற்றன.

வெவ்வேறு ஊர்கள், புதிய புதிய நாடகங்கள் என்று சென்று கொண்டிருந்த நாடகப் பயணத்தில் புதிதாக அரங்கேறிய மேனகா என்ற நாடகத்தைத் திரைப்படமாக்க ஸ்ரீ சண்முகானந்தா டாக்கீஸார் வந்தனர். மேனகா திரைப்படமாக வந்தது. அடுத்தடுத்து சில படங்கள் வந்தாலும் நாடகம் நடத்துவதை ஒருபோதும் டி.கே.எஸ். குழுவினர் நிறுத்தவில்லை. சங்கடங்கள் பல வந்தாலும் எதிர்கொண்டு தங்கள் கலைப்பணியைத் தொடர்ந்தார்கள். அதன் ஊற்றுக் கண்ணாக டி.கே.சண்முகம் அவர்கள் இருந்தார்கள்.

அருட்செல்வர் ஏ.பி. நாகராஜன் உருவாக்கிய திருவிளையாடல் படத்தைப் பார்க்காதவர்களே இருக்க முடியாது. வெள்ளிவிழா கண்டு பெரும் பரபரப்பை ஏற்படுத்திய படம். அதற்கு அடித்தள மாய் அமைந்தது டி.கே.எஸ். குழுவினர் நடித்த சிவலீலா என்ற நாடக

மாகும். தமிழின் பெருமையையும், தமிழிசையின் பெருமையையும் அற்புதமாக விளக்கிய அந்த நாடகம் சங்கம் கண்ட மதுரையில் நூறு நாட்கள் தொடர்ந்து நடந்ததில் வியப்பில்லையல்லவா!

அடுத்து பர்த்ருஹரி நாடகத்தை நடத்திய இம்மன்றம் அதற்கடுத்து ஔவையார் நாடகத்தை நடத்த வேண்டும் என்று தீர்மானித்தது. அதுவே டி.கே.சண்முகத்தை ஔவை சண்முக மாக்கியது.

ஆனால் அவர் அவ்வளவு எளிதாக ஔவையாராக நடிக்க சம்மதிக்க வில்லை. யார் ஔவையாராக நடிப்பது என்பது பற்றி பெரும் விவாதம் ஏற்பட்டு, அவரே தமது சின்னண்ணாதான் அதற்கும் பொருத்தமானவர் என்று சொல்லி அவரிடம் வேண்டுகோள் விடுக்க அவர் மறுத்து, பின்னர் நீ ஔவையாராக நடிப்பதானால் இந்த நாடகத்தை நடத்தலாம். இல்லாவிட்டால் இந்த நாடகமே வேண்டாம் என கூறிவிட்ட நிலையில்தான் அவர் ஔவையாராக நடிக்க ஒப்புக்கொண்டார்.

தமிழாசிரியர் பி. எதிராஜுலு நாயுடு அவர்கள் ஔவையார் நாடகத்தை எழுதியிருந்தார். ஔவையார் கதை ஒரே கதையாக நீண்டு செல்வதல்ல. அங்கங்கே நடந்த பல்வேறு நிகழ்வுகளின் தொகுப்பு. அதை அப்படித்தான் அமைக்க முடியும். ஆனால் ஒவ்வொரு நிகழ்வும் தமிழின் பெருமையை உணர்த்தும்.

ஔவையார் நாடகம் அரங்கேறியது. டி.கே. சண்முகம் ஔவையாராக நடித்தார் என்பதைவிட ஔவையே சண்முகமாகி அரங்கத்திற்கு வந்தாள் என்றுதான் கூறவேண்டும். ஒடுக்கு விழுந்த கன்னத்துடனும், கூன் விழுந்த முதுகுடனும், வயது முதிர்ந்த மூதாட்டியாக அவர் தோன்றி நடித்ததைப் பாராட்டாதவர்களே கிடையாது. அப்படி நடித்ததின் மூலம் அவர் பெரும் முதுகு வலிக்கு ஆளானார் என்பதே அவர் நாடகக் கலையின் மீது கொண்டிருந்த ஈடுபாட்டிற்கு அடையாளம். அதனால்தான் அதற்கு முன்னும் பின்னும் அவர் எண்ணற்ற வேடங்களில் நடித்திருந்தாலும் ஔவையே அவர் பெயருக்கு முன்னால் வந்து அமர்ந்து ஔவை சண்முகமாக மாற்றி விட்டார்.

ஔவையாரோடு தொடர்புடைய மற்றொரு அரிய செய்தி உண்டு. ஔவை சண்முகம் அவர்களின் உயர்ந்த பண்பை உணர்த்திய நிகழ்வு அது. ஔவையார் நாடகத்தை அப்படியே திரைப்படமாக்க வேண்டும் என்ற நோக்கத்தோடு ஜெமினி அதிபர் எஸ்.எஸ். வாசன் அவர்கள் சண்முகம் அவர்களை அணுகினார். ஆனால் அவர் நாடகத் திற்கு வேண்டுமானால் நான் ஔவையாராக வந்தது பொருத்தமாக இருக்கலாம். திரைப்படத்தில் ஒரு பெண்மணியே அவ்விதம் வந்தால்தான் சிறப்பாக இருக்கும் என்றார். அப்படியானால் அதற்குத் தகுதியானவர் யார் என்பதை நீங்களே சொல்லுங்கள் என்றார் வாசன். உடனே கே.பி. சுந்தராம்பாள் அம்மையாரை நடிக்கச் செய்யுங்கள். அவர் என்னைப் போல் வாயை மடித்து பற்கள் தெரியாதபடி செய்து கொண்டும் கூன் போட்டுக் கொண்டும் நடிக்க வேண்டியதில்லை. நான் ஆணானதால் அந்த அளவிற்குச் செய்து கொள்ள வேண்டிய அவசியம் இருந்தது. அவருக்கு அது அவசிய மில்லை என்றார். இப்படித் தனக்குக் கிடைத்த அரிய வாய்ப்பை விட்டுக் கொடுக்கும் மனப்பக்குவம் இன்று யாருக்கு வரும்?

தமது சிறுவயதில் டி.கே.எஸ். நாடக மன்றத்தில் இருந்த கமல ஹாசன், அந்த ஔவையார் வேடத்தில் மீதும், சண்முகம் அண்ணாச்சி மீதும் கொண்டிருந்த அபிமானத்தின் காரணமாக ஔவை சண்முகி என்றே ஒரு படத்திற்கும் பெயர் சூட்டினார்.

ஔவையாரைத் தொடர்ந்து இலக்கிய நாடகங்களை அரங்கேற்றம் செய்வதில் டி.கே.எஸ். குழுவினர் மிகுந்த ஈடுபாடு கொண்டனர். காளமேகத்தின் கவிதைகளைப் படித்தது முதலே அந்த வரலாற்றை நாடகமாக்க வேண்டும் என்று தீர்மானித்திருந்தனர். ஈரோட்டில் அதற்கான சூழல் அமைந்ததால் அதற்கான முயற்சியில் ஈடுபட்டனர்.

சண்முகத்தின் சின்னண்ணா முத்துசாமி ஏற்கனவே எமன், ராஜா பர்த்ருஹரி, வித்யாசாகரர் ஆகிய நாடகங்களை எழுதியவர் என்பதால் காளமேகத்தையும் மிகுந்த ஆர்வத்தோடு அவரே எழுதினார். ஔவையார் போலவே இதுவும் தனித்தனி நிகழ்ச்சிகளின் தொகுப்பாகத்தான் அமைந்தது.

கவி காளமேகமாக டி.கே.சண்முகம்தான் நடித்தார் எனும் போது நாடகத்தின் சிறப்பைப் பற்றிச் சொல்ல வேண்டுமா என்ன? காளமேகம் கதையின் உச்சகட்டம் யமகண்டம் பாடுவதுதான். கீழே அக்கினி குண்டம் இருப்பதுபோல் அமைக்கப்பட்டிருக்க, மேலே நான்கு சங்கிலிகளில் கட்டப்பட்ட பலகை மீது அமர்ந்து புலவர்கள் கேட்கும் கேள்விகளுக்கு காளமேகமாக நடிக்கும் சண்முகம் விடை சொல்ல வேண்டும். கீழே நெருப்பு எரிவதுபோல் தந்திரக் காட்சியில் அமைத்திருந்தாலும், சாம்பிராணிப் புகையைப் போட்டு அவரை திணறச் செய்து விட்டார்கள். வியர்த்து விறுவிறுத்துப் போன நிலையிலும் அவர் அதில் நடித்தாரென்றால் தமிழின் மீதும், நாடகத்தின் மீதும் கொண்டிருந்த பற்றுதான் அதற்குக் காரணம்.

காளமேகம் நாடகம் சிறப்பாக நடைபெற்றது. ஈரோடு நகர மக்கள் பிரமாதமாக இரசித்தார்கள்.

வானொலியில் ஒலித்த பில்கணன் நாடகத்தை நடத்தத் தீர்மானித்து அதை எழுதிய ஏ.எஸ்.ஏ.சாமி அவர்களை வரவழைத்து மேடை நாடகமாக்கினர் டி.கே.எஸ்.சகோதரர்கள்.

புரட்சிக் கவிஞர் பாரதிதாசன் பில்கணீயத்தை கவிதை வடிவில் எழுதியிருப்பதால் பாடலுக்கு அந்தக் கவிதை வரிகளையே பயன்படுத்திக் கொண்டனர். அவை அதற்குப் பொருத்தமாகவும் அமைந்தன.

அரசகுமாரி யாமினிக்கு கல்வி கற்பிக்க அமர்த்தப்படுகிறான் பில்கணன். அவனிடம் அவள் நோய் கொண்டவளென்றும், அவளிடம் அவன் பிறவிக் குருடனென்றும் சொல்லி வைக்கின்றனர். ஒரு நாள் அவன் முழுமதியைப் பாட அவள் பிறவிக்குருடன் எப்படி நிலவைப் பார்க்க முடியுமென சந்தேகித்துப் பார்க்க இருவரும் இணைகின்றனர். பில்கணனாக டி.கே.சண்முகம் அற்புதமாகப் பாடி நடித்தார். நாடகம் பெரும் வெற்றி பெற்றது.

டி.கே.எஸ். நாடக மன்றத்தின் ஒவ்வொரு நாடகமும் ஒவ்வொரு வகையில் சிறப்புப் பெற்றவை. அவற்றுள் இராஜராஜ சோழன் மணிமகுடமாகத் திகழ்ந்தது என்று சொன்னால் அது மிகையல்ல.

இந்த நாடகத்தில் இராஜராஜ சோழனாக டி.கே. பகவதி அவர்கள் நடிக்க, டி.கே. சண்முகம் அவரது மகன் இராஜேந்திரனாக நடித்தார். தம்பி தந்தையாகவும், தமையன் மைந்தனாகவும் தோன்றி நடிப்பதை மக்கள் மிகவும் இரசித்துக் காண்பார்கள்.

இராஜராஜ சோழன் நாடகம் அரு.இராமநாதன் அவர்கள் எழுதிய அற்புதமான நாடகமாகும். பாரதமெங்கும் வலம் வந்த அந்த நாடகம் பாரெங்கும் புகழ் பெற்று விளங்கியதாகும். 1961-ஆம் ஆண்டு பிரதமர் நேரு அந்த நாடகத்தைக் கண்டு வியந்து பாராட்டினார்.

இந்திய வரலாற்றை எழுதிய ஜவஹர்லால் நேரு அதில் இராஜராஜ சோழனைப் பற்றி மிகவும் சிறப்பாகக் குறிப்பிடுகிறார். அந்த சோழ மன்னனுக்கு இணையாக ஒருவரைச் சொல்ல வேண்டுமென்றால் நெப்போலியனைத்தான் சொல்ல முடியும். ஏனென்றால் அன்று நெப்போலியனுக்கு இருந்த தொலைநோக்கு இராஜராஜ சோழனுக்கு இருந்தது என்கிறார். அத்தகையவர் இராஜராஜ சோழன் நாடகத்திற்கு வந்து பார்த்து பாராட்டியதில் வியப்பில்லையல்லவா?

தேசிய நாடகங்களை நடத்துவதில் டி.கே.எஸ். நாடக மன்றத்தின் பங்கு எத்தகையது என்பதை முன்பே பார்த்தோம்.

பல்வேறு பணிகள்

டி.கே. சண்முகம் அவர்கள் நாடகத்தைத் தயாரித்தோமா அதில் பங்கு பெற்று நடித்தோமா என்பதோடு நின்றுவிடவில்லை. தேசிய

இயக்கத்தில் தனது பங்களிப்பை நாடகமாக மட்டுமின்றி வேறு வகையிலும் அளித்தார். காங்கிரஸ் இயக்கக் கூட்டங்களில் பாரதி பாடல்களையும் மேலும் சில தேசியப் பாடல்களையும் பாடினார்.

கதராடையை அந்தக் காலகட்டத்தில் உடுத்தத் தொடங்கிய அவர் வாழ்நாள் முழுதும் அதைத் தொடர்ந்தார். ஈரோட்டைச் சுற்றியுள்ள கிராமங்களில் தேர்தல் பிரச்சாரமும் செய்தார்.

ஓய்வாகயிருக்கும் பகல் நேரத்தைப் பயனுள்ளதாக்க வேண்டு மென்று அறிவுச்சுடர் என்ற கையெழுத்துப் பிரதியை உருவாக்கி னார். அரசியல், சமுதாயச் சீர்திருத்தம், திருக்குறள் விளக்கம் என அது தொடர்ந்தது. சில சச்சரவுகளுக்கும் அது காரணமாக இருந்ததால் பத்தாவது இதழோடு நிறுத்தப்பட்டது.

நாடகக்கலை மாநாடு நடத்தவேண்டுமென்று பெரும் முயற்சி யெடுத்து அதை நடத்திக் காட்டியவர் டி.கே. சண்முகம். அவரது சகோதரர்களும் நாடகக் குழுவினரும் அதற்குத் துணை நின்றார்கள்.

முறையாக வரவேற்புக்குழு அமைக்கப்பட்டு நிகழ்ச்சி நிரல் உருவாக்கப்பட்டது. அதில் கந்தசாமி முதலியார் படத் திறப்பு டி.கே.சண்முகம் என குறிப்பிடப்பட்டது. இதே மாநாட்டில் யார் யார் எந்தெந்தத் தலைப்பில் பேசினார்கள் என்பதைப் பார்த்தாலே மாநாடு எவ்வளவு சிறப்பாக நடந்திருக்கும் என்பதைப் புரிந்து கொள்ளலாம்.

நாடகமும் அதன் பயனும்	**:**	**நவாப் டி.எஸ்.இராஜமாணிக்கம்**
நாடகமும் சினிமாவும்	**:**	**கலைவாணர் என்.எஸ்.கிருஷ்ணன்**
கலையின் நிலைமை	**:**	**சி.எஸ்.அண்ணாதுரை எம்.ஏ.**
நடிகர் வாழ்க்கை	**:**	**கே.டி. சந்தானம்**
நாடகக் கலை	**:**	**கி.ஆ.பெ. விசுவநாதம்**

இவ்விதம் மேலும் சிலர் பல்வேறு தலைப்புகளில் உரையாற்றி னார்கள். இதில் கலைவாணர் பேச்சு அவரைப் பற்றிய கட்டுரை யிலும், அண்ணாவின் பேச்சு அவரைப் பற்றிய கட்டுரையிலும் இடம் பெறுகின்றன. இன்றைய தலைமுறையினருக்கு அவை சென்று

சேர வேண்டும் என்பதற்காகவே அவை இணைக்கப்பட்டுள்ளன. இவற்றின் பெருமை தமது நூலில் இதையெல்லாம் வரிக்கு வரி பதித்து வைத்த டி.கே. சண்முகம் அவர்களையே சாரும்.

அவர் செய்த மற்றொரு அருஞ்செயல் தமிழ் நாடகப் பரிசு என அறிவித்து ஒரு போட்டியை அமைத்தார். அதற்கு அந்த நேரத்தில் பல பத்திரிகைகள் ஆதரவு தந்து அவற்றை வெளியிட்டுள்ளன. 1945-ஆம் வருடம் இப்படி ஒரு போட்டி அறிவிக்கப்பட்டு 59 நாடகங்கள் வந்திருக்க, அவற்றில் 10 நாடகங்கள் தேர்ந்தெடுக்கப் பட்டன என்பதை அறியும்போது வியப்பாகயிருக்கிறது.

இதில் தேர்ந்தெடுக்கப்பட்ட நாடகங்களில் இரண்டாவது பரிசு பெற்ற நாடகம் தான் அரு. இராமநாதன் அவர்கள் எழுதிய இராஜராஜ சோழன். அதுதான் பின்னர் டி.கே.எஸ். குழுவினரால் மேடையேற்றப்பட்ட முதன்மை பெற்ற நாடகமாக விளங்கியது.

விருதுகள் போதுமா?

- 1941-ஆம் ஆண்டு மதுரைத் தமிழ்ச் சங்கம் டி.கே. சண்முகம் அவர்களுக்கு 'முத்தமிழ்க்கலா வித்துவ ரத்தினம்' என்ற பட்டத்தை வழங்கியது.
- 1944-ஆம் ஆண்டு டாக்டர் ஆர்.கே. சண்முகம் தலைமையில் ஈரோட்டில் நடைபெற்ற முதல் நாடகக் கலை மாநாட்டில் இவருக்கு 'ஔவை' என்ற பட்டம் வழங்கப்பட்டது.
- புதுவை இராமகிருஷ்ண பாடசாலையினர் நடத்திய பாராட்டு விழாவில் இவர் "நாடக வேந்தர்" என பட்டம் பெற்றார்.
- தவத்திரு. குன்றக்குடி அடிகளார் பாரி விழா நடத்திய நாளில் இவருக்கு "நடிகர் கோ" என்ற பட்டத்தைத் தந்தார்.
- 1956-இல் தமிழ்நாடு சங்கீத நாடகச் சங்கம் இவருக்கு "சிறந்த தமிழ் நாடக நடிகர்" என்ற விருதைத் தந்தது.
- பேரறிஞர் அண்ணா அவர்கள் தமிழக ஆட்சிப் பொறுப்பை ஏற்றபோது 1968-இல் இவரை சட்டமன்ற மேலவை உறுப்பின ராக நியமித்தார்.

- *1971*-இல் பாரதக் குடியரசுத் தலைவர் இவருக்கு "பத்மஸ்ரீ" பட்டத்தை வழங்கிச் சிறப்பித்தார்.

இருப்பினும் அவரது ஆற்றலுக்கு இவை போதாது என்றே அவரை அறிந்தவர்கள் கூறுகிறார்கள்.

ஒரு நாடகக் கலைஞனின் வாழ்வு எத்தகைய சோதனைகளைக் கொண்டது. ஒரு நாடகக் குழு எத்தகைய இடர்ப்பாடுகளை எதிர் கொள்ள நேரும் என்பதற்கெல்லாம் ஔவை சண்முகம் அவர்களின் வரலாறு நிலையான சான்றாக விளங்குகிறது.

❐

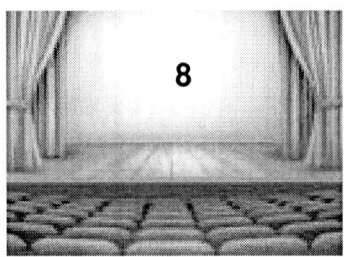

8

அள்ளக் குறையாத நகைச்சுவை
அள்ளிக் கொடுத்த அருங்கொடை

டி.கே.எஸ். சகோதரர்களின் மதுரை ஸ்ரீ பால சண்முகானந்த சபை பல அரிய படைப்புகளைத் தந்திருக்கிறது. அவை அனைத்திலும் மிகச் சிறந்த படைப்பு என்று சொன்னால் அது பின்னாளில் கலைவாணர் என்று பெயர் பெற்ற என்.எஸ். கிருஷ்ணன்தான்.

நாகர்கோயிலை அடுத்துள்ள ஒழுகினசேரி என்ற சின்னஞ்சிறு கிராமத்தில் சுடலையாண்டிப் பிள்ளை - இசக்கியம்மாள் தம்பதி களின் மகனாக 1908-ஆம் ஆண்டில் பிறந்தவர் என்.எஸ்.கிருஷ்ணன். சிறு வயதில் குடும்பச் சூழ்நிலை காரணமாக கல்வியைத் தொடர முடியாத நிலை ஏற்பட்டு வெவ்வேறு வேலைகள் பார்த்தபின் நாடகக் கொட்டகையில் சோடா விற்பவராகப் பணியாற்றினார். அங்கு அவர் பார்த்த நாடகங்கள்தான் அவர் போக வேண்டிய இடத்திற்குத் திசை காட்டிகளாய் அமைந்தன.

டி.கே.எஸ். சகோதரர்கள் திருவனந்தபுரத்தில் மதுரை ஸ்ரீ பால சண்முகானந்த சபாவைத் தொடங்கிய போது பல சிறுவர்கள் நாடகக் குழுவுக்கு அழைத்து வரப்பட்டனர். அப்படி அழைத்து வரப்பட்டவர்களில் என்.எஸ்.கிருஷ்ணனும் ஒருவர். 1925-ஆம்

ஆண்டு அங்கு தொடங்கிய நாடகப் பயணம் அவரது வாழ்நாள் முழுதும் தொடர்ந்தது.

மாணவர் ஆசிரியரானார்

அவர் வந்து சேர்ந்த முதல் நாளே அவரது திறமை வெளிப் படுத்தும்படியான ஒரு சூழல் ஏற்பட்டது. புதிய பையன்களுக்கு பாட்டு சொல்லித் தரும் பொறுப்பு டி.கே. சண்முகம் அவர்களுக்குத் தரப்பட்டது. அவரும் தனியாக ஓரிடத்தில் அவர்களை அமர வைத்து பாடல் ஒன்றைச் சொல்லிக் கொடுத்தார். நான்கைந்து முறை சொல்லிக் கொடுத்தபின் தண்ணீர் குடிப்பதற்காக எழுந்து சென்றார். மீண்டும் திரும்பி வந்தபோது நான்கு பேரில் ஒருவரான என்.எஸ்.கிருஷ்ணன் மற்ற பிள்ளைகளுக்கு அந்தப் பாட்டை சொல்லிக் கொடுத்துக் கொண்டிருந்தார். வியந்து போன சண்முகம் "ஏற்கனவே இந்தப் பாட்டு உனக்குத் தெரியுமா?" என்று கேட்டார்.

என்.எஸ்.கிருஷ்ணன் "நாகர்கோவிலில் நீங்கள் நாடகம் நடத்திய போது தினமும் இந்தப் பாட்டுப் பாடுவதைக் கேட்டிருக்கிறேன்" என்றார். "அப்படியானால் தொடர்ந்து நீயே சொல்லிக் கொடு" என்று சொல்லிவிட்டு அவர் போய்விட்டார். இப்படி மாணவனாக வந்து அமர்ந்த முதல்நாளே ஆசிரியானார் என்.எஸ்.கிருஷ்ணன்.

திருவனந்தபுரத்தில் நாடகங்களை நடத்திய நாடகக் கம்பெனி அடுத்து கலைவாணரின் ஒழுகினசேரிக்கே வந்தபோது அங்கும் கோவலன் நாடகம் நடைபெற்றது. அதில் என்.எஸ்.கிருஷ்ணன் பாண்டிய மன்னனாக நடித்தார். ஊர்க்காரர்கள் தங்கள் ஊரைச் சேர்ந்த அவருக்குத் தங்கப் பதக்கம் பரிசளிக்க வேண்டும் என்று தீர்மானித்து அதை செய்குத் தம்பி பாவலர் கையால் வாழ்த்திக் கொடுக்க ஏற்பாடு செய்தார்கள். நாடகத்தை முழுமையாகக் கண்டுகளித்த பாவலர் அவ்விதமே வாழ்த்திப் பரிசளித்தார்.

"நம் நாஞ்சில் நாட்டு இளஞ்சிறுவன் என்.எஸ்.கிருஷ்ணன் வருங் காலத்தில் மகா மேதையாக விளங்கப் போகிறான். இவனுடைய புகழால் நம் நாஞ்சில் நாடு மட்டுமல்ல; தமிழ்நாடே பெருமை யடையப் போகிறது".

இவ்விதம் பாவலர் வாழ்த்தியதை டி.கே. சண்முகம் அவர்கள் தமது நூலில் பதிவு செய்திருக்கிறார். பாவலர் வாழ்த்தியபடியே என்.எஸ்.கிருஷ்ணன் கலைவாணராகிப் பெரும்புகழ் பெற்றார் என்பதை நாம் அறிவோம்.

கோவலன் நாடகத்தில் பாண்டிய மன்னனாக நடித்த என்.எஸ். கிருஷ்ணன், மனோகரா நாடகத்தில் பௌத்தாயனன், சத்தியவான் சாவித்திரியில் அசுவபதி வேடம் என எல்லாவற்றிலுமே இரு இரு காட்சிகளில் வரும் சிறு சிறு வேடங்களில்தான் நடித்துக் கொண்டிருந்தார்.

இவரது திறமையை அறிந்திருந்த டி.கே. சண்முகம் இவரிடம் ஒரு யோசனை சொல்லி வைத்திருந்தார். அந்த நேரத்தில் கம்பெனியில் நகைச்சுவை வேடங்களில் நடித்துக் கொண்டிருந்த எம்.ஆர். சாமி நாதன் மிகச்சிறந்த நடிகர்தான் என்றாலும் எந்தக் கம்பெனியிலும் நிரந்தரமாக நிலைத்து நிற்க மாட்டார். அதனால் அவரது வேடங ்களைப் பாடம் செய்து கொள்ளும்படி கூறியிருந்தார்.

நாடகக் கம்பெனிகளில் இது மிகவும் சகஜம். சொல்லாமல் ஒருநாள் ஓடி விடுவதும், எதிர்பாராமல் ஒருநாள் வந்து நிற்பதும் சிலரது இயல்பாக இருந்தது. கம்பெனியை நடத்துபவர்களும் "போன

மாட்டைத் தேடுவதில்லை, வந்த மாட்டை கட்டுவதில்லை" என்ற நிலையில் இருந்தார்கள்.

மனோகரா நாடகம் மாலை நடக்க வேண்டிய நேரத்தில் எம்.ஆர். சாமிநாதன் முதல்நாள் இரவே யாருக்கும் தெரியாமல் சென்றுவிட வசந்தன் என்ற பைத்தியத்தின் வேடத்தில் நடிக்கும் வாய்ப்பு என்.எஸ்.கிருஷ்ணனுக்குக் கிடைத்தது. அற்புதமாக நடித்து அனைவர் பாராட்டையும் பெற்றார்.

அன்றுமுதல் வாழ்நாள் முழுதும் நகைச்சுவை நடிகராகவே பரிமளித்தார். அள்ளக் குறையாத நகைச்சுவையும், அள்ளிக் கொடுக்கும் கொடைக்குணமும் அவரது இயல்பாகின.

திரையுலகில் பிரபலமாகயிருந்த காலகட்டத்தில் ஒரு வழக்கில் தண்டனை விதிக்கப்பட்டு சிறைக்குச் சென்ற கலைவாணருக்கு நாடகவுலகிலேயே விலங்கு பூட்டப்பட்ட நிலை வந்ததென்றால் கேட்க வியப்பாகத்தான் இருக்கும். நாடக நிறுவனர்கள் சிலர் எவ்வளவு கடின சித்தம் கொண்டவர்களாகயிருந்தார்கள் என்பதற்கு அந்த நிகழ்ச்சியே சான்றாகும்.

டி.கே.எஸ். நாடகக் குழுவில் இருந்தபோது ஏற்பட்ட மனவருத்தத்தால் அங்கிருந்து வெளியேறிய என்.எஸ்.கிருஷ்ணன் மதுரையில் ஜெகன்னாத அய்யரின் பால மீனரஞ்சனி சங்கீத சபா நடந்து கொண்டிருப்பதை அறிந்து அங்கு போய்ச் சேர்ந்தார். அந்த நேரம் அய்யரின் குழுவில் காமெடியனாகயிருந்த கே.சாரங்கபாணி ஓடிப் போயிருந்த நேரம். அதனால் கிருஷ்ணனை உடனே கம்பெனியில் சேர்த்துக் கொண்ட ஜெகன்னாத அய்யர் ஓர் ஒப்பந்தத்தில் கையெழுத்து வாங்கிக் கொண்டார். சாரங்கபாணி நடித்துக் கொண்டிருந்த எல்லா வேடங்களிலும் கிருஷ்ணன் நடிக்கத் தொடங்கினார். அவருக்குரிய கௌரவமும் கொடுக்கப்பட்டது.

இருப்பினும் டி.கே.எஸ். குழுவினரை விட்டுப் பிரிந்திருந்தது அவரது மனதில் பெரும் ஏக்கத்தை ஏற்படுத்திவிட்டது. நால்வரும் தன்னையும் ஒரு சகோதரன்போல் பார்த்துக் கொண்டதையும், டிகே. சண்முகத்தோடிருந்த நட்பையும் நினைத்து நினைத்து உருகிய

அவர் ஒருநாள் இரகசியமாகப் புறப்பட்டு ஆலப்புழையில் இருந்த அவர்களோடு போய்ச் சேர்ந்து கொண்டார்.

வந்து சேர்ந்து சில நாட்களிலேயே போலீசார் அவரைத் தேடி வந்தனர். ஜெகன்னாத அய்யர் தான் கிருஷ்ணன் கம்பெனியிலிருந்து திருடிக் கொண்டு ஓடிவிட்டார் என வழக்கு பதிவு செய்திருந்தார் பிரிட்டிஸ் ரெசிடெண்ட் சட்டப்படி தரப்பட்ட அரெஸ்ட் வாரண்ட்டுடன் அவர்கள் வந்திருந்ததால் கையில் விலங்கு பூட்டி கொல்லம் நகருக்கு அழைத்துச் சென்றார்கள். ஜாமீனில் எடுக்க முயற்சித்தும் முடியவில்லை.

கிருஷ்ணனின் தந்தை சுடலையாண்டி வந்து அய்யரிடம் பேச ஒப்பந்தப்படி இங்கேயே தொடர்ந்து நடிப்பதாயிருந்தால் திருட்டு வழக்கைத் திரும்பப் பெற்றுக் கொள்கிறேன் என்றார். அதைத்தவிர வேறு வழியில்லை என்ற நிலையில் அங்கு சென்று நடித்தார் கிருஷ்ணன். ஐந்து மாதங்கள் அந்த நிலையிலேயே சென்றது.

ஜெகன்னாதய்யர் கம்பெனி இலங்கைக்குச் சென்று யாழ்ப்பாணத்தில் நாடகங்கள் நடத்தியது. பெரும் நஷ்டம் ஏற்பட்டு கம்பெனியைக் கலைக்கும் நிலை ஏற்பட்டது. கிருஷ்ணன் டி.கே.எஸ். கம்பெனிக்கு செய்தி அனுப்ப அங்கிருந்து உடனே பணம் அனுப்பப்பட்டது. மீண்டும் டி.கே.எஸ். குழுவினரோடு சேர்ந்தார் என்.எஸ். கிருஷ்ணன். கலைவாணர் வாழ்வில் மறக்க முடியாத அனுபவமாக இது அமைந்தது.

இதற்குப் பின் டி.கே.எஸ். குழுவினர் நடித்த மேனகா திரைப்படத்தில் பங்கேற்ற என்.எஸ்.கிருஷ்ணன் அவர்கள் வெகுவிரைவில் திரை யுலகில் மிக முக்கியமான இடத்தைப் பெற்றார். அன்றைய புகழ் பெற்ற கதாநாயகர்களான பி.யூ. சின்னப்பா, எம்.கே. தியாகராஜ பாகவதர், வேறு கதாநாயகர்கள் என யாருடைய படமானாலும் கலைவாணர் என்.எஸ்.கிருஷ்ணன், டி.ஏ. மதுரம் ஜோடி இருந்தால் தான் படம் ஓடும் என்ற நிலை ஏற்பட்டு விட்டது.

அந்த அளவிற்கு சினிமாவில் மிக உச்சத்தில் இருந்த நேரத்திலும் கலைவாணருக்கு நாடகத்தின் மேல் இருந்த ஈடுபாடு மாறவில்லை.

இலங்கையில் ஜெகன்னாதய்யரின் மதுரை பால மீனரஞ்சனி சங்கீத சபா கலைக்கப்பட்ட நிலையில் கிருஷ்ணன் டி.கே.எஸ். கம்பெனிக்கு வந்து விட்ட சூழலில், அங்கே திசை தெரியாமல் தவித்து நின்ற கலைஞர்களை ஒன்று திரட்டி ஸ்ரீ மங்கல கான சபா என்று பெயரிட்டு பொறுப்பேற்று நாடகங்களை நடத்தினார் அங்கு அப்போது நாடக வாத்தியாராகயிருந்த யதார்த்தம் பொன்னுசாமிப் பிள்ளை.

தமிழகத்துக்கு வந்து பெரும் போராட்டங்களுக்கு இடையில் நாடகங்களை நடத்திக் கொண்டிருந்த அவர் கம்பெனி மிகவும் பாதிக்கப்படும்போதெல்லாம் என்.எஸ்.கே.விற்கு சொல்லி அனுப்பு வார். உடனே தனக்கு எந்த வேலையிருந்தாலும் எல்லாவற்றையும் ஒதுக்கி விட்டு மதுரத்தை அழைத்துக் கொண்டு வந்து விடுவார் என்.எஸ்.கிருஷ்ணன். இருவரும் சேர்ந்து ஒரு சில நகைச்சுவைக் காட்சிகளை நடத்துவார்கள். வசூலாகும். கடன் தீரும். இப்படி யதார்த்தம் பொன்னுசாமி சிரமப்படும் போதெல்லாம் வந்து அவருக்கு உதவி செய்தார் என்.எஸ்.கே.

ஒரு கட்டத்தில் யதார்த்தம் பொன்னுசாமியால் இனி தம் நாடகக் குழுவைத் தொடர்ந்து நடத்த முடியாது என்ற நிலையில் தானே ஏற்றுக் கொள்வதெனத் தீர்மானித்தார். அதன்படி அதற்கு என்.எஸ்.கே. நாடக மன்றம் என பெயர் சூட்டி தான் அந்தக் குழுவை ஏற்றுக் கொள்வதை ஒரு விழாவாகவே ஒற்றைவாடைத் தியேட்டரில் நடத்தினார்.

அந்த நாடக மன்றம் பல அற்புதமான நாடகங்களை அரங்கேற்றியது. ஏற்கனவே நடத்தப்பட்ட பம்பாய் மெயில், நாம் இருவர், இழந்த காதல் முதலான நாடகங்களும் நடத்தப்பட்டன. இருப்பினும் நல்லதம்பி நாடகமே பிரதான நாடகம். தொடக்கம் முதல் நிறைவு வரை நகைச்சுவை பிரதானமாக அமைந்த நாடகம்.

அப்படிப்பட்ட அற்புதமான நகைச்சுவை நாடகம் நடந்தபோது அதைக் காணத் திரண்டிருந்த இரண்டாயிரம் பேர் கொண்ட மக்கள் கூட்டத்தில் ஒருவர் கூட சிரிக்கவில்லை. அதனால் சங்கட மடைந்த கலைவாணர் அதற்கான காரணத்தை அறிந்தபோது நெகிழ்ந்து போனார்.

சுத்துப்பட்டுப் பத்துக் கிராமங்களிலும் மதிக்கத்தக்க பெருமை கொண்ட பண்ணையார் ஒருவர் கலைவாணரின் தீவிர இரசிகரா யிருந்தார். தமது கிராமத்தில் கலைவாணரின் நாடகம் நடைபெற வேண்டும் என்று விரும்பி ஏற்பாடு செய்துவிட்டார்.

நாடகம் தொடங்கியபோது வழக்கமாக முதல் காட்சியில் கலைவாணரைப் பார்த்தவுடனேயே மக்கள் கலகலவென்று சிரிக்கத் தொடங்கி விடுவார்கள். ஆனால் அன்று அங்கு அந்தக் காட்சி முடியும் வரை யாரும் சிரிக்கவில்லை.

கலைவாணருக்குத் திகைப்பாகயிருந்தது. ஒன்றுமே புரியாத ரசனையே இல்லாத மௌடீகமான ஜனங்களுக்கு முன்னால் நாடகம் போடுவதற்கு நம்மை அழைத்து வந்துவிட்டாரே இந்தப் பண்ணையார். நாமும் சரியாகத் தெரிந்து கொள்ளாமல் உள்ளடங்கிய இந்த கிராமத்துக்கு வந்து விட்டோமே. பண்ணையார் குடும்பமே முன்னால் அமர்ந்து பார்த்துக் கொண்டிருந்தும் அவர்கள் கூட சிரிக்கவில்லையே! என்ன செய்வது என்று குழப்பமடைந்தார்.

இரண்டாவது காட்சி, மூன்றாவது காட்சி என்று ஏழாவது காட்சி வரை ஓடிவிட்டது. சிறு சிரிப்பொலி கூட எழவில்லை எப்படி யிருக்கும் கலைவாணருக்கு? ஏதாவது கோணங்கித்தனம் செய்து தான் இவர்களைச் சிரிக்க வைக்க வேண்டுமென்று ஒரு குட்டிக் கரணம் போட்டார். முன்னால் அமர்ந்திருந்த ஒருவர் - ஒரே ஒருவர் களுக்கென்று சிரித்தார். மறுகணம் கூட்டத்தில் அமர்ந்திருந்த ஒரு பெரியவர் கோபத்தோடு எழுந்தார்.

சிரித்தவனைப் பார்த்து, ‘எலே! ஏண்டால சிரிக்கே? எதுக்காக சிரிக்கே? இங்கிட்டு இருக்கிற அத்தினி பேரும் சிரிக்காம பாக்கறாங்கல்ல... நீ மட்டும் ஏண்டாலே சிரிக்கே...?’ என்றார்.

கலைவாணருக்கு மேலும் திகைப்பு. இவ்வளவு நேரத்துக்குப் பிறகு ஏதோ ஒருவன் சிரிக்கிறான். அதற்கும் அந்தப் பெரியவர் கோபித்துக் கொள்கிறாரே. பண்ணையார் கூட அதை ஆமோதிப்பது போல் தலையசைக்கிறாரே! இவர்களுக்கெல்லாம் என்னவாயிற்று? இதற் கெல்லாம் என்ன காரணம்? என்று புரியாமல் குழப்பமடைந்தார்.

அதற்கான விடை அடுத்து அந்தப் பெரியவர் அவனிடம் சொன்ன வாசகத்தில் கிடைத்தது. பெரியவர் சொன்னார்... “எலே! அவன் என்ன நகைச்சுவையாலே பண்றான்? புத்திமதி சொல்றான்லே... நாம எப்படி நடந்துக்கணும்னு கத்துக் குடுக்கறான்லே... அதைப் பாத்து புத்திசாலித்தனமா பொழைச்சிக்குவியா....? அதை விட்டுட்டு கூறுகெட்டத்தனமா சிரிக்கியே...” என்றார்.

கலைவாணருக்குக் கண் கலங்கிவிட்டது. மக்கள் முன்னால் வந்து, நின்று “எல்லாரும் என்னை மன்னிக்கணும். நகைச்சுவை ரசிக்கத் தெரியாத ஜனங்க முன்னாடி நாடகத்தைப் போடும்படி ஆயிடுச் சேன்னு தப்பா நினைச்சிட்டேன். நீங்கெல்லாம் என்னை வெறும் நடிகனா பாக்கல. உங்களுக்கு புத்தி சொல்ல வந்த மகானா பாக்கறீங்கன்னு நினைக்கிற போது எனக்கு என்ன சொல்றதுன்னே தெரியலை. எனக்கு அவ்வளவு பெரிய தகுதி இருக்கிறதா நான் நினைக்கலேன்னாலும் உங்க அன்புக்குக் கட்டுப்பட்டு மறுபடியும் கேட்டுக்கறேன். என்னை மன்னிச்சிடுங்க...’’ என்று சொல்லி மேடையில் மக்கள் முன்னால் விழுந்து வணங்கினார்.

இந்த நிகழ்ச்சியை உள்ளேயிருந்து பார்த்துக் கொண்டிருந்த நடிக, நடிகையர் கண்கள் கலங்கினர். கலைவாணரின் துணைவியாரும் மிகச் சிறந்த நடிகையுமான டி.ஏ. மதுரம் அவர்கள் கண்களில் தாரை தாரையாக கண்ணீர் வடிந்தது. இந்த நிகழ்ச்சி நடந்தபோது அங்கிருந்தவரும், கலைவாணரின் கடைசி மாணவன் என்று சொல்லப்பட்டவருமான எஸ்.ஆர். கோபால் அவர்கள் இதைச் சொன்னபோது இன்றுதான் அது நிகழ்வது போல் கண் கலங்கினார்.

கலைவாணரின் நகைச்சுவை அத்தகைய மகத்துவம் வாய்ந்தது.

நகைச்சுவை என்றால் பிறரைக் கேலி செய்து கொச்சையாகப் பேசுவது, உடம்பை அஷ்ட கோணலாக்கி வித்தை காட்டுவது என்று இருந்ததை மாற்றி இயல்பான நடைமுறை வாழ்க்கையோடு இயைந்த ஒன்றாக மாற்றியவர் கலைவாணர் என்.எஸ்.கிருஷ்ணன். சிரிப்போடு சிந்தனையைக் குழைத்துத் தந்தவர்.

நாடகக் கம்பெனியில் சாதாரண நடிகராக இருக்கும்போதே சமயோசிதமாகப் பேசிக் கைத்தட்டல் வாங்குவார். ஒரு நாடகத்தில்

தன்னோடு பேசுபவனிடம் அவர் கோபமாகப் பேச வேண்டிய ஒரு கட்டம். ''அடிக்கிற அடியில் பல்லு முப்பத்தியொன்றும் உடைஞ்சிடும்'' என்று சொல்லி விட்டார். உடன் நடிக்கும் நடிகரை மடக்க வேண்டும் என்று நினைப்பது சில நடிகர்களின் இயல்பு. அதனால் என்.எஸ்.கே. அப்படிச் சொன்னதும் உடன் நடித்தவர் "மொத்தம் முப்பத்திரெண்டு பல்லாச்சே! ஒண்ணை விட்டுட்டியே" என்றார். ஒரு கணம் கூடத் தயங்கவில்லை கலைவாணர் "அந்தப் பல்லுல பல்வலி வந்தே நீ சாகணும். அதுக்காகத்தான் அதை விட்டு வச்சிருக்கேன்'' என்றார். சபையில் வெடிச் சிரிப்பு அதிரடியாக எழ மடக்க நினைத்தவர் தடுமாறிப் போனார்.

நகைச்சுவை என்பது சிரிக்க வைப்பதற்காக மட்டுமல்ல, சிந்திக்க வைப்பதற்காகத்தான் என்பதை நிரூபித்துக் காட்டியவர் கலைவாணர். அவருடைய நகைச்சுவைக் காட்சிகள் ஒவ்வொன்றிலும் ஆழ்ந்த கருத்து இருக்கும்.

சிரிப்பு சிந்திப்பதற்கே!

அதற்கு உதாரணமாக ஒரு காட்சியைப் பார்க்கலாம். இது என்.எஸ்.கே. நாடக மன்றத்தின் நாடகங்களில் மணிமகுடமாகத் திகழ்ந்த "நல்லதம்பி" என்ற நாடகத்தில் இடம் பெற்ற அருமையான காட்சி.

கலைவாணருக்குத் தெரிந்த ஒருவன் அவரைப் பார்க்க வருவான். யாரோ ஒருவரைப் பற்றிப் புறம்பேசத் தொடங்கி அவன் அங்கே சென்று அப்படிச் செய்துவிட்டான். இங்கே சென்று இன்னின் னாரைப் பற்றி இப்படியெல்லாம் பேசினான் என்றெல்லாம் சொல்லத் தொடங்குவான். அதைக் கேட்டுக் கொண்டிருக்கும் கலைவாணர் சட்டென்று பேச்சை மாற்றி 'ஆமா! உன் சட்டைப் பையில பணம் வச்சிருக்கியா' என்று கேட்பார். இருக்கே என்பான் அவன். எவ்வளவு என்று கேட்பார். இருங்க... எண்ணிப் பாத்து சொல்றேன் என்று கையை விடுவான். அவர் அவன் கையைப் பிடித்துக் கொண்டு எடுத்துப் பாக்கக்கூடாது. அப்படியே எவ்வளவு பணம் இருக்குன்னு சொல்லணும் என்பார். அது எப்படிண்ணே முடியும்? என்பான். அப்போது கலைவாணர் சொல்வார்..."ஏன்பா!

உன் பாக்கெட்டுல இருக்கிற பணம் எவ்வளவுன்னே உன்னால சரியா சொல்ல முடியலியே! நீ போயி எங்கியோ இருக்கிற ஒருத்தரைப் பத்தி ஏதேதோ சொல்றியே? எப்படி சரியா இருக்கும்" என்று கேட்பார்.

புறம் சொன்னவன் திகைத்து நிற்பான். நாடகத்தைக் காணும் இரசிகர்கள் கைதட்டிச் சிரிப்பார்கள். அத்தோடு நாம் அறியாத விஷயத்தில் ஒருவனைப் பற்றிப் புறம் பேசுவது எவ்வளவு தவறு என்பதையும் சிந்திப்பார்கள்.

நாடகங்கள் மூலம் திரைப்படத் துறைக்குச் சென்று பல சாதனைகள் புரிந்தவர் கலைவாணர். எவ்வளவு பெரிய கதாநாயகர்கள் நடித்திருந்தாலும் கலைவாணரின் நகைச்சுவைக் காட்சி இல்லாவிட்டால் படம் ஓடாது என்ற நிலை அன்றிருந்தது. படத்தின் பெரும்பான்மையான காட்சிகள் எடுக்கப்பட்டபின் கலைவாணரை அழைத்துப் போட்டுக் காட்டுவார்கள். அந்தக் கதையை உள்வாங்கிக் கொண்டு அதற்கேற்ப ஒரு நகைச்சுவைப் பகுதியை உருவாக்கி எழுதி தாமே இயக்கிப் படத்தில் இணைத்து விடுவார். அத்தகைய உரிமையை அன்றையப் படக்கம்பெனிகள் அவருக்குத் தந்திருந்தன. அவரும் தனக்குத் தரப்பட்டக் கடமையை சிறப்பாக நிறைவேற்றி அவர்களுக்கு வெற்றி தேடித் தந்தார்.

லட்சுமிகாந்தன் கொலை வழக்கு

1944-ஆம் ஆண்டு அவர் வாழ்வில் பெரும் சோதனை ஏற்பட்டது. லட்சுமிகாந்தன் கொலை வழக்கில் அவரும் அன்றைய பெரும்புகழ் பெற்ற கதாநாயகனான தியாகராஜ பாகவதரும் கைது செய்யப்பட்டனர். ஆயுள் தண்டனை விதிக்கப்பட்டது. அந்த நிலையிலும் தனது நாடகக் கம்பெனியைத் தொடர்ந்து நடத்துவதற்கு ஏற்பாடு செய்து விட்டுச் சென்றிருந்தார் கலைவாணர்.

ஆனால் அப்படிப் பொறுப்பு ஒப்படைக்கப்பட்ட எஸ்.வி. சகஸ்ர நாமத்துக்கு எதிராக கே.ஆர்.ராமசாமி தனியாகப் பிரிந்து முப்பது நடிகர்களோடு சென்று கிருஷ்ணன் நாடக சபா என்று தொடங்கி நாடகங்களை நடத்தினார்.

சகஸ்ரநாமம் சளைக்கவில்லை. புதிய நடிகர்களை இணைத்துக் கொண்டு கிருஷ்ண லீலா நாடகத்தை நடத்திக் காட்டினார்.

இதற்கிடையில் லட்சுமிகாந்தன் கொலை வழக்கு பிரிவியூ கவுன் சிலுக்குச் சென்று மீண்டும் உயர்நீதி மன்றத்துக்கு வந்தது. இம்முறை வேலூர் எத்திராஜ் என்பவர் மிகச் சிறப்பாக வாதாடினார். கலைவாணரும், பாகவதரும் விடுதலை செய்யப்பட்டார்கள்.

என்.எஸ்.கே. நாடக மன்றம் அப்போது ப.நீலகண்டன் எழுதிய பைத்தியக்காரன் நாடகத்தை நடத்திக் கொண்டிருந்தது. நாடகத்தைப் படமாக்கும் முயற்சியும் நடைபெற்றது. ஆக சிறை மீண்டபின் கலைவாணர் நடித்த முதல் படம் பைத்தியக்காரன். கலைவாணருக்கு மீண்டும் வழக்கம்போல் பட வாய்ப்புகள் வரத் தொடங்கின.

ஏற்கனவே பெரியார், அண்ணா, ஜீவானந்தம் போன்றவர்களோடு தொடர்பு கொண்டிருந்தவர் ஆதலால் திராவிட இயக்கத்தின் ஆதரவாளராக, பகுத்தறிவும் பிரச்சாரகராக செயல்படத் தொடங்கினார் கலைவாணர். 1957-ஆம் ஆண்டு அவர் தமது வாழ்க்கைப் பயணத்தை நிறைவு செய்து கொண்ட நாள்வரை அது தொடர்ந்தது.

அண்ணா மீது மிகுந்த பற்று கொண்டிருந்தவர் கலைவாணர். அதே போல் அண்ணாவும் அவரிடம் மிகுந்த அன்பு கொண்டிருந்தார். அதனால் தானோ என்னவோ அவர்கள் கலந்து கொண்ட இறுதி நிகழ்ச்சிகளும் அதற்கேற்ப அமைந்தன.

கலைவாணர் கலந்துகொண்ட இறுதி நிகழ்ச்சி அண்ணாவின் படத்திறப்பு விழா!

அண்ணா கலந்துகொண்ட இறுதி நிகழ்ச்சி கலைவாணர் சிலைத் திறப்புவிழா!

கலைவாணரின் பன்முகத்திறன்

கலைவாணர் நடிகர் மட்டுமல்ல, அருமையாகப் பாடக் கூடியவர். பாடல் எழுதக் கூடியவர். கருத்துள்ள கதைகளை உருவாக்கக் கூடியவர். அவற்றை அன்றைய காலகட்டத்திலேயே புதுமை மிளிர இயக்கியவர். மொத்தத்தில் அவர் ஒரு கலைப் பெட்டகம்.

இவற்றோடு கலைவாணர் மிகச் சிறப்பாக மேடையில் உரையாற்றக் கூடியவர் என்பதையும் சேர்த்துக் கொள்ள வேண்டும். அவர் எங்கெல்லாம் எப்படியெல்லாம் உரையாற்றினார் என பல செய்திகள் உண்டு. ஆனால் நாடகக் கலையைத் தொடரும் நாம் அதைப் பற்றி அவர் பேசியதைக் கேட்க வேண்டாமா?

நாடகக்கலை மாநாட்டில் நாடகமும் சினிமாவும் என்ற தலைப்பில் அவர் பேசியதைக் கேட்போம்.

"நாடகக்கலை மறைந்து போய்விட்டது. உச்சாணிக் கொம்பில் இருந்தது பாதாளத்தில் விழுந்துவிட்டது என்றெல்லாம் சொல் கிறார்கள். இந்தப் பேச்செல்லாம் பொய். பண்டைக் காலத்தில் நாடகக் கலை மாட்டு வண்டி வேகத்தில் இருந்தது. இப்போது விமான வேகத்தில் இருக்கிறது. திடீரென்று வேகம் வந்துவிட வில்லை. படிப்படியாகத்தான் வளர்ச்சியடைந்திருக்கிறது.

காளை மாடு பூட்டிய கட்டை வண்டி வேகத்தில் தெருக்கூத்துகளும், சைக்கிள் வேகத்தில் ஸ்பெஷல் நாடகங்களும், மோட்டார் வேகத்தில் முறைப்படி தொழில் நடத்தும் கம்பெனி நாடகங்களும் முன்னேறித்தான் வந்திருக்கின்றன. அதிலும் நவாப் இராஜ

மாணிக்கம் அவர்களும், டி.கே.எஸ். சகோதரர்களும் விமான வேகத்திற்கே வந்துவிட்டார்கள் என்று கூறலாம். நிலைமை இப்படி யிருக்க, கொஞ்சம் கூட யோசிக்காமல் சினிமா வந்து நாடகத்தைக் கொன்று விட்டதென்று பழி போடுவது நியாயமா?

நாடகமும் சினிமாவும் ஒன்றுதான். ஒன்று நிஜ உருவம். மற்றொன்று நிழல் உருவம். இதில் எதுவும் சாகவில்லை. சாகப் போவதும் இல்லை. ஒருவரையொருவர் கொல்ல முடியாது. நடிப்பு இருவருக்கும் பொதுச் சொத்து. இருவரில் யார் வேண்டுமானாலும் அள்ளி எடுத்துக் கொள்ளலாம். அது அவரவர் திறமையைப் பொறுத்தது. எடுக்க எடுக்கக் குறையாத சொத்து இருக்கையில் சண்டையென்ன? சச்சரவென்ன?

இவ்வாறு கலைவாணர் சிரிக்கச் சிரிக்கப் பேசினாலும் அந்தப் பேச்சு சிந்தனைக்கும் வேலை கொடுப்பதாய் அமைந்தது.

இத்தனைக்கும் மேலே கலைவாணர் இன்றளவும் பேசப்படுவதற்கு அவரது கொடைக் குணமே காரணம். வந்தவர்க்கெல்லாம் வாரிக் கொடுத்த வள்ளல் அவர். அதன் காரணமாக அவர் வறுமையுற்ற சூழ்நிலையிலும் தன்னால் இயன்றதைத் தந்து கொண்டேயிருந்தார். 1957-ஆம் ஆண்டு அவர் தமது வாழ்க்கைப் பயணத்தை நிறைவு செய்து கொண்ட நாள்வரை அது தொடர்ந்தது. கலைவாணரைப் போன்ற ஓர் அற்புதமான கொடை வள்ளல் அவருக்கு முன்பும் இருந்ததில்லை. அவருக்குப் பின்பும் இருக்கப் போவதில்லை."

◼

9

எத்தனைக் கலைஞர்கள், எண்ணற்ற சாதனைகள்!

கந்தர்வ கான ஏழிசை மன்னர் எம்.கே. தியாகராஜ பாகவதர் நாடக உலகம் கண்டெடுத்த கலைப் பெட்டகம். நாடகத்தின் மூலம் திரையுலகிற்குச் சென்று இவர் அடைந்த வெற்றியையும், புகழையும் கண்டு வியக்காதவர்கள் எவருமில்லை. இனிமையான குரலால் இலட்சக்கணக்கான ரசிகர்களைக் கவர்ந்த இவர் கர்நாடக சங்கீதத்தை முறையாகப் பயின்றவர் என்றாலும் தமிழிசை இயக்கத்தில் பங்கு கொண்டவர். திரையுலகில் புகழின் உச்சியில் இருந்தபோதும் நாடகங்களில் தொடர்ந்து நடித்தவர்.

தங்கத் தட்டில் சாப்பாடு, பட்டாடை, பத்து விரல்களில் மோதிரம், வைரக் கடுக்கண், வெள்ளி ஊஞ்சல், அரண்மனை போன்ற வீடு, பலவகைக் கார்கள் என வாழ்ந்த பாகவதர், கலைவாணர் கைது செய்யப்பட்ட அதே லட்சுமிகாந்தன் கொலை வழக்கில் தாமும் கைது செய்யப்பட்டு முப்பது மாதங்கள் சிறைத் தண்டனையை அனுபவித்துவிட்டு வெளியில் வந்தபின் அனைத்தையும் துறந்து அடையாளம் காண முடியாதவராக ஆனார். அவரைப் போல் வாழ்ந்தவருமில்லை; வீழ்ந்தவருமில்லை.

திருச்சியில் பள்ளிப் படிப்பில் நாட்டமில்லாமல் பாட்டுக் கச்சேரிகளைக் கேட்க ஓடிக் கொண்டும், பொன்னை உருக்கி நகை செய்யும் தமது கடைத் திண்ணையில் அமர்ந்து பாட்டுப் பாடி கூட்டத்தைச் சேர்த்துக் கொண்டுமிருந்த சிறுவன் தியாகராசனை தந்தை கிருஷ்ணமூர்த்தி கடுமையாகக் கோபித்துக் கொள்ள வீட்டை விட்டே ஓடிப் போனார். எங்கெங்கோ தேடி கடப்பாவில் இருப்பதாக நண்பர் மூலம் அறிந்து அங்கே சென்ற தந்தை ஒரு மண்டபத்தில் அமர்ந்து தியாகராஜன் பாடிக் கொண்டிருக்க ஊரே திரண்டு நின்று கேட்டு மகிழ்ந்து ஆரவாரம் செய்யும் காட்சியைக் கண்டார். இனி மகனை அவன் விருப்பத்திற்கு விட்டுவிட வேண்டியது தான் என்று அப்போதே தீர்மானித்து விட்டார்.

திருச்சியில் ரசிகரஞ்சனி சபா என்ற பெயரில் நாடகங்களை நடத்திக் கொண்டிருந்த எப்.ஜி.நடேச அய்யர் தியாகராஜனின் திறமையை அறிந்து அழைத்துச் சென்று அரிச்சந்திரன் நாடகத்தில் லோகிதாச னாக நடிக்கச் செய்தார். நாடகம் நடந்த முதல்நாளில் தியாகராஜனின் தாயார் மாணிக்கத்தம்மாள் மகன் "அம்மா... பசிக்குதே... தாயே பசிக்குதே..." என்று பாடிக் கொண்டே வர, அந்த நேரம் பாம்பும் கடித்துவிட ஐயோ என்று அலறிக் கொண்டே விழுந்ததைக் கண்டு மயங்கி விழுந்துவிட்டார். அதன்பின் மகனே வந்து அவரைச் சமாதானப்படுத்தி அது நாடகம்தான் என்பதைப் புரிய வைத்த

பிறகே தொடர்ந்து நடிக்க அனுமதி தந்தார். தியாகராஜன் ரசிக ரஞ்சனி சபாவின் நிரந்தர பாலபார்ட் நடிகரானார்.

இதற்கிடையில் மதுரை பொன்னு ஐயங்காரிடம் குருகுல வாசம் போல் இருந்து சங்கீதம் கற்றுக்கொண்ட தியாகராஜர் ஆறு ஆண்டு களுக்குப் பிறகு கச்சேரி அரங்கேற்றம் செய்தபோது புதுக்கோட்டை தட்சிணாமூர்த்திப் பிள்ளை புகழாரம் சூட்டி பாகவதர் என்ற பட்டத்தைத் தந்தார். அன்று முதல் தியாகராஜன் தியாகராஜ பாகவதர் ஆனார்.

சங்கீதம் கற்றதின் பலனாக நாடகங்களில் அவரது பாட்டுகள் அற்புதமாக அமைந்தன. ராஜபார்ட் நடிகராகிவிட்ட தியாகராஜன் பவளக்கொடி, கோவலன், பாமா விஜயம், சாரங்கதாரா, வள்ளித் திருமணம், நந்தனார் ஆகிய நாடகங்களில் நடிக்கத் தொடங்கினார். பாகவதர் நடித்த நாடகங்களுக்கு மக்கள் கூட்டம் கூட்டமாக வரத் தொடங்கினார்கள்.

பாகவதர் தனது மானசீகக் குருவாகக் கருதிய எஸ்.ஜி.கிட்டப்பா, அவரது நாடகத்திற்குத் தலைமை தாங்கி தன்னைவிடச் சிறப்பாகப் பாடியதாக மேடையிலேயே கூறி, தான் அணிந்திருந்த பவள மாலையை அவருக்கு அணிவித்தார். கிட்டப்பா வாக்கால் வாழ்த்து பெற்றதை பாகவதர் தனக்குக் கிடைத்தப் பெரும் பேறாகக் கருதினார்.

பெண்கள் நாடகங்களில் நடிக்கத் தொடங்கிவிட்ட காலமானதால் பாகவதர் அர்ஜுனனாக நடிக்க எஸ்.டி.சுப்புலட்சுமி, பவளக் கொடியாக நடித்தார். அந்த நாடகம் பெரும் பரபரப்பை ஏற்படுத்தி அவரது திரையுலகப் பிரவேசத்திற்கு வழிகோலியது. பாகவதர் திரையுலகின் முடிசூடா மன்னனானார்.

இதே காலகட்டத்தில் திரையுலகில் புகழ்க்கொடி நாட்டிய பி.யூ.சின்னப்பாவும் நாடகத்திலிருந்து வந்தவர்தான். புதுக் கோட்டையில் பிறந்த சின்னப்பாவின் தந்தையான உலகநாதன் அவர்களும் நாடக நடிகர்தான் என்பதால் சின்னப்பா 5 வயதிலேயே நாடக மேடையில் ஏறிவிட்டார். தந்தை பாடிய பாட்டுகளை கம்பீரமாக இவரும் பாடுவார்.

பள்ளிப் பருவத்தில் படிப்பில் நாட்டமில்லாமல் இருந்தார். தந்தை மீனலோசனி வித்வபால சபாவில் இவரைச் சேர்த்து விட்டார். சதாரம் நாடகத்தில் குட்டித் திருடனாக கரணங்கள் போட்டபடி பாடி நடித்து பல பரிசுகள் பெற்றார். புதுக்கோட்டை ஒரிஜினல் பாய்ஸ் கம்பெனியில் இவர் பரதனாக நடித்த பாதுகா பட்டாபிஷேகம் என்ற நாடகம் சென்னையில் ஓராண்டு தொடர்ந்து நடந்தது என்பதொன்றே இவர் நடிப்புத் திறனுக்குச் சான்றாகும்.

சவுக்கடி சந்திரகாந்தா என்ற படத்தின் மூலம் திரையுலகில் நுழைந்த பி.யூ. சின்னப்பா நடிக வேந்தன் என பெயர் பெற்றார்.

திரையுலகில் பாகவதருக்குப் போட்டியென்றால் பி.யூ. சின்னப்பா தான். சின்னப்பாவும் பாடத் தெரிந்தவர்தான் என்றாலும் அவரது கரகரத்த குரலில் பாகவதர் பாட்டில் உள்ள நயம் இருக்காது. ஆனால் மிகச் சிறந்த நடிப்பாற்றல் கொண்டவர் என்பதோடு கத்திச் சண்டை, சிலம்பம், குத்துச் சண்டையென எல்லா சண்டைகளை யும் தமிழ்ச் சினிமாவில் முதலில் செய்து காட்டியவர். இவரும் பாகவதர் போல் நாடக உலகிலிருந்து வந்தவர் என்பது அனைவரும் அறிந்த செய்தியாகும்.

இப்படி நாடகத்திலிருந்து சினிமாவுக்குச் சென்று தன்னிகரற்ற கதாநாயகர்களாய் விளங்கும் இவர்கள் ஒரு நாடகத்தில் சேர்ந்து நடித்தால் எப்படியிருக்கும் என்று யோசித்த சிலர் இருவருக்கும் நெருக்கமான சில நாடகக் கம்பெனிக்காரர்கள் மூலமாக முயற்சி யெடுத்து அதில் வெற்றியும் பெற்றார்கள்.

பவளக்கொடி நாடகம் நடத்துவது என தீர்மானிக்கப்பட்டது. அர்ஜுனனாக பாகவதர், கிருஷ்ணனாக சின்னப்பா, காரைக்குடி ஷண்முக விலாஸ் தியேட்டரில் நாடகம் நடைபெற்றது.

இரு பெரும் திரைப்பட நடிகர்கள் ஒரு நாடகத்தில் இணைந்து நடிக்கிறார்கள் என்றால் கூட்டம் எப்படி இருந்திருக்கும்? உள்ளே யிருந்த கூட்டத்தின் அளவிற்கு வெளியேயும் கூட்டம் நிறைந்திருந்தது. கூட்டத்தைக் கட்டுப்படுத்த போலீஸ் வந்தது.

வழக்கம்போல் பாகவதர் அர்ஜுனன் வேடத்தில் பாடிக் கொண்டே வந்தார். பலத்த கைத்தட்டல் விழுந்தது. அர்ஜுனனும் அல்லியும் வாதாடும் காட்சிகள் நடைபெற்றன.

அதன்பின் சின்னப்பா கிருஷ்ணன் வேடத்தில் பாடிக் கொண்டே வந்தார். ஆனால் பாகவதருக்குக் கிடைத்த அளவிற்குக் கைத்தட்டல் இல்லை.

சில காட்சிகளுக்குப் பின் அர்ஜுனன் வண்டு கடித்து இறந்து போனதாகச் சொல்லி கிருஷ்ணன் மாயப்பெண் வேடத்தில் வரும் காட்சி. சின்னப்பாவே அந்தப் பெண் வேடத்தில் வந்து பாகவதரின் தலையை மடியில் வைத்துக் கொண்டு,

"சாக உமக்கு விதி வந்ததோ?
சஞ்சலம் வண்டினால் நேர்ந்ததோ?"

என்று சாவு வீட்டில் மாரடித்துக் கொண்டு அழும் பெண்களைப் போல் பாடிக் கொண்டே கதறி அழ கூட்டம் பிரமித்துப் போனது. ஊசி விழுந்தால் சத்தம் கேட்கும் எனும்படியான அமைதி அரங்கத்தில் நிலவியது. காட்சி நிறைவடைந்தபோது பாகவதர் ரசிகர்கள், சின்னப்பா ரசிகர்கள் என்றில்லாமல் அத்தனை பேரும் எழுந்து நின்று கைத்தட்டினார்கள்.

பாகவதர் மனநிறைவோடு "நான் பாட்டுச் சக்கரவர்த்தின்னா சின்னப்பாதான் நடிப்புச் சக்கரவர்த்தி" என்றார். அன்றைய நடிகர்களிடம் இப்படி ஒருவரை ஒருவர் பாராட்டும் பண்பு இருந்தது.

இப்படிப்பட்ட பண்பாளரான பாகவதர் மேல் லட்சுமிகாந்தன் கொலையில் சம்பந்தமிருப்பதாகப் பழி சுமத்தப்பட்டு கைது செய்யப்பட்டார். அவரோடு கலைவாணரையும் சம்பந்தப்படுத்தினார்கள். வழக்கு நடந்து இருவரும் குற்றவாளிகள் என்று தீர்ப்பளிக்கப்பட்டு சிறை சென்றார்கள்.

இரண்டு வருடங்களுக்குப் பிறகு லண்டனில் உள்ள பிரவியூ கவுன்சிலில் முறையிட்டு மறு விசாரணை நடந்து இவர்கள் குற்றவாளிகள் இல்லை என விடுவிக்கப்பட்டார்கள். இதற்காக நடந்த

சட்டப் போராட்டத்தில் மன உளைச்சலுக்கு ஆளான பாகவதர் தமது சொத்துக்களை விற்க நேர்ந்தது. ஒப்பந்தமாகியிருந்த 9 படங்களின் அட்வான்ஸ் தொகையைத் திருப்பியளிக்க வேண்டியிருந்தது.

இத்தகைய அனுபவங்களால் சிறை வாழ்க்கையிலிருந்து திரும்பி வந்த பாகவதர், இனி நடிக்க மாட்டேன் என்று கூறிவிட்டார். வந்த வாய்ப்புகளை உதறி விட்டார். பின்னர் பலரது வற்புறுத்தலை ஏற்று சொந்தப் படங்கள் எடுக்கத் தொடங்கி தொடர்ந்து தோல்விகளுககு ஆளாகி நிலை குலைந்து போனார்.

சிறையிலிருந்து திரும்பி வந்த கலைவாணர் தன் பழைய வாழ்வை மீட்டெடுத்தது போல் பாகவதரால் மீள முடியவில்லை.

பாகவதர், சின்னப்பா போலவே நாடக உலகிலிருந்து வந்தவர் டி.ஆர்.மகாலிங்கம். சிறு வயதிலேயே படிப்பின் மேல் நாட்டமில்லாமல் பாட்டின் மேல் ஈடுபாடு வைத்து நாடகக் கம்பெனியில் சேர்ந்து நடித்து சினிமாவில் கதாநாயகனாக நடித்து பெரும்புகழ் கொண்டவர். பின்னர் தயாரிப்பாளராகி அனைத்தையும் இழந்தவர். இருப்பினும் ஸ்பெஷல் நாடகம் என அன்று குறிப்பிடப்பட்ட நாடகங்களில் நடிப்பதை மட்டும் அவர் ஒருபோதும் கைவிட்டதில்லை.

டி.ஆர்.மகாலிங்கம் ஸ்ரீவள்ளி நாடகத்தில் இரவு சுமார் 1 மணிக்கு முருகன் வேடத்தில் அரங்கத்தில் தோன்றிப் பாடுவார். அதுவரை தூக்கக் கலக்கத்தில் அப்படி இப்படி ஆடிக்கொண்டிருப்பவர்கள் உற்சாகமடைந்து முருகனை வணங்குவார்கள். கே.பி. சுந்தராம்பாள் முருகனாக நடிக்க டி.ஆர். மகாலிங்கம் நாரதராக நடித்து இருவரும் போட்டி போட்டுக் கொண்டு பாடினார்கள் என்ற வரலாறு உண்டு.

இவர்களைத் தொடர்ந்து புகழ்பெற்ற சில நாடகக் குழுக்களையும், அவற்றில் நடித்து சாதனை புரிந்த சில நடிகர்களையும் பற்றிப் பார்க்கலாம்.

காரைக்குடி வைரம் அருணாசலம் செட்டியார் அவர்களின் ஸ்ரீராம பால கான சபா திருமழிசை ஆழ்வார், தாகசாந்தி, குடும்ப வாழ்க்கை, பக்த ராமதாஸ் முதலான பல நாடகங்களை நடத்திக் கொண்டிருந்தது.

இந்த மன்றம் பின்னாளில் நான்கு துண்டுகளாகச் சிதறியது. இங்கிருந்தவர்களில் சிலர் ஒவ்வொன்றிலும் சென்று சேர்ந்தார்கள். அவர்கள் அனைவருக்குமே பொதுவாக வைரம் நாடக சபா நடிகர்கள் என்ற பெயர் அமைந்தது.

பிற்காலத்தில் திரைப்படத் துறைக்கு வந்து கண் திறந்தது என்ற படத்தில் கதாநாயகனாக நடித்ததின் மூலம் கண் திறந்தது இராம நாதன் என்றே பெயர் பெற்ற நடிகர் இராமநாதன் வைரம் நாடக சபாவில் இருந்தவர்தான். திருமழிசை ஆழ்வார் என்ற நாடகத்தில் அவர் முதுமை கொண்ட பல்லவ மன்னராக நடித்ததைக் கண்டு நான் பிரமித்துப் போனேன். உடன் நடிப்பவர்களை வியக்க வைக்கும் அற்புத நடிகர் அவர்.

ஆயிரம் படங்களில் நடித்து கின்னஸ் சாதனை புரிந்தவரும் 'ஆச்சி' என்று அனைவராலும் பாசத்தோடு அழைக்கப்பட்டவருமான மனோரமா வைரம் நாடக சபாவில் இருந்தவர்தான். நாடக உலகில் பல சாதனைகள் புரிந்து அதன் மூலமே திரைப்படத் துறைக்கு வந்தவர்தான் அவர்.

நெஞ்சில் ஓர் ஆலயத்தின் மூலம் அனைவர் நெஞ்சிலும் இடம் பெற்ற நடிகர் முத்துராமன் வைரம் நாடக சபா நடிகர்தான். பின்னர் சென்னை வந்து எஸ்.வி. சகஸ்ரநாமம் அவர்களின் சேவாஸ்டேஜில் இணைந்து நடித்ததின் மூலம் சேவா ஸ்டேஜ் நடிகராகவே அவர் கருதப்பட்டார்.

இதேபோல் அந்தக் காலகட்டத்தில் மிகச்சிறப்புக்குரியதாக விளங்கியது சக்தி நாடக சபா. இந்த நாடக சபா நடத்திய கவியின் கனவு என்ற நாடகம் எஸ்.டி. சுந்தரம் அவர்களால் எழுதப்பட்டு மிகுந்த பரபரப்போடு நடத்தப்பட்டது.

ஒரு ஊரில் அந்த நாடகம் நடந்தபோது அதைக் காண்பதற்காக ரசிகர்கள் ஒரு குறிப்பிட்ட ரயிலில் கூட்டம் கூட்டமாகச் செல்வார் களாம். அதனால் அதன் பெயரே கவியின் கனவு ரயில் என்று ஆகிவிட்டதென்றால் அதன் சிறப்பிற்கு வேறு என்ன சான்று வேண்டும்?

சர்வாதிகாரியான ஒரு மன்னனை அவனது ராஜகுரு மேலும் கொடுமைகள் செய்யத் தூண்டி விடுகிறான். இதை அந்த நாட்டில் வாழும் ஒரு கவிஞர் எதிர்த்துப் போராடி மக்கள் ஆதரவோடு வெற்றி பெறுகிறார் என்பதுதான் கதை. இதில் கவியாக எஸ்.வி. சுப்பையா, ராஜகுருவாக எம்.என்.நம்பியார், மன்னனாக எஸ்.ஏ. நடராஜன் ஆகியோர் நடித்தார்கள் என்றால் அந்த நாடகம் அவ்வளவு சிறப்பாகயிருந்ததில் ஆச்சரியமென்ன இருக்கிறது!

இதேபோல் தேவி நாடக சபா என்பதும் மிகுந்த புகழ்பெற்று விளங்கியது. கே.எஸ்.ரத்தினம் அவர்கள் தொடர்ந்து பல ஆண்டுகள் இந்த நாடக சபாவை வெற்றிகரமாக நடத்தினார். கலைஞர் கருணாநிதி எழுதிய மந்திரிகுமாரி என்ற நாடகம் இந்தக் குழுவில் தான் நடைபெற்றது. மற்றும் சூறாவளி, தபால்காரன், பராசக்தி (சிவாஜி கணேசனை திரையுலகிற்குத் தந்த கலைஞர் வசனத்தில் உருவான படத்தின் நாடக வடிவம்) முதலான நாடகங்கள் இங்கு தான் நடைபெற்றன. தேவி நாடக சபா நடத்திய பல நாடகங்கள் திரைப்படங்களாயின. பல நடிகர்கள் அங்கிருந்து திரைப்படத் துறைக்குச் சென்று புகழடைந்தார்கள்.

பிரசித்தி பெற்ற நகைச்சுவை நடிகர்கள் இருவர் உணர்ச்சிகரமான நாடகங்களை நடத்தினார்கள். இருவருமே நாடக உலகிலிருந்து வந்தவர்கள். அதிலும் கலைவாணர் என்.எஸ். கிருஷ்ணன் அவர்களின் மாணவர்களாக இருந்தவர்கள். அவர்களுக்கு வாய்ப்பு அமையும்போது நாடகங்கள் நடத்தாமலிருப்பார்களா?

அதில் ஒருவரான கே.ஏ. தங்கவேலு அவர்கள் வசன உச்சரிப்பி லேயே சிரிக்க வைக்கும் ஆற்றல் படைத்தவர். அன்றைய காலகட்டத்தில் திரையுலகின் முடிசூடா மூவேந்தர்கள் என்று சொல்லப்பட்ட எம்.ஜி.ராமச்சந்திரன், சிவாஜி கணேசன், ஜெமினி கணேசன் ஆகிய மூவரது படங்களிலும் பிரதான நகைச்சுவைப் பாத்திரங்களில் நடித்துக் கொண்டிருந்தவர். இருப்பினும் தன்னை உருவாக்கிய நாடகக் கலையை மறக்காமல் தனிக்குழு அமைத்து நாடகங்கள் நடத்தினார்.

அவரது நாடகம் ஒன்றைப் பார்க்கும் வாய்ப்பு எனக்கு அமைந்தது. அப்பொழுது நான் ஆத்தூரில் தங்கம் நாடக சபாவில் இருந்தேன். அந்த சபா நொடித்துப் போய் மிகுந்த சிரமத்திற்கு ஆளாகியிருந்தது. இத்தகைய சூழ்நிலைகளில் புகழ்பெற்ற சினிமா நடிகர்களைக் கொண்டு வந்து நாடகம் போடுவது வழக்கம். அதற்காக வரக்கூடிய நடிகர்கள் எந்த எதிர்பார்ப்பும் இல்லாமல் சிரமப்படும் ஒரு நாடகக் குழுவிற்கு உதவி செய்ய வேண்டும் என்ற நோக்கத்தோடு வந்து நடத்திக் கொடுத்துவிட்டுப் போவார்கள். அப்படித் தங்கம் நாடக சபாவிற்கு நிதி தரும் நாடகமாகத் தமது நாடகத்தை நடத்த வந்திருந்தார் கே.ஏ. தங்கவேலு அவர்கள்.

கிரைம் சப்ஜெக்ட் என்று சொல்லக்கூடிய, ஒரு துப்பறியும் நிபுணர் எப்படி ஒரு கொலைகாரனைக் கண்டுபிடிக்கிறார் என்பது பற்றிய கதை. அதை நாடகத்தில் கொலை நடந்த மறுகணம் முதல் அடுத்து என்ன என்று எதிர்பார்க்கும் வகையில் அமைத்திருந்தார்கள். ஓர் அப்பாவி இளைஞன்மேல் கொலைப்பழி விழுந்து அவன் எத்தகைய துன்பங்களுக்கு ஆளாகிறான் என்பது உருக்கமாகக் காண்பிக்கப் பட்டது. அந்த இளைஞனாக நடித்தவர் தங்கவேலு.

ஒரு கட்டத்தில் துப்பறியும் நிபுணரே அந்த இளைஞனை சில நாட்கள் தலைமறைவாக இருக்கும்படிக் கூறிவிடுவார். அதன்படி

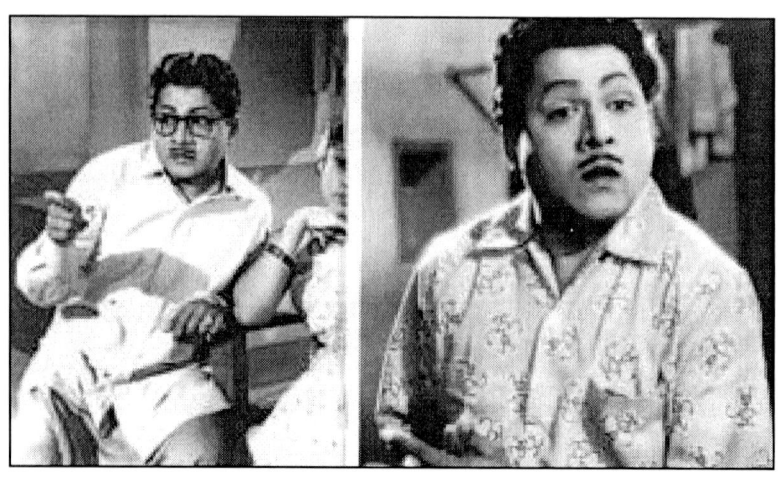

நாடகத்தில் ஒரு மணிநேரம் அந்தக் கதாபாத்திரம் இல்லாமல் நாடகம் ஓடும்.

அந்த இடைவெளியில் அவர் கதையில் வந்து போகும். ஒரு போலீஸ்காரர் வேடத்தில் வந்து நகைச்சுவை மிளிர கலகலக்கச் செய்து விடுவார். பிரதான கதாபாத்திரத்தை விட இதுதான் பிரமாதமாகப் பேசப்படும். பார்க்கப் போனால் அது அந்தக் குழுவில் உள்ள யாரோ ஒரு நடிகர் வந்து நின்றுவிட்டுப் போகக் கூடிய வேடம். அதை அவர் போட்டு அமர்க்களப்படுத்தி விடுவார்.

உச்சகட்டத்தில் மீண்டும் அந்தப் பழைய கதாபாத்திரத்தில் வந்து விடுவார். துப்பறியும் நிபுணர் உண்மையான கொலைகாரனைக் கண்டுபிடித்து இவரை விடுவிக்கும் காட்சியில் உணர்ச்சிகரமாகப் பேசி மெய்சிலிர்க்கச் செய்து விடுவார்.

அப்போது எங்கள் நாடக சபையின் நிர்வாகிகள் அதை எங்களுக்குச் சுட்டிக்காட்டி "சிறிய வேடம் - பெரிய வேடம் என்றெல்லாம் போட்டி போடுகிறீர்களே, புகழ்பெற்ற அவ்வளவு பெரிய நடிகர் - கதாநாயகனாக நடித்துக் கொண்டிருப்பவர் இடையில் ஒரு சிறு வேடத்துக்காக வேறு மேக்கப் போட்டுக் கொண்டு வந்து நடித்து விட்டு மீண்டும் தனது பழைய வேடத்திற்கும் போகிறார். பார்த்தீர் களா?" என்று சுட்டிக் காட்டினார்கள். இது நடிகனாக இருக்கும் ஒவ்வொருவரும் கடைப்படிக்க வேண்டிய நியதி என்பதை நாங்கள் புரிந்து கொண்டோம்.

சிறிது காலத்துக்குப் பின் கே.ஏ. தங்கவேலு தமது குழுவை நிர்வகிப்பதில் சில சிரமங்கள் ஏற்பட அதை நிறுத்தி விட்டார். ஆனாலும் சென்னையில் ராது அவர்கள் நடத்திய "கல்யாணத்தில் கலாட்டா" என்ற நாடகத்தில் தொடர்ந்து நடித்தார். தங்கவேலு - சரோஜா ஜோடி இணைந்து நடித்த அந்த நாடகம் ஆயிரம் முறைக்கு மேல் மேடையேறியிருக்கிறது.

இந்த இடத்தில் ராது அவர்களைப் பற்றிச் சிறிது சொல்ல வேண்டும். தமது மயன் தியேட்டர்ஸ் மூலம் பல நாடகங்களை நடத்திய அவர், ஒருமுறை 36 மணி நேரம் தொடர் நாடகங்கள் நடத்தி சாதனை

புரிந்தார். நாடகக் கலைஞர்களை கௌரவிப்பதைத் தமது வாழ்வில் நோக்கமாகக் கொண்டிருந்த அவர், நலிந்த தொழில்நுட்பக் கலைஞர்களையும் அவ்விதமே கௌரவித்தார். விழா நாயகன் என்றே பெயர் பெற்ற அவரிடம் சிறந்த நாடக ஆசிரியருக்குரிய விருதைப் பெற்றவர்களில் நானும் ஒருவன்.

நான் குறிப்பிட வந்த மற்றொரு நகைச்சுவை நடிகர் காகா இராதாகிருஷ்ணன் அவர்கள். கலைவாணரின் நாடக மன்றத்தில் இருந்து திரைப்படங்களிலும் அவரோடு இணைந்து நடிக்கத் தொடங்கியவர். சிறு பிள்ளையாக இருக்கும்போதே நாடகக் கம்பெனியில் சேர்ந்து நடிக்கத் தொடங்கியவர். அந்த நாடகப் பயணம் திரைப்படப் பயணமாகி தேவர் மகன் வரை தொடர்ந்தது.

அவர் நடித்து நான் பார்த்த நாடகம் நகைச்சுவை நாடகமல்ல. அவர் பல நகைச்சுவை நாடகங்களை நடத்தியவர்தான் என்றாலும் அந்த நாடகம் மிகவும் உணர்ச்சிமயமான நாடகம். பாவேந்தர் பாரதி தாசன் இயற்றிய குறுங்காவியமான தமிழச்சியின் கத்தி நாடக மாக்கப்பட்டு அவர் அதை நடத்தினார். அதில் திம்மன் என்ற அப்பாவி வேடத்தில் தோன்றி அற்புதமாக நடித்தார். அது எப்படி பலதரப்பட்ட உணர்வுகளைக் காண்பிக்க வேண்டிய வேடம் என்பதற்கு அந்தக் கதையைப் பார்த்தால் தெரியும்.

திம்மன் என்பவனின் மனைவி சுப்பம்மா அழகின் வடிவமாக விளங்குகிறார். திம்மன் தான் பணியாற்றும் அரசு அதிகாரியான ராம்சிங் என்பவனுக்கு ஒருநாள் தன் வீட்டில் விருந்து வைக்கிறான். அதுவே வினையாக மாறுகிறது. சுப்பம்மாவை அடைய வேண்டும் என திட்டமிட்ட ராம்சிங் திம்மனிடம் நான் நமது தேசிங்கு ராஜா விடம் சொல்லி உனக்கு பெரிய வேலை ஒன்றை வாங்கித் தருகிறேன். அதன் மூலம் நீ பெரிய பணக்காரனாகி விடலாம் என்று சொல்ல, பொருளாசைக்கு அடிமையாகிவிட்ட திம்மன் தன் மனைவியோடு அவனைப் பின்தொடர்ந்து செல்கிறான். வழியில் சில மறவர்கள் திம்மனைத் தனியே சந்தித்து ராம்சிங்கோடு செல்வது நல்லதல்ல என்று கூறுகின்றனர். அவன் அதை ஏற்க மறுக்கிறான். சுப்பம்மா அவர்கள் சொல்வது உண்மைதான் என உணர்ந்து தனக்கு ஒரு கத்தி வேண்டுமென்று கேட்டுப் பெறுகிறான். வழியில் அந்தக் கயவன் அவளுக்கு மயக்க மருந்து கொடுத்து தன் விருப்பத்தை நிறைவேற்றிக் கொள்கிறான். அதை உணர்ந்த அந்தத் தமிழச்சியின் கத்தி அவன் உயிரைப் பறிக்கிறது. தன்னால் தானே இந்த விபரீதம் நடந்தது என்பதை உணர்ந்து வருந்தி திம்மனும் மடிகிறான்.

பாரதிதாசனின் உன்னதப் படைப்பான இதில் காகா ராதா கிருஷ்ணன் திம்மன் வேடத்தில் தோன்றி அற்புதமாக நடிப்பார். மனைவி மீது கொண்ட பாசம், நயவஞ்சகப் பேச்சில் மயங்கி பொருளாசைக்கு அடிமையாதல், தன் மனைவி கற்பைப் பறி கொடுத்து கயவனின் உயிரைப் பறித்துத் தன்னையும் அழித்துக் கொண்டதற்குத்தானே காரணம் என்று குமுறிக் குமுறி மடிதல் என ஒவ்வொரு கட்டத்திலும் அவர் நகைச்சுவை நடிகர் என்பதையே மறந்து விடுமளவிற்கு குணச்சித்திர நடிகராக விளங்கினார்.

இப்படி எத்தனையோ கலைஞர்கள் எண்ணற்ற சாதனைகளை நிகழ்த்தியிருக்கின்றனர்.

◻

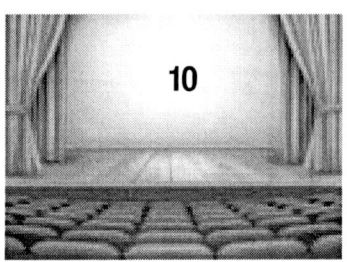

அனைவருக்கும் அண்ணன்; தமிழ் நாடக மன்னன்

நாம் இதுவரை புராண நாடகங்கள், சரித்திர நாடகங்கள், அவ்வப்போது சில சமூக நாடகங்கள் என்று பார்த்தோம். இப்போது முதல் சுயமரியாதை இயக்கத்தைச் சார்ந்த பகுத்தறிவுக் கொள்கைகள் நிறைந்த நாடகங்களைப் பார்க்க இருக்கிறோம். காரணம் நாம் அண்ணாவின் நாடகங்களைக் காண இருக்கிறோம்.

அறிஞர் அண்ணாவின் பேச்சாற்றலும், எண்ணற்ற கட்டுரைகள் மட்டுமின்றி நாவல், நாடகம், சிறுகதை என்று எழுத்தில் எத்தனைப் பிரிவுகள் உண்டோ, அத்தனையிலும் தடம் பதித்த எழுத்தாற்றலும், ஒரு மாபெரும் இயக்கத்தைக் கட்டிக் காத்து வழிநடத்திய தலைமைக்குரிய ஆற்றலும், தமிழ்நாட்டின் முதலமைச்சராகயிருந்து அரும்பெரும் பணிகளை அயராமல் செய்த ஆற்றலும் வரலாற்றின் பொன்னேடுகளில் என்றென்றும் நிலைத்து நிற்கக் கூடியவை.

இத்தனைக்கும் நடுவில் அவர் மிகச்சிறந்த நாடகாசிரியராகத் திகழ்ந்தார். நாடகங்களை எழுதியதோடு தாமே அவற்றில் நடித்து வியக்கவைத்து நாடகக் கலையின் கலங்கரை விளக்கமாகத் திகழ்ந்தார்.

அண்ணாவின் நாடகத்தைக் கண்ட கல்கி கிருஷ்ணமூர்த்தி "இவர் நம் தமிழகத்தின் பெர்னாட்ஷா" என்று வியந்து பாராட்டினார். அதுகூடப் பெரிதில்லை. கலைகளை வெறுக்கும் பெரியாரே இவர் நாடகத்தைப் பார்த்துவிட்டு "இவரது ஒரே ஒரு நாடகம் ஆயிரம் மேடைப் பேச்சுக்குச் சமமானது" என்று குறிப்பிட்டார்.

அண்ணாவின் நாடகங்கள் எனும் பட்டியல் மிகவும் நீண்டதாகும். அவருக்கிருந்த எண்ணற்ற பணிகளுக்கிடையே இவ்வளவு நாடகங்கள் எழுத அவருக்கு எப்படி நேரம் கிடைத்தது என்பது வியப்பாகயிருக்கிறது. "அவன் பித்தனா?, காதல் ஜோதி, ரோம் எரிகிறது, கலப்பு மணம், சந்திரோதயம், சொர்க்க வாசல், வேலைக்காரி, ஓர் இரவு, சிவாஜி கண்ட இந்து சாம்ராஜ்யம், செல்லப் பிள்ளை, நீதிதேவன் மயக்கம்" என நாடகங்கள் பட்டியல் மேலும் தொடர்கிறது.

முதலில் வேலைக்காரி நாடகத்தை எடுத்துக் கொள்வோம். ஜாதி பேதம், வர்க்க பேதம், பொருந்தா மணம், போலிச் சாமியார் என இவற்றையெல்லாம் கூறி பெண் விடுதலைக்கு வழிகாட்டும் நாடகம் தான் வேலைக்காரி.

செல்வந்தரான வேதாசல முதலியார் யாருக்காவது கடன் கொடுத்து விட்டால் அதைத் திரும்பப் பெறுவதற்குக் கடுமையாக நடந்து

கொள்வார். அப்படி அவரால் அவமானப்பட்ட சுந்தரம் பிள்ளை தூக்கு மாட்டிக் கொண்டு மடிகிறார். வெளியூர் சென்று திரும்பிய அவர் மகன் ஆனந்தன் வேதாசலத்தைப் பழிவாங்க வழி தேடும் போது, மடிந்து போன ஒரு செல்வந்தர் வீட்டுப் பிள்ளையின் டைரி கிடைக்கிறது. கண்ணற்ற அவன் தாயிடம் தன்னையே அவன் மகனெனச் சொல்லி இடம் பெற்ற அவன், வேதாசலத்தின் மகள் சரசுவை மணந்து தந்தையின் கண்ணெதிரில் மகளைக் கொடுமைப் படுத்துகிறான். உயர் ஜாதியான வேதாசலத்தின் மகன் மூர்த்தி அந்த வீட்டு வேலைக்காரியான தாழ்ந்த ஜாதி அமிர்தத்தை காதலிக்கிறான் என்பதை வெளிப்படுத்தி அவரை நோக வைக்கிறான். அதே நேரம் போலிச் சாமியாரால் பாதிப்புக்கு ஆளான மூர்த்தியை மீட்டு வருகிறான். இறுதியில் வேதாசலம் மனம் திருந்தி அமிர்தத்தை மருமகளாக ஏற்றுக் கொள்கிறார். ஆனந்தன்தான் செல்வந்தர் வீட்டுப் பிள்ளையாயிருந்து இதையெல்லாம் செய்தவன் என்பதை யறிந்து ஊரே வியக்கிறது.

ஜாதி மறுப்பு பற்றிப் பேசவே பயந்த காலகட்டத்தில் இந்த நாடகம் நடத்தப்பட்டு பெரும் பரபரப்பை ஏற்படுத்தியது. எதிர்ப்புகள் உருவாகி தானாகவே அடங்கிவிட்டன. இந்த நாடகம் திரைப்படமாகவும் வந்து வெற்றியடைந்தது.

இதேபோல் ஓர் இரவு நாடகமும் சமூகக் கொடுமைகளைச் சித்தரிக்கும் நாடகம்தான். வேலைக்காரி நாடகத்தை நடத்திய கே.ஆர்.ராமசாமி தான் இந்த நாடகத்தையும் நடத்தினார். போடப்பட்ட ஊர்களி லெல்லாம் பல நாட்கள் ஓடிய நாடகங்கள் இவை.

கருணாகரத் தேவர் தன் மனைவியைக் கொலை செய்து விட்டார் என்பதையறிந்த அவர் மைத்துனன் ஜெகவீரன் அந்த ரகசியத்தைத் தான் காப்பாற்ற வேண்டுமென்றால், அவர் ஆண் மகனைத் திருமணம் செய்து தரவேண்டும் என்று நிபந்தனை விதிக்கிறான். காதல் வயப்பட்டிருக்கும் அவர் அதை ஏற்க மறுக்கிறாள். இந்த நிலையில் ஒருநாள் இரவு ஜெகவீரன் தன்னை சந்திக்க வரப் போகிறான் என்பதை அறிந்த அவள், அந்த நேரத்தில் அங்கு வந்த திருடன் ரத்தினத்தை தனக்குக் காதலன் போல் நடித்து வரும்

கயவனிடமிருந்து காப்பாற்றும்படி வேண்டுகிறாள். அவன் அப்படியே செய்ய அந்த நேரத்தில் உண்மைக் காதலனே வந்து அவளைத் தவறாகப் புரிந்து கொள்கிறான். உண்மை நிலையை அவனுக்கு விளக்க அவனும் ரத்தினமும் சேர்ந்து ஜெகவீரனை மடக்கி அவரிடம் இருந்த கொலை பற்றிய ஆதாரத்தை அழிக்கின்றனர். ரத்தினம் கருணாகரத் தேவரால் கைவிடப்பட்ட அபலை சொர்ணத்தின் மகள் என்பது தெரிந்து அவளை அவர் தன் மகளாக ஏற்றுக்கொள்கிறார். மகள் விருப்பப்படி அவளை அவள் காதலனுக்கே மணம் செய்து தருகிறார்.

அண்ணாவின் வசனம் எப்படியிருக்கும்? அதற்கு உதாரணமாக சிறிது பார்க்கலாம். டி.கே.எஸ். குழுவினர் நடத்திய "குமாஸ்தாவின் பெண்" நாடகத்தில் பிற்பகுதியை மாற்றி எழுதித் தரும்படி கேட்க அவருடைய நடையில் எழுதினார். அதன் சிறப்பைச் சொல்ல வந்த டி.கே. சண்முகம் அவர்கள் "உயிருள்ள சித்திரம், அறிவுக்கு விருந்து, கற்பனை ஓவியமல்ல, இன்று கண்முன் நிகழும் காட்சி" என்று கவிதை நயத்தோடு சொல்கிறார்.

முதலில் அந்தக் கதையின் சுருக்கத்தை அண்ணாவின் வாசகமாகவே காணலாம்.

கண்ணியமாக இருக்கையில் காதல் கொண்டு அது கனியாததால் வெம்பிய வாழ்வு பெற்று விதவையாகி ஆசை நாயகனை அடைந்து அவனது துரோகத்தால் துயரடைந்து அவனைக் கொன்ற காந்தாவின் கதை இது.

வயது முதிர்ந்தவருக்கு இளம் பெண்ணைத் திருமணம் செய்து வைப்பது சமூகத்தில் சாதாரணமாக நடப்பதுதானே? அதனால் பாதிக்கப்பட்டவள் பேசுகிறாள்.

"அந்தக் கிழவரிடம் பணம் இருந்தது. ஏழ்மையில் நெளிந்து கொண்டு நானிருந்தேன். கிடாபோல் வளர்ந்தவளை எவனுக்காவது பிடித்துக் கட்டி வைக்காமலிருக்கலாமோ என்று கேட்க ஊரிலே பல பித்தர்கள் இருந்தார்கள். தட்சணை தந்தால் எல்லாப் பொருத்தமும் சரியாக இருக்கிறதெனக் கூறும் சோதிடர்கள் இருந்தனர். உலகில்

எது இல்லை? பளபளப்பான தோலைப் போர்த்துக் கொண்டிருக்கும் பாம்பு இல்லையா? எப்படியோ ஒன்று என் கழுத்தில் தாலி ஏறிற்று".

இதன்பின் விதவையாகி விட்ட காந்தாவின் மனநிலையை இந்த வசனம் எவ்வளவு உணர்ச்சிகரமாக எடுத்துச் சொல்கிறது என்பதைப் பாருங்கள்.

"நான் விதவையானேன். சகுனத் தடையானேன். சமுதாயத்தின் சனியனானேன். என் இளமையும் எழிலும் போகவில்லை. கண்ணொளி போகவில்லை. நான் அபலையானேன். அழகியாகத் தான் இருந்தேன். தாலி இழந்தவளானேன். காய்ந்த துளிர்போல இருந்தேனேயன்றி சருகாகவில்லையே, வாடாத பூவாகத்தானே இருந்தேன்? ஆனால் விஷவாடையுள்ள மலரென்று உலகம் என்னை கருதுகிறதே! அது என்னுடைய குற்றமா? எங்கள் ஏழ்மையைக் கண்டு உதவி செய்ய யாரும் முன்வரவில்லை. எனக்குத் தக்கவனைத் தேடித்தர ஒருவரும் முன்வரவில்லை. என் வாழ்வு கொள்ளைப் போவதைத் தடுக்க யாரும் முன்வரவில்லை. எல்லாம் முடிந்து நான் விதவையானதும் என் விதவைத் தன்மை கெட்டுப் போகாமல் பார்த்துக் கொள்ளும்படி உபதேசிக்க உற்றார், உறவினர் என்று வந்தனர். அவர்களுக்கிருந்த கவலையெல்லாம் குலப்பெருமைக்கு பங்கம் வரக்கூடாது என்பதுதான். எனக்கு வீடே ஜெயில்; அப்பா அம்மாவே காவலாளிகள். உறவினர் போலீஸ்; ஊராரே தண்டனை தரும் நீதிபதிகள். இதுதான் உலகம் எனக்கு உண்டாக்கித் தந்த ஏற்பாடு... இதற்காகவா நான் பிறந்தேன்?"

ஒவ்வொரு விதவையின் மனக் குமுறலும் எப்படி இருந்திருக்கும் என்பதை இதற்கு மேலும் விளக்க முடியுமா? அண்ணாவின் வசனச் சிறப்பிற்கு இது ஒன்றே போதாதா?

அண்ணாவும் கலைவாணரும் மிக நெருங்கிய நண்பர்களாக இருந்தார்கள் என்பதைப் பார்த்தோம். சிறையிலிருந்து மீண்டு வந்தபின் அதே பழைய உற்சாகத்தோடு படங்களிலும், நாடகங்களிலும் பங்கெடுத்துக் கொண்ட கலைவாணர் பகுத்தறிவுக் கொள்கைகளை விரிவாகச் சொல்லும் வகையில் ஒரு நாடகம்

வேண்டும் என அண்ணாவிடம் கேட்க, இயக்கப் பணிகள் ஓய்வின்றி இருந்த போதும் தமது நண்பருக்காக நல்லதம்பி என்ற நாடகத்தை எழுதித் தந்தார் அண்ணா. அந்த நல்லதம்பி அவர்கள் நட்பைப் பிரிக்கும் தம்பியாக மாறினான்.

நல்லதம்பி வெற்றிகரமான நாடகமாக அமைந்ததும் கலை வாணரால் என்.எஸ்.கே.பிலிம்ஸாரால் படமாகவும் எடுக்கப் பட்டது. அதன் வெற்றியைக் கொண்டாடும் வகையில் அண்ணா விற்கு ஒரு இந்துஸ்தான் காரை அனுப்பியிருந்தார் கலைவாணர். அண்ணாவும் அதை ஏற்றுக் கொண்டார்.

சில மாதங்களுக்குப் பின் என்.எஸ்.கே. பிலிம்ஸின் அடுத்த படங் களாக அடுத்தடுத்து இரு படங்களுக்கான அறிவிப்பை வெளி யிட்டார் கலைவாணர். இரண்டிற்கும் அண்ணாதான் கதை, வசனம் என அவற்றில் குறிப்பிட்டார்.

திராவிடக் கழகத்திலிருந்து திராவிட முன்னேற்றக் கழகம் பிரிந் திருந்த நேரமது. கழக வளர்ச்சிக்காக அண்ணா கடுமையாகப் பணியாற்றிக் கொண்டிருந்த சூழலில் வசனம் எழுதுவதென்பது சாத்தியமில்லை என்பதால் அதைப் பற்றி ஒரு கடிதம் எழுதி சம்பத்திடம் கொடுத்தனுப்பியிருந்தார் அண்ணா.

அதை அவர் கொண்டு வந்து தந்த நேரத்தில் கலைவாணர் சற்று மது அருந்திவிட்டு அமர்ந்திருந்தார். அதனால், கடிதத்தைப் படித்து விட்டுச் சற்றுக் கடுமையான வார்த்தைகளால் அண்ணாவைப் பற்றித் தரக்குறைவாகப் பேசி விட்டார் கலைவாணர்.

சம்பத் சென்று அண்ணாவிடம் அவர் பேசியவற்றை அப்படியே சொல்லிவிட, அடுத்த சில நொடிகளில் அண்ணாவிற்குக் கலை வாணர் வாங்கித் தந்த கார், கலைவாணர் வீட்டு வாசலில் வந்து நின்றது. நட்பு முறிந்தது.

அண்ணாவுக்கும், கலைவாணருக்கும் ஏற்பட்ட விரிசல் நீண்ட காலம் நீடித்தது. இருவருக்குள்ளும் ஏற்பட்ட விரிசலைப் பெரிது படுத்த முயன்றார்கள் சிலர். இணைத்து வைக்க முயன்றார்கள் சிலர்.

உண்மையான நண்பர்களால் எவ்வளவு காலம் பிரிந்திருக்க முடியும்? எதிர்பாராமல் ஓரிடத்தில் சந்தித்துக் கொண்ட இருவரும் மனம் விட்டுப் பேசினார்கள். இருவருமே பண்பட்டவர்களானதால் பிரச்சனையைப் புரிந்துகொண்டார்கள். அதன்பின் வாழ்நாள் முழுதும் அவர்கள் நட்பு தொடர்ந்தது.

ஈரோட்டில் நடந்த முதல் கலை நாடக மாநாட்டில் "கலையின் நிலைமை" என்ற தலைப்பில் அண்ணா பேசிய பேச்சு நாடகக் கலைஞர்களின் வாழ்வை அவர் எந்த அளவிற்குக் கூர்ந்து கவனித் திருக்கிறார் என்பதற்கு ஆதாரமாக விளங்குகிறது. அண்ணாவின் பேச்சைக் கேட்போம்.

"நாடகக் கலையின் முன்னேற்றத்துக்காக இந்த மாநாடு நடைபெறு கிறது. இயலை வளர்க்கவும், இசையை வளர்க்கவும் அமைப்புகள் இருக்கின்றன. நாடகக் கலை வளர்ச்சிக்கென அமைப்பும் இல்லை. முயற்சியும் இல்லை. அதனால் இதற்கென ஒரு தனி மாநாட்டை முதன் முறையாக நடத்துவதற்காகப் பாராட்டுகிறேன்.

பொதுவாக நாடகக்காரர்கள் என்றால் முன்பெல்லாம் மதிப்பு கிடையாது. நையாண்டி செய்வார்கள். பொது மக்களுக்கும், நடிகர் களுக்கும் தொடர்பு இருப்பதில்லை. இப்போது கலையின் நிலைமை சற்று மாறியிருக்கிறது. நடிகர்களிடம் நன்மதிப்பும் நல்ல தொடர்பும் ஏற்பட்டிருக்கிறது. இதன் மூலம் தக்க பயன் ஏற்படும் என்று நம்புகிறேன். என் நண்பர் என்.எஸ்.கிருஷ்ணன் சொன்னது போல் நாடகக்கலை அபிவிருத்தி அடைய வேண்டுமானால் நாடகக் கலையின் முக்கிய அம்சமாக விளங்கும் நடிகனுக்கு நல்ல சம்பளம், வாழ்க்கை வசதி முதலியன கிடைக்க வேண்டும். அப்போதுதான் திருப்தியான மனமுடைய கலைஞர்கள் தோன்றுவார்கள். அவர்கள் நடிப்பு நேர்த்தியாகயிருக்கும். நாடகக் கலை வளரும்.

வேதனை நிறைந்த வாழ்க்கையிலிருக்கும் வித்துவான் பாடுகிற காம்போதி ராகம்கூட முகாரியாகத்தானே இருக்கும். பத்து வருடங் களுக்கு முன் பிரபல நடிகர்களாக இருந்துவிட்டு இன்று பிழைக்கும் வழியின்றி நிற்கும் மாஜி நடிகர்களைப் பார்க்கிறேன். மீசையைத் தடவியபடி நானும்தான் இராஜபார்ட்டாகயிருந்தேன் என்று கூறிக் கொள்வதைத் தவிர அவர்களுக்கு வேறோர் சுகமும் இல்லை.

நடிகர்களின் வாழ்வு நொடித்துப் போயிருப்பதைக் கண்டால் படித்தவர்களும், பண்பட்டவர்களும் எப்படி நாடகத் துறையில் ஈடுபடுவார்கள்? ஆகவே நாடகக் கலையில் அக்கறை கொண்டவர்கள் முதலில் நடிகர்களின் நாடகத் தொழிலாளர்களின் நலனை கவனிக்க வேண்டும். அப்போதுதான் நாடகக்கலை முன்னேறும். கலையின் நிலைமை உயரும்.

1944-இல் அண்ணா பேசிய கலைஞர்களின் நிலைமை இன்றும் மாறவில்லை என்பதுதான் கசப்பான உண்மை.

அற்புதமான நாடகங்கள் பலவற்றை எழுதிய அண்ணா சில நாடகங்களில் தாமே நடித்தார் என்பதை முன்பே பார்த்தோமல்லவா? அப்படி நடித்த சில நாடகங்கள் பற்றிப் பார்ப்போம்.

அண்ணா தீண்டாமையின் கொடுமையைப் பற்றித் தாம் எழுதிய சந்திரோதயம் நாடகத்தில் தாமே ஜமீன்தாராக நடிப்பார். ஒரு காட்சியில் நாற்காலியில் ஜமீன்தாராக அமர்ந்திருக்கும் அவர் திடீரென்று வேலைக்காரன் பெயரைச் சொல்லிக் கத்தி அவசரமாக அழைப்பார். அவன் என்னமோ ஏதோ என்று பதறிக்கொண்டு வந்து நிற்பான். அவர் அவனைப் பார்த்து "என் காலைத் தூக்கி முன்னால் உள்ள ஸ்டூல் மேல வையடா" என்பார். ஜமீன்தார்களின் சோம்பேறித்தனத்தை விளக்கும் இந்தக் காட்சியை மக்கள் பெரிதும் ரசித்து சிரிப்பார்கள்.

நீதிதேவன் மயக்கம் என்ற நாடகத்தில் அண்ணா இராவணனாக நடிப்பார். நியாயமாகப் பார்த்தால் அந்த வேடம் போடுவதற்கான கனத்த உருவமோ உயரமோ அவருக்குக் கிடையாது. ஆனால் நீதிமன்றத்தில் தன் மேல் குற்றம் சாட்டப்பட்ட வாதியான இராவணன் தனக்காகத்தானே வாதாடுவதாக அமைந்த அந்த நாடகத்தில், சாட்சிக் கூண்டில் நின்று பக்கம் பக்கமாக வசனம் பேச வேண்டிய வேடம் அது. இராவணன் எடுத்துரைக்கும் வாதங்களால் இராமன் முதலாக அத்தனைப் பேரும் குற்றவாளிகளாக்கப்பட்டு விடுவார்கள். நீதிபதி என்ன தீர்ப்பு சொல்வது என்று புரியாமல் மயக்கமடைந்து விடுவார். அதுதான் நீதிதேவன் மயக்கம். அவ்வளவு வசனத்தையும் அநாயாசமாக உணர்ச்சி ததும்பப் பேசி நீதிபதியை

மட்டுமல்ல; நாடகத்தைப் பார்த்துக் கொண்டிருக்கும் அத்தனை பேரையும் அயரச் செய்து விடுவார் அண்ணா.

சிவாஜி கண்ட இந்து சாம்ராஜ்யம் என்ற நாடகத்தில் அண்ணா இந்திய வரலாற்றை மாற்றியமைத்த வீரசிவாஜியை ஆரியர்கள் எப்படி ஆட்டிப் படைத்தார்கள் என்பதை அற்புதமாகச் சித்தரித் திருப்பார். இராஜகுருவான காகபட்டர் வேடத்திலும் அவரே மிகச் சிறப்பாக நடிப்பார். அதில் ஒரு சுவையான நிகழ்ச்சி நடைபெற்றது.

நாடகத்தில் நடிக்கும் நடிகர்கள் சில நேரங்களில் கதையின் காலகட்டத்திற்கும் பொருந்தாத வசனங்களைப் பேசி விடுவதுண்டு. அது மக்களின் ஏளனச் சிரிப்பிற்கும் காரணமாகி விடுவதுண்டு. ஆனால் அப்படி ஏதேனும் பேசிவிட்டாலும் அதை அற்புதமாகச் சமாளித்து மக்களின் பாராட்டைப் பெற்றவர்களும் உண்டு.

அப்படி அண்ணா காகபட்டராக நடித்தபோது ஓர் உரையாடலின் போது வாய் தவறி "கரெக்ட்" என்று சொல்லி விட்டார். சீடனாக நடித்தவன் திகைத்து நின்றுவிட்டான். நாடக இரசிகர்கள் மத்தி யிலும் சிறு சலசலப்பு ஏற்பட்டது.

உடனே அண்ணா சொன்னார்..."ஏண்டா அம்பி அப்படி அதிசயமா பாக்கறே! மெட்ராஸுல இராபர்ட் கிளைவுன்னு ஒரு வெள்ளைக் காரன் வந்து இறங்கி இருக்கிறான் இல்லியோ! அவாளோட ஆளுங்க இங்கே வந்து பேசிண்டிருந்து விட்டு போனா இல்லியோ? அவாகிட்டை நானும் பேசிண்டிருந்ததால் பறங்கி பாஷையில் ஒண்ணு ரெண்டு வந்து ஒட்டிக்கிடுத்து" என்றார். சிவாஜி ஆட்சிக் காலத்தில்தான் சென்னையில் கிழக்கிந்தியக் கம்பெனியைத் தொடங்கினார்கள். இராபர்ட் கிளைவ் உள்ளே புகுந்தான். அதைச் சரியான முறையில் பயன்படுத்தி அற்புதமாகச் சமாளித்தார் அண்ணா. கைத்தட்டல் எப்படி இருந்திருக்கும் என்பதை சொல்ல வும் வேண்டுமோ?

சிவாஜி கண்ட இந்து சாம்ராஜ்யம் நாடகத்திற்குக் குறிப்பிடத்தக்க சிறப்பு ஒன்று உண்டு. நாடகம் முதன்முதலாக அரங்கேற்றம் செய்யப் பட்டபோது நடந்த நிகழ்ச்சிதான் அது.

1946-ஆம் ஆண்டு திராவிட இயக்கம் மிக வேகமாக வளர்ச்சியடையத் தொடங்கியிருந்தது. சென்னையில் ஏழாவது சுயமரியாதை மகாநாடு நடப்பதற்கான ஏற்பாடுகள் நடந்து கொண்டிருந்தன. அதில் நடத்துவதற்காகத்தான் அண்ணா அந்த நாடகத்தை எழுதினார். அதில் எம்.ஜி.ஆர்., சிவாஜியாக நடிப்பதாகயிருந்தது. அவருக்காக உடையெல்லாம் தைத்து விட்டார்கள்.

அந்த நேரம்தான் கே.ஆர். ராமசாமி, என்.எஸ்.கே. நாடக மன்றத்திலிருந்து பிரிந்து தனியே நாடகம் நடித்து வந்து அண்ணாவின் நாடகங்களை நடத்துவதற்காக அவரிடம் அனுமதி பெற காஞ்சியில் திராவிட நாடு அலுவலகத்தில் அனைவரையும் தங்க வைத்திருந்தார். அவர்களில் ஒருவராக வி.சி. கணேசனும் அங்கு இருந்தார்.

மாநாடு நடப்பதற்கான நாள் நெருங்கிவிட்ட நேரத்தில் நாடகத்தை நடத்தும் பொறுப்பை ஏற்றிருந்த டிவி.நாராயணசாமி பதட்டத்தோடு அறிஞர் அண்ணாவிடம் வந்து எம்.ஜி.ஆர். நடிக்க முடியாது என்று கூறிவிட்டார் என்பதைச் சொன்னார். என்ன காரணம் என்பது தெரியவில்லை.

ஆனால் அண்ணா அதைப்பற்றிக் கவலைப்படவில்லை. சுமார் நூறு பக்கமுள்ள வசனங்களை உடனடியாகப் பாடம் செய்து நடிப்பவனாக இருக்க வேண்டும். சிறந்த நடிப்புத்திறனும் வேண்டும் என்பதால் அதற்குத் தகுதியானவன் வி.சி.கணேசன்தான் என்றார்.

நாராயணசாமி தயங்கினார். "அண்ணா! அவனுக்கு ஒடுக்கு விழுந்த முகமாயிற்றே! சரியாக வருமா?" என்று கேட்டார். அண்ணா "அந்த முகத்தில் தாடி ஒட்டினால் பொருத்தமாகயிருக்கும்" என்று கூறி விட்டார்.

அவரது நம்பிக்கையைக் காப்பாற்றும் வகையில் அற்புதமாகப் பேசி நடித்தார் கணேசன். அண்ணாவின் கணிப்பு எவ்வளவு பொருத்த மானது என்பதுபோல் தாடி ஒட்டப்பட்டவுடனே அந்த முகம் அந்த வேடத்திற்குப் பொருத்தமாக அமைந்து வசன உச்சரிப்போ வியக்க வைத்தது. ஓரிடத்தில் கூட சிறு தடங்கல்கூட இல்லாமல் பேசி நடித்த அவர் வீரசிவாஜி இப்படித்தான் இருந்திருப்பார் என அனைவரை யும் வியக்க வைத்தார்.

நாடகத்திற்குத் தலைமை தாங்கி அவரது நடிப்பைக் கண்டு மகிழ்ந்த பெரியார் வி.சி. கணேசனுக்கு சிவாஜி கணேசன் என்று பெயர் சூட்டினார். கணேசன் என்ற பெயருக்கு முன்னால் வந்தமர்ந்த சிவாஜி, தன்னைப் போலவே பல கலையுலக மண்டலங்களை வெல்லக்கூடியவராக அவரை ஆக்கிவிட்டார். கலையுலகில் சிவாஜி கணேசன் பலருக்கும் வழிகாட்டிய துருவ நட்சத்திரமானார்.

இப்படிச் சிறந்த நடிகர்களை இனம் கண்டு பெருமைப்படுத்தித் தானும் நடித்த அண்ணாவின் நாடகங்கள் காலத்தை வென்று எந்நாளும் நிலைத்திருக்கும்.

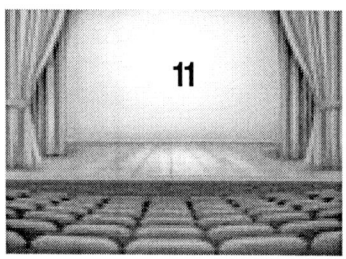

சாதனைகள் படைத்த ரத்தக்கண்ணீர் சோதனைகளை உடைத்த எம்.ஆர்.ராதா

பகுத்தறிவுப் பிரச்சார நாடகங்கள் நடத்துவதில் தனக்கென தனி முத்திரை பதித்தவர் நடிகவேள் எம்.ஆர். இராதா அவர்கள். பிறவிக் கலைஞரான அவர் துணிச்சலோடு தன் கருத்துகளைப் பேசியவர். அவரது நடிப்பு பாணி பிறரெவரும் பின்பற்ற முடியாததாக இருந்தது. அதனால்தான் பட்டுக்கோட்டை அழகிரிசாமியால் தரப் பட்ட "நடிகவேள்" என்ற பட்டம் அவர் வாழ்வோடு இணைந்து விட்டது. குன்றக்குடி அடிகளார் அவருக்கு "கலைக்குரிசில்" என்ற பட்டத்தைத் தந்தார் என்பது வியப்புக்குரிய செய்தியாகும்.

சிறுவயதிலேயே ஆலந்தூர் டப்பி இரங்காச்சாரி கம்பெனி, மதுரை ஸ்ரீ பால மீனரஞ்சனி சங்கீத சபா என்று பெயர் பெற்ற ஜெகந் நாதய்யர் கம்பெனி, யதார்த்தம் பொன்னுசாமி பிள்ளை கம்பெனி என சில நாடகக் கம்பெனிகளில் இருந்து உருவான நடிகவேள் எம். ஆர். இராதா தனக்கென ஒரு நாடகக் குழுவைத் தொடங்கி நாடகங்கள் நடத்தினார்.

நாடகக் கம்பெனிகளில் இருந்தபோதே பல சாதனைகள் படைத்தவர் எம்.ஆர்.ராதா. 1907-ஆம் ஆண்டு மெட்ராஸ் ராஜகோபால்

நாயுடுவின் மகனாகப் பிறந்தவர் ராதாகிருஷ்ணன். அதுவே சுருக்கமாக எம்.ஆர். ராதாவானது.

தமிழ் இலக்கணப்படி முன்னால் “இ” போட்டு இராதா என எழுதவேண்டும் என்ற போது அதை ஏற்க மறுத்தவர் அவர், “அது என்னடா இராதா? நான் இருக்கமாட்டனா? குத்துக் கல்லாட்டம் இருக்கும்போது இராதான்னு ஏண்டா சொல்றீங்க?” என்பார். ரத்தக் கண்ணீர் படம் உருவாகி வெளியிடப்படும் நேரத்தில் அவரிடம் வந்து படப்பெயர் எட்டெழுத்தாகயிருக்கிறது. அதனால் முன்னால் ‘இ’ போட்டு ‘இரத்தக் கண்ணீர்’ என போடுகிறோம் என்று கேட்டார்கள். “அதென்னடா செண்டிமெண்ட்? இப்பவே இதே பெயர்ல நான் 5000 தடவை இந்த நாடகத்தை நடத்தியிருக்கேன். இன்னமும் நடத்துவேன். அதே பேருல தான் வரணும்” என கூறி விட்டார். அதன்படி வந்த ரத்தக்கண்ணீர் படம் எழுத்துச் செண்டி மெண்டையெல்லாம் உடைத்துக் கொண்டு நூறு நாட்களைக் கடந்து ஓடியது.

நாடகங்களில் அவர் செய்த சாதனைகளைக் காண்போம். எவரானாலும் நாடக மேடையில் வண்டி ஓட்டிக் கொண்டு வருவது சாத்தியமல்ல. ஆனால் ராதா ‘பதிபக்தி’ என்ற நாடகத்தில் ஒரு மோட்டார் சைக்கிளிலேயே மேடைக்கு வருவார். மக்கள் மேல் பாய்ந்துவிடுவது போல மேடையின் விளிம்பு வரை வேகமாக ஓட்டிக் கொண்டு வந்து லாவகமாக பிரேக் பிடித்து அரை வட்டமடித்து நிற்பார். கைத்தட்டலோடு விசில்கள் பறக்கும்.

‘இழந்த காதல்’ என்ற நாடகத்தில் ராதா ஜெகதீஸ் என்ற வேடத்தில் நடிப்பார். பெரிதும் பாராட்டப்பட்ட நாடகம். எம்.ஆர். ராதாவின் சவுக்கடி சீனைப் பார்க்கத் தவறாதீர்கள் என்று விளம்பரப்படுத்தப் பட்டது.

பொதுவாக நடிகர்கள் மேடையில் நின்று ரசிகர்களைப் பார்த்துத் தான் பேச வேண்டும். முதுகைக் காட்டியபடி ஒரு வசனம் கூடப் பேசக்கூடாது என்பது நாடக இலக்கணம். ஆனால் இழந்த காதல் இறுதிக் காட்சியில் ராதா கதாநாயகியைப் பிடித்து நாற்காலியில் தள்ளி விட்டு அவளைப் பார்த்தபடி நின்று ரசிகர்களுக்கு முதுகைக்

காட்டியபடி பதினைந்து நிமிடங்கள் பேசுவார். ரசிகர்கள் அவரது முக பாவனைகளையோ, கையசைவுகளையோ பார்க்க முடியாது. தலைக்குப் பின்னால் சுருண்டு கிடக்கும் அவரது தலைமுடி நடித்துக் கொண்டிருக்கும். மக்கள் ஆரவாரமாகக் கைத்தட்டி ரசிப்பார்கள். இந்நாடகம் சில ஊர்களில் நூறாவது நாளைக் கொண்டாடி யிருக்கிறது.

இத்தகைய சாதனையாளர் சொந்த நாடகக் கம்பெனி தொடங்கி நாடகங்களை நடத்தும்போது அவை எவ்வளவு சிறப்பாக இருந்திருக்கும் என்பதைச் சொல்ல வேண்டுமா என்ன?

நான் 1954-ஆம் வருடம் எனது பன்னிரண்டாவது வயதில் நடிகவேள் நாடக மன்றத்தில் சேர்ந்து ஐந்தாண்டுகள் அந்தக் கம்பெனியில் இருந்தவன் ஆனதால், இவை எனது நேரடி அனுபவங்களாகவே இடம் பெறுகின்றன.

பெரியாரைத் தமது தலைவராக ஏற்றுக்கொண்ட நடிகவேள் அவரது பகுத்தறிவுக் கொள்கையை நாடகங்கள் மூலம் பரப்பினார். எதிர்ப்புகள் வரத்தான் செய்தன. இயல்பாகவே துணிச்சல்மிக்க வரான இவர் அவையனைத்தையும் எதிர்கொண்டார். சமூக சீர்

திருத்தக் கருத்துகளை அவர் சொல்லும் முறையே வித்தியாசமாக யிருக்கும்.

நடிகவேளின் நாடகங்கள்

அவரது நாடகங்களில் முதன்மை பெற்று விளங்குவது ரத்தக் கண்ணீர். அந்தப் பெயரைச் சொல்லும்போதே தொழுநோயாளியாக நடிகவேள் தோன்றும் காட்சி மனதில் தோன்றும். பார்க்கவே அருவருப்பாகயிருக்கும் அந்த வேடத்தில் தோன்றி கண்ணிமை கொட்டாமல் பார்க்கும்படிச் செய்தவர் அவர். மேல்நாட்டு மோகத்தில் மூழ்கிய ஒருவன் மனைவியைக் கைவிட்டு தாசி வீடே கதியென்று கிடந்து தொழுநோயாளியான நிலையில் தன் மனைவியைத் தன் நண்பனுக்கே கைப்பிடித்துத் தருகிறான். புரட்சிகரமான இந்த நாடகம் பல்லாண்டு காலம் ஆயிரக்கணக்கான முறை மேடை யேறியது என்பதொன்றே இதன் மிகப்பெரிய வெற்றிக்கு அடையாளமாகும்.

இலட்சுமிகாந்தன் என்ற நாடகம் வாழ்ந்து மறைந்த ஒரு பத்திரிகையாளனைப் பற்றிய உண்மை வரலாறு. நடிக, நடிகையரின் இருட்டுலக வாழ்க்கையை வெளிச்சம் போட்டுக் காட்டியதால் கொலை செய்யப்பட்ட அவரது வாழ்க்கையை மிகுந்த சுவையோடு நாடகமாக்கியிருந்தார். அதில் அவர் பெண் வேடம் போட்டு ரங்கோன் கமலம் என்ற பெயரில் வரும் காட்சியில் சிரித்து சிரித்து வயிறு புண்ணாகிவிடும்.

போர்வாள் என்ற நாடகம் சமூகக் கதையாக எழுதி சரித்திர நாடகமாக நிறைவடையும். ஒரு சமஸ்தானாதிபதியை புரட்சி வீரன் ஒருவன் எதிர்த்துப் போராடி வெற்றி கண்ட கதை. அப்போது அந்த மன்னனிடம் புரட்சி வீரனாக வலம் வரும் நடிகவேள் "நாங்கள் பசி பசி என்று கேட்டபோது நீங்கள் புசி புசி என்று ஒரு வார்த்தை சொன்னதுண்டா? உங்கள் அரண்மனையில் ருசி ருசி என்றுதானே சாப்பிட்டுக் கொண்டிருக்கிறீர்கள்" என்று பேசும்போது கைத்தட்டலால் அரங்கம் அதிரும்.

தூக்குமேடை நாடகம் கலைஞரால் எழுதப்பட்டதாகும். ஒரு வயதான செல்வந்தரின் தில்லுமுல்லுகளை நகைச்சுவையோடு

சொல்லும் இந்த நாடகத்தில் நடிகவேள்தான் அந்தச் செல்வந்தராக நடிப்பார். தினமும் உள்ளேயிருந்து பார்த்து ரசித்தாலும் ஒவ்வொரு முறையும் தன்னை மறந்து சிரிப்போம் என்றால், முதன் முதலாகப் பார்க்கும் மக்கள் எப்படிச் சிரித்து மகிழ்வார்கள்.

ரத்தக் கண்ணீரில் ராமன்

ரத்தக் கண்ணீர் நாடகத்தில் எனக்குக் கிடைத்த அரிய வாய்ப்பைப் பற்றி அவசியம் சொல்ல வேண்டும். அந்த நாடகத் தையோ, படத்தையோ பார்த்தவர்களுக்கு அதில் வரும் காந்தா என்ற கதாபாத்திரமும் - அவள் வீட்டு வேலைக்காரன் இராமன் என்ற கதாபாத்திரமும் நிச்சயம் நினைவிலிருக்கும். நடிகவேள் குஷ்டரோகியாக ஆனபின் நடிகை காந்தா அவரைப் புறக்கணித்த நிலையில் அவர் "நன்றி கெட்ட உலகமடா ராமா" என்று புலம்பு வதும், ராமன் "ஆமா! ஆமா" என்று தலையசைப்பதும் அனை வருக்கும் மனதில் பதிந்து போன காட்சியாகும்.

ராமன் வேடத்தில் நடித்துக் கொண்டிருந்த சுந்தரம் என்பவர் ஒரு நாள் கம்பெனியிலிருந்த ஒரு நடிகையோடு ஓடிவிட்டார். நாடகக் கம்பெனிகளில் இப்படி திடீரென ஒரு நடிகர் வேறு கம்பெனிக்கு ஓடுவதும், அதில் சில நடிகர்கள் கம்பெனியில் நடித்துக் கொண்டி ருந்த பெண்களை அழைத்துக் கொண்டு (இழுத்துக்கொண்டு) ஓடுவதும் சர்வ சாதாரணமாக நடக்கக்கூடியதுதான்.

மறுநாள் காலை செய்தி தெரிந்து எம்.ஆர்.ராதா வந்தார். அந்த ராமன் வேடத்தை யாரிடம் தருவது என்று பார்த்தார். அவர் பார்வை பட்ட நடிகர்கள் பின் வாங்கினார்கள். நாடகத் தொடக்கம் முதல் இறுதிவரை அவருடனேயே வரக்கூடிய வேடம் அது. அதனால் எல்லோருமே தயங்கினார்கள். அத்தோடு ஒவ்வொரு வரும் ஏதேனும் ஒரு வேடத்தில் ஏற்கனவே நடித்துக் கொண்டிருந் தார்கள்.

அவர் சட்டென்று யோசித்து என்னைப் பார்த்தார். "டேய் அறிவு! நீ செய்றீயாடா..." என்றார். நான் சிறிதும் தயங்கவில்லை. "செய்யறேண்ணா..." என்றேன். அப்படிச் சொல்லிவிட்டேனே தவிர வேடம் போட்டுக் கொண்டு மேடைக்கு வந்ததும் ஒரு

விதமான பயம் வந்துவிட்டது. நான் கலக்கத்தோடு நின்று கொண்டிருந்ததை மேடையில் தனது வேடத்தோடு அமர்ந்திருந்து நடிகவேள் பார்த்து விட்டார்.

"டேய் அறிவு! இங்கே வாடா! என்ன பயமாயிருக்குதா?" என்று கேட்டார். நான் தயக்கத்தோடு ''ஆமாண்ணே..'' என்றேன். அப்போது அவர் சொன்ன வாசகங்கள் இன்றுவரை எனக்கு வழிகாட்டியாக விளங்குகிறது.

''இங்கே பாருடா! நம்பள பாக்கறதுக்காக இந்த ஜனங்க காசு கொடுத்து வந்திருக்கானுங்க. நாம்ப அவுங்களைவிட மூன்று அடி உயரத்தில் இருக்கிறோம். அதனால் இந்த இடத்துல அவுங்களை விட நாம்பதான் பெரியவங்க. அதனால் அவுங்களையெல்லாம் சாதாரணமா நினைச்சிக்கிட்டு நடி. அப்பதான் நாம நிக்க முடியும். மேடையில ஏறிட்ட பிறகு நம்ம கூட நடிக்கிறது ராதா - கூட நடிக்கறவங்கெல்லாம் பெரிய நடிகனுங்கங்கறதையெல்லாம் மறந்துடு. நீ நீதான்! உன் வேஷத்துக்கு நீதான் பெரிய ஆளு!''

அந்த நேரத்தில் எனக்கு அந்த வாசகங்கள் எவ்வளவு புத்துணர்ச்சி யளித்தன! நான் நடிகவேளுடன் மிக இயல்பாக நடித்ததைக் கண்டு மற்றவர்கள் எப்படி வியப்படைந்தார்கள் என்பதை இன்று நினைத்தாலும் மனம் பூரிக்கிறது. எனது பன்னிரண்டு வயதில் அவர் சொன்னவை எண்பத்திரண்டு வயதைக் கடந்து இப்போதும் எப்போதாவது மேடையேறும்போது வலிமை தருகிறது.

நடிகவேளின் நாடக அரங்கம்

நடிகவேளின் நாடக அரங்கைப் பற்றி அறிந்தால் வியப்பாக யிருக்கும். நான் முதன்முதலில் அவர் குழுவில் சேர்ந்து சென்னை வந்தபோது அவர் நாடகங்கள் வால்டாக்ஸ் ரோடில் அமைந்த ஒற்றைவாடைத் தியேட்டரில் நடந்தன. அங்கு மிகப்பெரிய சீன் செட்டிங்ஸுகளோடு பிரம்மாண்டமான காட்சி அமைப்புகளோடு அவை நடைபெற்றன. இரத்தக் கண்ணீர் நாடகத்தில் குஷ்ட ரோகியான நடிகவேள் துரத்தப்பட்டு இடி மின்னலில் சிக்கி கண்ணிழக்கும் காட்சியில் இடி இடிப்பது, மின்னல் வெட்டுவது, கடும் மழை பெய்வது அனைத்தும் தத்ரூபமாகக் காண்பிக்கப்படும்

ஒரு காட்சி முடிந்து லைட் ஆப் செய்யப்பட்டு அடுத்து காட்சிக்கான பெரிய படுதா இறக்கப்படும்போது யாரேனும் இருட்டில் சென்று அங்கு அகப்பட்டுக் கொண்டால் மண்டை உடைந்து கட்டுப்போட வேண்டிய நிலை ஏற்படும். ஒவ்வொன்றும் அவ்வளவு பெரிய படுதாக்கள்.

நடிகவேள் இராமாயணம், தசாவதாரம் ஆகிய நாடகங்களை அரங்கேற்றம் செய்த நேரத்திலும் இதேபோல் மிகப் பிரம்மாண்டமான காட்சிகளைத்தான் அமைத்தார். வழக்கமான புராண நாடகங்களில் காட்டப்படும் அளவிற்குக் காட்சிகளை அமைத்தார். ஒரே ஒரு வித்தியாசம். இதில் தேவர்கள் வில்லன்கள், அசுரர்கள் நல்லவர்கள். அவ்வளவுதான்.

ஏதேனும் ஒரு ஊரில் ஒரு மாதம் ஒரே தியேட்டரில் தங்கி நாடகம் போடுவது எனும்போது இந்த சீன்கள் - செட்டுகள் அனைத்தும் கொண்டு செல்லப்பட்டு அங்கும் அதே பிரம்மாண்டத்தோடு நாடகம் நடக்கும். இது எல்லா நாடகக் கம்பெனிகளிலும் நடக்கக் கூடியதுதான்.

ஆனால் நடிகவேளின் தனிச்சிறப்பு அதுவல்ல. வெளியூர்களுக்கு நாடகம் கொடுக்கத் தொடங்கிவிட்டால் தினம் ஒரு ஊருக்கு என்று தந்து விடுவார். ஒரு டூர் புறப்பட்டால் இரண்டு மாதங்கள், மூன்று மாதங்கள் என்று சென்று கொண்டேயிருப்போம். இடையில் எப்போதேனும் இரண்டு நாட்கள் இடைவெளி வந்தால் திருச்சி சங்கிலியாண்டபுரத்தில் உள்ள அவரது வீட்டில் போய்த் தங்குவோம்.

அரங்க அமைப்புப் பற்றியல்லவா பார்க்க ஆரம்பித்தோம்? ஒவ்வொரு நாளும் வெவ்வேறு ஊருக்கு என்று சென்று கொண்டிருக்கும்போது அவ்வளவு படுதாக்களையும் செட்டிங்குகளையும் தூக்கிக் கொண்டு போக முடியுமா என்ன?

ஸாட்டின் துணிகளைப் படுதாவாகத் தயாரித்துக் கொள்வார். மஞ்சள் ஸாட்டின் படுதா வீடு. சிகப்பு ஸாட்டின் படுதா காடு, பச்சை ஸாட்டின் படுதா நந்தவனம். எதுவுமில்லாத டீப்செட் எனப்படும்

நீளமான இடம் தேவைப்படுமென்றால் கடைசியாகக் கட்டப்படும் நீலக்கலர் படுதா. முன்னால் ஷேடோ காட்சிக்காக ஒரு வெள்ளைப் படுதா. ஆக ஒரு நாடகத்திற்கான சீன்களை ஒரே ஒரு மூட்டையாகக் கட்டிக்கொண்டு போய்விடலாம்.

நாடகத்திற்கு ஏற்பாடு செய்த எவரும் அவ்வளவு பெரிய பிரம்மாண்டமான செட்டுகளைப் போட்டு நடத்திய நாடகத்தை இப்படி வெறும் ஸாட்டின் படுதாக்களைக் கட்டி நடத்துகிறீர்களே! இது சரியா? என்று அவரைக் கேட்டதில்லை. அது எம்.ஆர். இராதா நாடகம். அதில் அவர் நடிக்கிறார். அது போதும் என்றுதான் அவர்கள் நினைத்தார்கள். நாடகம் பார்க்க வந்த இரசிகர்களும் ராதா நடிப்பதைப் பார்ப்பதே போதும். மற்றதெல்லாம் சாதா என்று கருதினார்கள். அதனால் நடிகவேளின் நாடகங்கள் மாதக் கணக்காக அவ்விதமே நடந்தன.

இரவில் பழைய சாதம்

இரத்தக்கண்ணீர் நாடகத்தில் நடிகவேள் எம்.ஆர்.ராதா தொழு நோயாளியாக நடிப்பதைப் பற்றிப் பார்த்தோம். அந்த ஒப்பனையே பார்க்க அருவருப்பை ஏற்படுத்தும். அவர் அதை மிகவும் பொறுமை யோடு செய்து கொண்டு மேடைக்கு வந்து விட்டார். அந்த நோயாளியாகவே மாறி விடுவார். உடலை மிகவும் வருத்திக் கொண்டு நடிக்க வேண்டிய வேடம் அது. ஒரு காலின் பாதத்தை மடக்கி ஊன்றி ஊன்றி நடப்பார். அதிலும் அவர் காந்தாவால் விரட்டப்பட்டு மழை பொழியும் இரவில் இடி மின்னலுக்கிடையே கீழே விழுந்தும், எழுந்தும் தடுமாறியபடி செல்லும்போது மின்னலால் கண் பறிக்கப்பட்டுவிடும். அப்போது அவர் கதறுவதைப் பார்க்கும்போது தினமும் நாடகத்தைப் பார்த்துக் கொண்டிருக்கும் என்னைப் போன்றவர்களுக்கே மனம் பதறுமென்றால் புதிதாகப் பார்க்கும் ரசிகர்கள் நிலை எப்படியிருக்கும்?

அப்பொழுதெல்லாம் நாடகம் இரவு 10 மணிக்குத்தான் தொடங்கும். நாடகத்தின் இறுதிக் காட்சியில் நடிகவேள் நடித்து விட்டு வரும் போது இரவு 1 மணி ஆகிவிடும். அதற்குள் ஒரு பாத்திரத்தில் பாதி அளவு பழைய சாதமும், மற்றுமுள்ள இன்னொரு பாதி அளவுக்கு

சிறு வெங்காயங்களும் போட்டு வைத்திருப்பார்கள். அவற்றை உரித்துப் போடும் சிறுவர்களில் ஒருவனாக நானும் இருந்திருக்கிறேன்.

நடிகவேள் வந்தவுடன் பாதி மேக்கப் கூட கலைக்காமல் அப்படியே உட்கார்ந்து அந்தப் பழையதை அவ்வளவு வெங்காயத் தோடும் சாப்பிடுவார். சாதாரணமாக ஒருவர் இரவு 1 மணிக்கு அப்படிச் சாப்பிட்டால் ஜன்னி கண்டுவிடும். ஆனால் அவர் மேடையில் குஷ்டரோகி வேடத்தில் அந்த அளவிற்குக் கத்தி உடலை வருத்திக் கொள்வதால் அந்த உணவு அவருக்கு அவசியமாகியது.

சீர்திருத்தக் கருத்துகள்

நடிகவேளின் நாடகங்களில் சமூக சீர்திருத்தக் கருத்துகள் எப்படிப் பிரதிபலிக்கும் என்பதற்கு உதாரணமாக சில உரையாடல்களைப் பார்க்கலாம்.

இரத்தக் கண்ணீரில் குஷ்டரோகியான நடிகவேளை போர்ட்டர் ஒரு கொம்பைப் பிடித்து அழைத்து வந்து ஒரு வீட்டுத் திண்ணையில் உட்கார வைப்பான். போர்ட்டரை அழைத்து வந்த பாலு அவனுக்குரிய கூலியைக் கொடுக்க, போர்ட்டரோ அதிகமாகக் கேட்டு தகராறு செய்வான். அப்போது நடிகவேள் குறுக்கிட்டுப் பேசுவார். அவருக்கும் போர்ட்டருக்கும் வாக்குவாதம் நடக்கும்.

"டேய்! டேய்! பேசின காசை வாங்கிட்டுப் போடா! ஏண்டா அதிகமா கேட்டு தகராறு பண்றே!"

"கயிதை! கயிதை! எம்மாந்தூரம் உன்னை இஸ்த்துக்குன்னு வந்திருக்கேன். என் பக்கம் பேசாம அவன் பக்கம் பேசறியே... நானே நாளைக்கு எங்கப்பன் தெவசத்துக்காக பத்தலையன்னு கூவிக் கிட்டிருக்கேன்... நீ வேறு வெறுப்பேத்துறியே!"

"அடிச்செக்கே! உங்கப்பனுக்கு தெவிசமா? அதெ யாரை வச்சி நடத்துவே?"

"அய்யர்சாமிதான் வந்து நடத்துவாரு?"

“உங்கப்பன் கவுச்சி சாப்பிடுவானா?”

“கருவாடு இல்லாம ஒரு வாய் கூட சாப்பிட மாட்டாரே! மீனோ கறியோ - தினமும் வேணுமே.”

“அய்யர் என்ன கேக்கறாரு?”

“பச்சரிசியும் காய்களும்தானே கேக்கறாரு.”

“தெவிசம் உங்கப்பனுக்கா? அய்யருக்கா? நாளைக்கு ரெண்டு விரால்மீனு வாங்கி கொழம்பு வச்சி அய்யருக்கும் போடு.”

தியேட்டரில் சிரிப்பலை ஓய நெடுநேரமாகும். தூக்கு மேடை நாடகத்தில் அவர் வயதான காலத்தில் ஒரு பெண்ணோடு தொடர்பு வைத்திருப்பார். வேலைக்காரன் “எசமான்! வீட்ல அம்மா மகாலட்சுமி மாதிரி இருக்கும்போது இப்படி ஒண்ணு தேவையா?” என்பான். உடனே அவர் சொல்வார்.

“அடேய்! இராமாயணத்தில் தசரதனுக்கு அறுபதினாயிரம் பொண்டாட்டியாம். இருபதினாயிரம் பேர் இருந்தாவே ஒரு முனிசிபாலிட்டி. அவன் மூணு முனுசிபாலிட்டியெ பொண்டாட்டி யாவே வெச்சிக்கிட்டிருந்திருக்கான். அதை ஒரு பயலும் கேக்கல. நான் ஒண்ணே ஒண்ணு சேத்துக்கிட்டா கேள்வி கேக்கறீங்களே!”

ஊர்ப் பெரிய மனிதர் என்ற முறையில் அவரை கம்பர் விழாவிற்கு அழைத்திருப்பார்கள். அவர் அதில் பேசத் தொடங்குவார்.

“ஜனங்களே! இந்த கம்பர் நாடார் விழாவுல...”

ஒருவன் அருகில் வந்து மெதுவாகச் சொல்வான்....“ஐயா! அவர் நாடாரில்லிங்க”

“நாடாரில்லையா? அப்ப சரி கம்பதேவர் விழாவுல....”

“ஐயா! அவர் தேவரில்லிங்க...”

“தேவருமில்லையா! இப்ப சரியா சொல்றேன். கம்பர் முதலியார் விழாவுல....”

“அவரு முதலியாருமில்லிங்க...”

"அப்ப என்னதான்யா சாதி?"

"அவருக்கு சாதியே இல்லிங்க..."

"அப்படின்னா இப்பதான் இந்த சாதியெல்லாம் சொல்லிகிட்டு சண்டை போட்டுக்கறாங்களா?"

எவ்வளவு அரிய கருத்தை எவ்வளவு எளிமையாகச் சொல்லி விடுகிறார். லட்சுமிகாந்தன் நாடகத்தில் பத்திரிகையாளரான அவர் மேல் ஒரு நடிகை வழக்குத் தொடுத்திருக்கிறாள் என்பதால் தன் நண்பன் கோவிந்தனிடம் தான் கோர்ட்டும் போவதாகச் சொல் கிறார். அதைப் பற்றி இருவரும் பேசுகின்றனர்.

"நடிகை கேஸ் போட்டிருக்கான்னா என்ன கேஸு"

"ஏதோ மானம் போயிடுச்சாம்..."

"வாதாட ஒரு வக்கீலா வைச்சுக்க வேண்டியதுதானே?"

"இதுக்குப் போயி வக்கீலா? நானே பேசி முடிச்சுடுவேன்"

"எப்படி?"

"நடிகை என் மேல என்ன கேஸு போட்டிருக்கா? மானம் போயிடுச்சின்னு. இப்ப நான் என்னோட வாட்ச் போயிடுச்சின்னு சொன்னா இதுக்கு முன்னே நான் வாட்ச் கட்டியிருந்தனான்னு நிரூபிக்கணுமில்லை. அப்போதானே போயிடுச்சின்னு சொல்ல முடியும். அவ என்ன கேஸ் கொடுத்திருக்கா! மானம் போயிடுச் சின்னு. இதுக்கு முன்னே அவளுக்கு மானம் இருந்திச்சா? இருந்திச் சின்னா எங்கே இருந்திச்சி? அது எப்படிப் போச்சி! இப்படி எவ்வளவோ இருக்கு!"

போர்வாள் நாடகத்தில் ஒரு காட்சியில் தன்னருகே பெரியார் படத்தை வைத்திருப்பார். அப்போது அங்கு வரும் அவரது நண்பர் "எதுக்குப்பா இவர் படத்தை வைச்சிருக்கே? அப்படி இவர் என்ன சாதிச்சிட்டாரு?" என்று கேட்பார்.

நடிகவேள் "என்ன அப்படி கேட்டுட்டே? உன் நெத்தியையும் என் நெத்தியையும் பாரு" என்பார்.

நண்பர் "அதுல என்னயிருக்கு? ஒண்ணுமில்லையே?" என்பார்.

"இதை யார் செய்தாங்க? அய்யா தானே? இல்லன்னா நீ ஒரு மார்க்கு நான் ஒரு மார்க்குன்னு நெத்தியில போட்டுகிட்டிருப்போமில்லை. மார்க் டிபரெண்ட் வந்தாலே விவகாரம்தானே! பெரியாரில் லைன்னா நமக்கு சுயமரியாதை ஏது? அதுமட்டுமில்லை"

"இன்னும் என்ன?"

"முந்தியெல்லாம் ஹோட்டலுக்குப் போனா சாமி! காபி கொடுங் கன்னுதானே கேட்போம். இப்ப போனா அய்யர் காபி கொண்டாங்கன்னு கேக்கறோமே. அது எப்படி? இந்த சவுண்டு யார்ரா குடுத்தாங்க? அய்யாதானே கொடுத்தாரு!"

◻

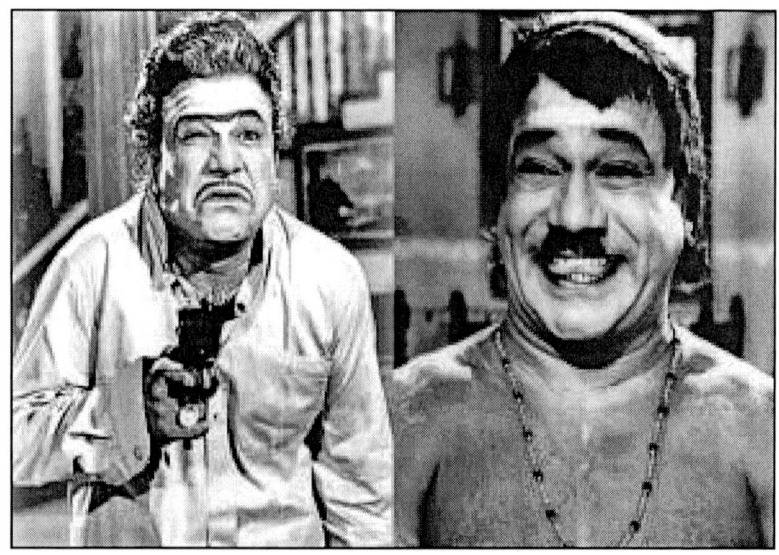

இராமாயணமா? கீமாயணமா?

நடிகவேள் எம்.ஆர்.ராதா ராமாயணம் நாடகத்தை நடத்தப் போகிறார் என்று சொன்னவுடனேயே பரபரப்பு ஏற்பட்டுவிட்டது. என்று அது அரங்கேற்றமானதோ அன்று முதல் பல போராட்டங் களை சந்திக்க நேர்ந்தது.

கூச்சல், குழப்பம், அடிதடி, அரஸ்ட் இதற்கெல்லாம் அஞ்சக்கூடிய வரா நடிகவேள்? அத்தனையையும் எதிர்கொண்டு அவர்களுக்குச் சமமாக எதிர்த்து நின்றார். எல்லாவற்றிலும் அவர்தான் வென்றார்.

இராமாயணம் நாடகத்தில் நான் அங்கதனாக நடித்தவன். அதனால் இவையனைத்தும் எனது நேரடி அனுபவங்களே! நாடகம் ஒற்றை வாடைத் தியேட்டரில் அரங்கேற்றப்பட்டு தொடர்ந்து சில நாட்கள் நடந்தவரை எந்தப் பிரச்சனையுமில்லை. ஆனால் வெளியூர்களில் போடத் தொடங்கியபின் கலவரங்கள் தொடங்கிவிட்டன.

நாடகத்தின் நடுவே யாராவது கூச்சல் போட்டால் நடக்கும் காட்சியை பாதியிலேயே நிறுத்திவிட்டு மேடைக்கு வந்து மைக் முன்னால் நின்று விடுவார். எடுத்த எடுப்பிலேயே "யார்ராவன் கலாட்டா பண்றவன்? தைரியமிருந்தா என்ன கேக்கணுமோ அதை

இங்கே மேடைக்கு வந்து கேளு. இல்லை அடிதடி பண்ணலாம்னு வந்திருந்தா நான் இங்கியே நிக்கிறேன். மேடையேறி வந்து மோதிப் பாரு. இல்லை துணிச்சலிருந்தா அங்கியே நில்லு. நான் வர்றேன்'' என்பார். அவ்வளவுதான் கலாட்டா செய்தவன் எங்கேயிருக்கிறான் என்று கூடத் தெரியாது. கூட்டத்தோடு உட்கார்ந்து விடுவான். அரங்கமே அமைதியடைந்து விடும். ஊசியைப் போட்டால்கூட சத்தம் கேட்கும் என்ற அளவிற்கு நிசப்தமாயிருக்கும்.

அதன்பிறகு அவர் சொல்லுவார், "இது ராதா நாடகம் போடற இடம். இதுல ராதா எப்படி நடிப்பான் என்ன பேசுவான்னு தெரிஞ்சிகிட்டே வந்து ஏன் கலாட்டா பண்றே? ஒரு சந்தைன்னா ஒரு பக்கம் காய்கறியும் விக்கும். ஒரு பக்கம் மீன் கருவாடும் விக்கும். உனக்கு மீன் வாசம் பிடிக்காதுன்னா நீ ஏன் அந்தப் பக்கம் போறே? காய்கறி விக்கிற இடத்துக்குப் போ. அதை விட்டுட்டு மீன் விக்கிற இடத்துக்கு வந்துட்டு நாத்தம் அடிக்குது விக்காதே விக்காதேன்னு சொன்னா, விக்க வந்தவனும் வாங்க வந்தவனும் சேர்ந்துகிட்டு உன்னை உதைச்சி வெளியில தூக்கிப் போட்டுடு வாங்க. உனக்கு நான் இங்கே பேசற கருத்து பிடிக்கலேன்னா நாளைக்கே நீ உன் ஆளை வச்சி ஒரு நாடகம் போட்டு இதுக்குப் பதில் சொல்லு. அதை விட்டுட்டு ஏன் இங்கே வந்து கத்தி கிட்டிருக்கே!

நடிகவேள் இப்படி வந்து பேசிவிட்டுச் சென்றபின் பெரும்பாலும் எந்தச் சலசலப்பும் இருக்காது. அப்படி ஓரிருவர் ஏதாவது பேசி னாலும் ரசிகர்களே அவர்களை அடக்கி விடுவார்கள்.

அதையும் மீறி சில இடங்களில் அதிகபட்ச சலசலப்புகள் ஏற்படுவதுண்டு. விழுப்புரத்தில் ஒரு கொட்டகையில் இராமாயணம் நடக்கும்போது சில பேர் நான்கைந்து இடங்களில் அமர்ந்து கொண்டு அவ்வப்போது எழுந்து நின்று கத்தி கலாட்டா செய்து கொண்டிருந்தார்கள். பொறுத்துப் பொறுத்துப் பார்த்த நடிகவேள் லைட்மேனிடம் ஆள் கத்தும்போது ஆர்க் லைட்டை அவன் பக்கம் திருப்பும்படிச் சொல்லி வைத்தார்.

அடுத்த முறை ஒருவன் கத்தும்போது சட்டென்று அவன் பக்கம் லைட் திருப்பப்பட்டது. நடிகவேள் மேடையிலிருந்து சடாரென்று கீழே குதித்து (இராமன் வேடத்தோடு தான்) வேகமாகச் சென்று அவன் சட்டையைப் பிடித்துக் கொண்டார். மேடைப் பக்கம் பார்த்து "டேய்! அந்த ரிவால்வரைப் போடு! லைசென்ஸ் வாங்கின பிறகு இன்னும் யாரையும் ஷூட் பண்ணல. இவனைப் போட்டுடு வோம்!" என்று பிடித்துத் தள்ளினார். மறுகணம் அவனும் அவனோடு வந்து வெவ்வேறு இடங்களில் அமர்ந்து அவனோடு சேர்ந்து கத்தியவர்களும் திடுதிடுவென தியேட்டரை விட்டு ஓடினார்கள். அவரது துணிச்சலைக் கண்டு ரசிகர்கள் எழுப்பிய கைத்தட்டலாலும், கரகோஷத்தாலும் அந்த இடம் அமர்க்களப் பட்டது. அதன்பின் நாடகம் அமைதியாக நடந்தது.

மதுரையில் கலவரம்

இப்படி நடந்த இராமாயணம் நாடகத்தின் உச்சகட்டப் போராட்டம் என்பது மதுரையில் நடந்ததுதான். அணுகுண்டு அய்யாவு என்று ஒருவர் இருந்தார். ஆன்மீகத்தைக் காக்கப் புறப்பட்டவராகத் தன்னைக் காட்டிக் கொண்ட அவர் அவ்வப் போது ஏதேனும் சலசலப்புகளை ஏற்படுத்திக் கொண்டிருந்தார். இராமாயணம் மதுரையில் நடக்கப் போகிறது என்ற செய்தி அவருக்குத் தன்னைப் பிரகடனப்படுத்திக் கொள்வதற்கான வாய்ப்பாக அமைந்து விட்டது.

இராமாயண நாடகத்தை நடத்த விட மாட்டோம். எதிர்த்துப் போராட்டம் நடத்துவோம் என்று ஊரெல்லாம் போஸ்டர்கள் ஒட்டி அங்கங்கே கோஷங்களை எழுப்பியபடி சென்று ஆர்ப்பாட்டம் செய்து கொண்டிருந்தார். அவரைப் பின்பற்றும் குழு அவரைத் தொடர்ந்து கொண்டே இருந்தது.

நடிகவேளா இதற்கெல்லாம் தயங்குபவர்? தியேட்டர் நிறைந்த கூட்டம். நாடகம் தொடங்கியது. சில காட்சிகள் வரை அமைதி யாகச் சென்றது. போராட்டம் என்று சொன்னதெல்லாம் வெறும் அலட்டல்தான் என்று நினைத்த நேரத்தில் அரங்கத்தின் வெவ்வேறு பகுதிகளில் ரசிகர்கள் போல் அமர்ந்திருந்த போராட்டக்காரர்கள்

''நாடகத்தை நிறுத்து'' என்று கூச்சலிட்டுக் கொண்டே ஒரே நேரத்தில் எழுந்து நின்று நடு மையத்திற்கு வந்தார்கள். ஒன்றிணைந்த அவர்கள் வேல் கம்புகளுடனும், குண்டாந்தடிகளுடனும் பெரும் கூச்சல் போட்டுக் கொண்டு மேடைக்கு வந்தார்கள்.

இதற்கிடையில் நடிகவேள் நான் உட்பட சிறுவர்களையும், பெண்களையும் பின்பக்க வழியாக தகுந்த ஆட்களோடு பாது காப்பாக நாங்கள் தங்கியிருந்த இடத்திற்கு அனுப்பி வைத்தார். ஏற்கனவே அதற்குரிய ஏற்பாடுகளைச் செய்து வைத்திருந்தார் என்பது தெரிந்தது. பொது மக்களை சில பேர் பொறுப்பெடுத்துக் கொண்டு பாதுகாப்பாக வெளியேறச் செய்தார்கள்.

அதற்குப்பின் நடந்தவற்றைக் கேட்டால் வியப்பாகயிருக்கும். கம்பெனியில் இருந்த பல பேர் சிலம்பம் கற்றவர்கள் ஆனதால் ஆளுக்கொரு வேல் கம்புகளை எடுத்துக் கொண்டு வந்தவர்களை எதிர்த்தார்கள். நடிகவேள் நாடக மன்றத்தில் சிலம்புப் பயிற்சி என்பது முக்கியமான பாடம். ஆதலால் மேடையில் நின்ற நடிகர் களே ஆளுக்கொரு வேல் கம்புகளை ஏந்தியபடி பாய்ந்து வந்ததால் வந்தவர்கள் திகைத்துப் போனார்கள். அவர்கள் அதை எதிர்பார்க்க வில்லை.

நடிகவேள் தமது ரிவால்வரை எடுத்து நீட்டி எவன்டா மேடை மேல ஏறினவன்? வாங்கடா! என்று சொல்லி மேற்கூரையைப் பார்த்து இரண்டு முறை சுட்டார். மறுகணம் மேடையை நோக்கி வந்தவர்கள் திரும்பி வாசலை நோக்கி ஓடினார்கள். அதற்குள் நாடகத்திற்கு ஏற்பாடு செய்திருந்த திராவிடர் கழகப் பிரமுகர் கழகத்தவர்க்குச் செய்தி அனுப்பிவிட சுமார் ஐம்பது பேருக்கு மேல் ஆயுதங்களுடன் வந்துவிட்டார்கள். மேடை எதிர்ப்பையும் துப்பாக்கிச் சத்தத்தையும் கேட்டு பயந்து வாசலுக்கு ஓடிவந்த ஆர்ப்பாட்டக்காரர்கள் கழகத்தவரால் மடக்கப்பட்டார்கள்.

அணுகுண்டு அய்யாவு ஆட்கள் அன்று உயிர் பிழைத்தால் போதும் என்ற நிலைக்கு ஆளானார்கள். திசை தெரியாமல் ஓடிய அவர்கள் அங்கங்கே மடக்கப்பட்டு தாக்கப்பட்டார்கள். அவர்களுக்கு ஆதரவாகச் சில பேர் வந்து சேர இரவு முழுவதும் அந்தக் கலவரம் நீடித்தது!

போலீஸ் என்ன செய்தது? பல திரைப்படங்களில் கடைசிக் காட்சியில் வந்து சேருவதுபோல விடியற்காலையில் வந்து நடிகவேளைப் பார்த்து "நீங்கள் பத்திரமாக இருக்கிறீர்களா" என்று குசலம் விசாரித்து விட்டுச் சென்றது.

மறுநாள் அதே தியேட்டரில் அதே நாடகம். போலீஸ் பந்தோபஸ் துடனும், கழக வீரர்கள் பாதுகாப்புடனும் முழுமையாக நடந்த போது எந்தச் சலசலப்பும் இல்லை. இரசிகர்களும் தியேட்டர் கொள்ளாத அளவிற்குத் திரண்டிருந்து பார்த்தார்கள்.

விருதுநகரில் திறந்தவெளி அரங்கத்தில் நாடகம். ஆயிரக்கணக்கான இரசிகர்கள் அமர்ந்து ஆர்வத்தோடு பார்த்துக் கொண்டிருக் கிறார்கள். சில காட்சிகள் ஓடிவிட்டன. அந்த நேரத்தில் ஒரு இன்ஸ்பெக்டர் இரு போலீஸாருடன் உள்ளே வந்தார். மேடைக்கு முன்னே வந்து நின்று ராமன் வேடத்தில் நின்ற நடிகவேளைப் பார்த்து ஆங்கிலத்தில் படபடவென்று பேசினார்.

நடிகவேள் சட்டென்று கையமர்த்தி "தமிழ்ல பேசுங்க! நீங்க என்ன சொல்றீங்கன்னு ஜனங்களுக்குத் தெரியணுமில்லை" என்றார். அவருக்கு ஆங்கிலம் தெரியாது என்பது அங்கிருந்தவர்களுக்கு எப்படித் தெரியும்?

உடனே இன்ஸ்பெக்டர் "நாங்க அனுமதி தராமலே நீங்க நாடகம் போட்டிருக்கிங்க! அதனால...." என்று சொல்லும்போதே நடிகவேள் குறுக்கிட்டு "நீங்க டிக்கெட் வாங்கியாச்சா?" என்றார். இன்ஸ்பெக்டர் ஒரு கணம் தடுமாற நடிகவேள் "நாடகம் தொடங்கின பிறகு பாதியில் நிறுத்தறதே சட்டப்படி குற்றம். அதிலயும் நீங்க டிக்கெட் வாங்காம வந்திருக்கிங்க. பரவாயில்லை. மிச்ச நாடகத்தை உக்காந்து பாருங்க" என்று சொல்லிவிட்டு "டேய்! ஐயாவுக்கும் அவர் கூட வந்தவங்களுக்கும் சேர் எடுத்துப் போடு!" என்று சொல்லிவிட்டு உள்ளே சென்றார்.

மறுகணம் அவர்களுக்கு நாற்காலிகள் போடப்பட மூவரும் இறுதி வரை நாடகத்தைப் பார்த்துவிட்டு உள்ளே வந்து பாராட்டி விட்டும் சென்றார்கள்.

இதேபோல் கும்பகோணத்தில் ஒரு சுவையான நிகழ்ச்சி நடை பெற்றது. இராமாயண நாடகம் என அறிவிக்கப்பட்டு கொட்டகை போடப்பட்டு நாடகம் ஏற்பாடு செய்யப்பட்டிருந்தது. ஆனால் பக்தர்கள் சிலரின் கோரிக்கையை ஏற்று போலீஸ் இராமாயண நாடகத்தை நடத்தக் கூடாது என்று தடை விதித்தது. நடிகவேளா இதற்கெல்லாம் கட்டுப்படுபவர்! 'விபீஷண சரணாகதி' என்று பெயர் மாற்றி இராமாயண நாடகத்தைப் போட்டு விட்டார்.

நாடகம் தொடங்கியது. இரு காட்சிகள் அமைதியாக நடந்தன. மூன்றாவது காட்சியில் நடிகவேள் இராமன் வேடத்தில் வந்தவுடனே மக்களிடையே ஒரே உற்சாக வெள்ளம். ஆனால் அது சிறிது நேரம் தான் நீடித்தது. பாதிக் காட்சி நடந்து கொண்டிருக்கும்போதே போலீஸ் மேடையேறி அவரைக் கைது செய்தது.

மக்கள் ஆவேசமடைந்தார்கள். "போலீஸ் அராஜகம் ஒழிக! எங்கள் எம்.ஆர்.ராதாவைக் கைது செய்யாதே! மேடையை விட்டுக் கீழே இறங்கு" என்றெல்லாம் கூச்சலிட்டார்கள். மக்களைக் கடந்து அவரை அழைத்துச் செல்ல முடியுமா என்ற நிலை ஏற்பட்டது.

ஆனால் நடிகவேள் சிறிதுகூட பதட்டப்படவில்லை. மைக் அருகே வந்து நின்றார். மக்களைப் பார்த்துப் பேசினார். "ஏன் சத்தம் போட்றீங்க? இப்ப என்ன நடந்திடுச்சி?"

மக்கள் கூச்சலிட்டார்கள். "உங்களைக் கைது செய்ய விட மாட்டோம்".

"யாரைக் கைது பண்ணிட்டாங்க?"

"உங்களைத்தான்"

"என்னைத்தான்னா.... நான் யாரு?"

"நடிகவேள் எம்.ஆர். ராதா.."

"அதுதான் இல்லை.. இப்ப நான் ராமன்? நம்ப நோக்கமே ராமனைக் கைது பண்ணனுங்கறதுதானே? நம்ம விருப்பத்தை அவங்களே நிறை வேத்திட்டாங்க! இப்ப இங்கே ராமரைக் கைது பண்ணியிருக்காங்க. அப்புறம் என்ன?"

அடுத்த கணம் அந்த ஆவேசம் மாறி தியேட்டர் முழுவதும் சிரிப்பலை எழுந்தது. ஏன்? கைது செய்த இன்ஸ்பெக்டரும் தன்னை மறந்து சிரித்தார்.

நடிகவேள் "நீங்க யாரும் தடுக்காதீங்க. சத்தம் போடாதீங்க. இப்ப ராமராத்தான் கைதாகிப் போறேன். அப்புறம் எம்.ஆர். ராதாவா திரும்பி வந்துடுவேன்" என்றார். மறுகணம் கூட்டம் அமைதியாக வழிவிட்டது. போலீஸார் அவரை வேனில் ஏற்றி அழைத்துச் சென்றார்கள்.

நாங்களெல்லாம் அவருக்கு என்ன நேருமோ என்று இரவெல்லாம் வெகுநேரம் விழித்திருந்து பேசிக் கொண்டிருந்து விட்டு மேடை யிலேயே படுத்து விட்டோம். காலையில் அவர் குரல் "என்னடா இது? நம்ம பசங்களெல்லாம் இன்னும் தூங்கிகிட்டிருக்காங்க! அடுத்த ஊருக்குப் போக வேண்டாமா?" என்று கேட்டது. பரபரப்போடு எழுந்து சூழ்ந்து கொள்ள "என்னடா பாக்கறிங்க! அவனுங்க என்னைக் கைது பண்ணதில சட்ட சிக்கல் நிறைய இருக்கு. அது தெரியாம வந்து கைது செய்துட்டாங்க. இப்ப அவனுங் களுக்கே பதில் சொல்ல வேண்டிய நிலைமையை உண்டாக்கிட்டு நான் வந்திருக்கேன். வாங்க புறப்படலாம்" என்றார். அடுத்த ஊருக்கு அங்கிருந்தே புறப்பட்டோம்.

இராமாயணம் நாடகம் ஏற்படுத்திய பரபரப்பு அடங்குவதற்கு முன்பே நடிகவேள் அவர்கள் தசாவதாரம் என்ற நாடகத்தை ஒற்றைவாடைத் தியேட்டரில் அரங்கேற்றினார். புராணம் சொல்லும் தசாவதாரக் கதைகள்தான். ஆனால் நல்லவர்களான அசுரர்களை ஒவ்வொரு அவதாரத்திலும் திருமால் எப்படிச் சூழ்ச்சி செய்து கொன்றார் என்பதுபோல் கதை செல்லும். இருப்பினும் இராமாயணம் அளவிற்கு தசாவதாரம் நாடகம் நடக்கவில்லை. பரபரப்பையும் ஏற்படுத்தவில்லை.

தசாவதாரம் பத்துக் கதைகளின் தொகுப்பானதால் நடிகவேள் பாற்கடல் கடையும் கதையில் மோகினியாகவும், பிரகலாதன் கதையில் இரணியனாகவும், பின்னர் இராமன், கண்ணன் ஆகிய கதாபாத்திரங்களிலும் வருவார். இப்படி நடிகவேள் ஒரு மையக்

கதாபாத்திரமாகத் தொடர்ந்து வராமல் துண்டு துண்டாக அவ்வப் போது வந்தது ரசிகர்களுக்குத் திருப்தியை ஏற்படுத்தவில்லை. கீமாயணம் என்ற பெயரில் இராமாயணம் நாடகம் பற்றி அறிந்திருந்தவர்களுக்குக் கூட தசாவதாரம் நாடகமாக நடத்தப் பட்டது பற்றித் தெரியவில்லை.

இந்த நாடகத்தில் பிரகலாதனாக நடித்தவர் உடல்நல பாதிப் பிற்கு ஆளாகி ஊருக்குச் சென்றுவிட்ட நிலையில் அந்த வேடத்தை நான் பாடம் செய்து வைத்திருந்த காரணத்தால் அதைப் போடக் கூடிய வாய்ப்பு எனக்கு அமைந்தது.

இரணியன் சூரனைப் பிளக்கும் காட்சியில் உன் நாராயணன் இந்தத் தூணில் இருக்கிறானா? அந்தத் தூணில் இருக்கிறானா? என்றெல்லாம் மாறி மாறிக் கேட்க நான்கு தூண்களையும் மாறி மாறிக் காண்பித்துக் கேட்கும்போது நான் குரலைத் தாழ்த்தியும், உயர்த்தியும் வெவ்வேறு தொனியில் விடை தந்தேன். மேடையில் நடிக்கும்போதே அவர் அதை ரசித்தார் என்பது தெரிந்தது. உள்ளே வந்தவுடன் மற்ற நடிகர்கள் முன்னால் “அறிவு அந்த வேஷத்தை அருமையா செய்யறான்டா. இனிமே தொடர்ந்து அவனே செய் யட்டும்” என்றார். கம்பெனி நடிகர்கள் அத்தனை பேரும் “ராதா அண்ணன் வாயால இப்படிப் பாராட்டு வாங்கறது ரொம்ப சிரமம். இதுக்கு மேல ஒரு பாராட்டு உனக்கு வேற எதுவுமேயில்லை” என்றார்கள்.

நடிகவேளின் மறுபக்கம்

நடிகவேளைப் பற்றிக் கூறும்போது பொதுவாக அவர் கடுமை யானவர். கோபம் வந்தால் என்ன பேசுவார் என்று சொல்ல முடியாது என்று சொல்வார்கள். அவையெல்லாம் உண்மைதான் என்றாலும் அவரது மறுபக்கம் மிகவும் ஆச்சரியமானது. அன்புக் குரியவர்களிடம் மிக இனிமையாக்ப பேசுவார். இயல்பாகப் பழகு வார். அதற்கு உதாரணமாக என்னோடு சம்பந்தப்பட்ட ஒரு நிகழ்ச்சியைக் குறிப்பிடுகிறேன்.

அதற்கு முன்னால் அவர் என்னிடம் அன்பு கொண்டிருந்ததற்கான காரணத்தைச் சொல்ல வேண்டும். ஏதேனும் புதிய நாடகங்கள்

போடும்போது அதற்குரிய வசனங்களை அவர் தங்குமிடங்களுக்குச் சென்று படித்துக் காட்டுவேன். கேட்டுக் கேட்டுத்தான் மனப்பாடம் செய்வார். அவருக்குப் படிக்கத் தெரியாது.

இதை நான் சன் டி.வி. வணக்கம் தமிழகம் நிகழ்ச்சியிலேயே சொல்லிவிட அதனால் ஒரு விவாதமே ஏற்பட்டு விட்டது. ராதாரவி அவர்கள் "அவர் சொன்னது சரிதான்" என்ற பிறகுதான் ஓய்ந்தது.

அத்தோடு புதிய நாடகத்தில் ஏதேனும் ஓரிடத்தில் அவர் வசனம் தடைப்பட்டால், எங்கேயிருந்தாலும் ஓடி வந்து அதை எடுத்துக் கொடுப்பேன். நடிகவேள் என்மீது அன்பு வைத்திருக்க இவை யெல்லாம் தான் காரணமாக அமைந்தன.

எங்கள் நாடகம் தினம் ஒரு ஊரில் என்று நடக்கும். ஒரு ஊரில் "ராதா கம்பெனி ஆளுங்கப்பா. நல்ல எடத்துல தங்க வையுங்க" என்று எல்லா வசதிகளும் உள்ள இடத்தில் தங்க வைப்பார்கள். ஒரு ஊரில் "கூத்தாடிப் பசங்கதானே! மரத்தடியில் தங்கிக்குவானுங்க... கண்டுக்காதீங்க..." என்பார்கள். அப்படித்தான் தங்கும்படி நேரும். நாடகம் முடிந்ததும் ரசிகர்கள் அமர்ந்து பார்ப்பதற்காகப் போடப் பட்ட பெஞ்ச்சுகளில் படுத்துக் கொள்வோம்.

சில ஊர்களில் இரண்டு நாட்கள், மூன்று நாட்கள் என நாடகம் நடக்கும். அப்படி விருதுநகரில் மூன்று நாட்கள் நாடகம் ஏற்பாடாகி யிருந்தது. மூன்றாம் நாள் நாடகம் முடிந்து மறுநாள் காலை 10 மணிக்குப் புறப்பட்டு அடுத்த ஊருக்குச் செல்லத் தயாராகிக் கொண்டிருக்கிறார்கள். நான் எந்த ஊருக்குச் சென்றாலும் காலை முதல் மதியம் வரை அங்கங்குள்ள வாசக சாலைகளுக்குச் சென்று படிப்பது வழக்கம். அன்று வேறு ஊருக்குப் புறப்பட வேண்டும் என்பதை மறந்து வாசக சாலைக்குச் சென்று விட்டேன்.

அப்பொழுதெல்லாம் நடிகவேள் ஸ்டுடிபேக்கர் காரில் வருவார். ஒரு மஞ்சள் வேனில் நடிகர்களும், பச்சை வேனில் நடிகையர்களும் வருவார்கள். புறப்படும் நேரத்தில் நடிகவேள் எங்கடா அவன்? என்று கேட்க, லைப்ரரிக்குப் போயிருப்பான் என்று உடனிருந்தோர் சொல்ல, அது எங்கே இருக்கிறது என கேட்டறிந்த நடிகவேள் நானே

போய் அழைச்சிகிட்டு வர்றேன். நீங்க போங்க என்று இரு வேன்களையும் அனுப்பிவிட்டு காரை ஓட்டிக்கொண்டு அந்த இடத்திற்கு வந்து விட்டார்.

நடிகவேள் எம்.ஆர்.ராதா வாசக சாலைக்குள் வருகிறார் என்றால் பரபரப்பு எப்படியிருக்கும். அத்தனை பேரும் வியப்போடு எழுந்து நிற்க, அதைக்கூட அறியாமல் நான் பொன்னியின் செல்வன் தொடரைப் படிப்பதில் மூழ்கியிருந்தேன். அவர் என் அருகில் வந்து நின்று 'அண்ணே!' என்று அழைக்க உஸ் என்று அடக்கிவிட்டுத் தொடர்ந்தேன். மீண்டும் அவர் புன்முறுவலோடு 'அண்ணே! உங்களைத்தான்' என்றதும் 'பேசாமயிரு' என தொடர்ந்தேன். அவர் என் தோளில் தட்டி, 'டேய் அறிவு!' என்று அவருக்கே உரிய முறையில் அழைக்க, அவர் வந்து நிற்பதைப் பார்த்துப் பதட்டத்துடன் எழுந்தேன். 'என்னடா!' என்று அவர் கேட்க, படித்துக் கொண்டிருந்த அதே உணர்வில் "வந்தியத்தேவன் குதிரையில் போய்க்கிட்டிருக்காண்ணே" என்றேன். அவர் சிரித்துக் கொண்டே "அடுத்த ஊர்லயும் அதே குதிரையில் போவாண்டா" என்றார். அதைப் பார்த்துக் கொண்டிருந்தவர்கள் கொல்லென்று சிரிக்க, நான் வெட்கத்தோடு சென்று வண்டியில் அமர்ந்தேன்.

நடிகவேளோடு இருந்த ஒவ்வொரு நாடக அனுபவமும் வாழ்நாளில் மறக்க முடியாதவையாகும். அவரது நாடகங்கள் ஒவ்வொன்றும் பகுத்தறிவுப் பாடம் நடத்தும் கலைக்களஞ்சியமாகும்.

❐

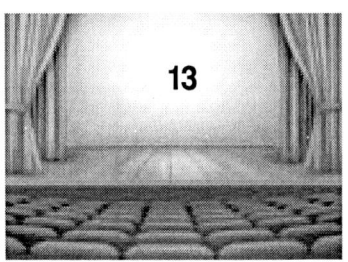

தன்னிகரற்றத் தலைவர், பன்முகக் கலைஞர்

“பார் போற்றும் படைப்பாளி, ஒய்வறியா போராளி, தமிழினக் காவலர், தன்னிகரற்றத் தலைவர்....” என்றெல்லாம் போற்றப்பட்ட கலைஞரின் சிறப்புகளை அவ்வளவு எளிதாக எழுதிவிட இயலாது. அண்ணாவின் பாதையில் தடம் பதித்த அவர் ஆற்றிய அரும்பணி களால் தமிழரின் தன்னிகரற்றத் தலைவராய் உயர்ந்தவர் கலைஞர்.

அரசுப் பணிகள், இயக்கப் பணிகள், திரைப்படப் பணிகள், பொது நலப் பணிகள் என இத்தனைக்கும் நடுவில் எப்படித்தான் அவருக்கு இவ்வளவு படைப்புகளை உருவாக்கும் அளவிற்கு நேரம் கிடைத்ததோ என வியக்கத் தோன்றுகிறது. நாள் தவறாமல் முரசொலிக்குக் கடிதம், பல்துறைக் கட்டுரைகள், நாவல்கள், சிறுகதைகள், கவியரங்கக் கவிதைகள் என எழுதிக் குவித்த கலைஞர் பல நாடகங்கள் எழுதியுள்ளார் என்பதைப் பார்க்கும்போது பிரமிக்கத் தோன்றுகிறது.

தமிழின் ஆற்றலைத் தமது எழுத்தால் வெளிப்படுத்திய கலைஞர் சமூக சீர்திருத்தக் கருத்துகளை எளிதாக மக்கள் மனதில் பதிய வைக்கும் கலைப் படைப்பாக நாடகத்தைக் கையாண்டார்.

*1944*ஆம் ஆண்டு 'பழனியப்பன்' என்ற தமது முதல் நாடகத்தை எழுதிய கலைஞர் அதைத் தொடர்ந்து "மணிமகுடம், மந்திரிகுமாரி, ஒரே ரத்தம், நானே அறிவாளி, வெள்ளிக்கிழமை, உதயசூரியன், அனார்கலி, சாம்ராட் அசோகன், தூக்குமேடை, நச்சுக் கோப்பை, சேரன் செங்குட்டுவன், சிலப்பதிகாரம், ராமாயணத்தைக் கேலி செய்வதற்காக எழுதிய பரதாயணம், காங்கிரசை நையாண்டி செய்வதற்காகவே எழுதிய திருவாளர் தேசியம் பிள்ளை" என பல நாடகங்கள் எழுதியுள்ளார்.

இப்படி எழுதப்பட்ட நாடகங்களில் சில திரைப்படங்களாகின. மந்திரிகுமாரி, மணிமகுடம், தூக்குமேடை ஆகியவற்றை அந்த வரிசையில் குறிப்பிடலாம். சில ஓரங்க நாடகங்களும் அப்படி இடம் பெற்றன. சேரன் செங்குட்டுவன், நச்சுக் கோப்பை, அனார்கலி முதலானவை அவ்விதம் இடம் பெற்றன. வீதியில் செல்வோர் பாடல்களைப் பாடியபடி செல்வது போல் கலைஞரின் வசனங் களைப் பேசியபடி சென்றனர். ஏதேனும் நடித்துக் காட்டு என்றால் வாய்ப்புக்காக வந்தவர் பேசிக் காட்டுவது கலைஞரின் வசனமாகத் தான் இருக்கும்.

கலைஞர் நாடகங்களுக்கும் அதைத் தொடர்ந்து திரைப்படங் களுக்கும் வசனம் எழுதிய அந்தக் காலகட்டத்தில் 'மணமகள்' என்ற பெயரில் கே.ஆர். ராமசாமி நடத்திக் கொண்டிருந்த நாடகத்தைப் படமாக்கத் தீர்மானித்தார் கலைவாணர்.

நாடகத்தைத் திரைப்படமாக்கும்போது இரண்டிலும் தேர்ச்சியுள்ள ஒருவர்தான் அதற்குப் பொருத்தமானவர் என்று யோசித்து அதற்குத் தகுதியான ஓர் எழுத்தாளரைத் தேடிக் கொண்டிருந்தார். 'மந்திரி குமாரி' என்ற படம் வெளியிடப்பட்டு வெற்றிகரமாக ஓடிக் கொண்டிருப்பதையும், அந்த நாடகத்தை எழுதிய கருணாநிதி என்ற இளைஞரே படத்திற்கும் எழுதியிருக்கிறார் என்பதையும் சொல்ல அவரே இதற்கு பொருத்தமானவர் என்று தீர்மானித்துக் கொண்டார்.

ஆனாலும் ஏதோ ஒரு தயக்கம். அதனால் சேலம் மாடர்ன் தியேட்டர்ஸில் தங்கியிருந்த கலைஞரிடம் மணமகள் நாடகத்தில்

வரும் ஒரு காட்சியைச் சொல்லி வசனம் எழுதி அனுப்பும்படி ஆளனுப்பி சொல்லியிருக்கிறார் கலைவாணர். அதன்படியே ஓரிரு நாட்களில் அதற்குரிய வசனங்களை எழுதி அனுப்பியிருக்கிறார் கலைஞர்.

கலைஞரின் வசன ஆற்றலைச் சோதிக்க முயன்றார் கலைவாணர் என்பதை அறியும்போது ஏற்படும் ஆச்சரியத்தை விட அதைப் பொருட்படுத்தாமல் அவ்விதமே எழுதியனுப்பினார் கலைஞர் என்பதுதான் மேலும் ஆச்சரியத்தை ஏற்படுத்துகிறது.

கலைஞரின் வசனத்தைப் படித்து மகிழ்ந்து போன கலைவாணர் உடனே அவரை சென்னைக்கு வரவழைத்து விட்டார். அப்போது நடந்த ஒரு நிகழ்ச்சி சுவையானதாகும்.

கருணாநிதி அற்புதமாகப் பேசும் ஆற்றல் படைத்தவர் என்று அண்ணாவே பாராட்டியிருந்தது கலைவாணர் மனதில் நிலை பெற்றிருந்தது. அதனால் ஒரு ரிகார்டு பிளேயரை கலைஞர் முன் வைத்து "நான் இந்த ரிகார்டை ஆன் பண்றேன்... ஏதாவது பேசு..." என்றார் கலைவாணர்.

கலைஞர் "எதைப் பற்றிப் பேச வேண்டும்? ஏதாவது தலைப்புக் கொடுங்கள்" என்றார்.

"எதைப் பத்தியாவது பேசய்யா! அண்ணாவே உன் பேச்சைப் பத்தி பாராட்டினதால அதைக் கேக்கணும்னு ஆசை. அதனால உன் விருப்பப்படி நீ எதைப்பத்தி வேணும்னாலும் பேசு" என்றார் கலைவாணர்.

கருணாநிதி "எதைப் பற்றிப் பேச?" என்பதையே தலைப்பாகக் குறிப்பிட்டுப் பேசத் தொடங்கினார்.

"திருவள்ளுவரின் பெருமையைப் பேசவா? அவர் வகுத்த அறத்துப்பாலின் சிறப்புப் பற்றிப் பேசவா? இளங்கோவடிகளைப் பற்றிப் பேசவா? அவர் இயற்றிய சிலப்பதிகாரத்தைப் பற்றிப் பேசவா? அதில் வரும் புகார் காண்டம், மதுரை காண்டம், வஞ்சிக் காண்டம்... மூன்றினுள் எதைப் பற்றியேனும் பேசவா? புற நானூற்றைப் பற்றிப் பேசவா? அகநானூற்றைப் பற்றிப் பேசவா?

கலிங்கத்துப்பரணி பற்றிப் பேசவா? அதில் இடம் பெறும் குலோத்துங்க சோழன் பற்றிப் பேசவா? பாரதியைப் பற்றிப் பேசவா? அவர் பாடிய குயில் பாட்டு பற்றிப் பேசவா?"

இப்படிப் பேசத் தொடங்கி தமிழில் இலக்கியப் பரப்பு முழுவதையும் கலைவாணரின் கண்முன்னே கொண்டு வந்து நிறுத்தி விட்டார் கலைஞர்.

பிரமித்துப் போன கலைவாணரும், கலைஞரும் வாழ்நாள் முழுதும் இணைபிரியா நண்பர்களாக இருந்தார்கள்.

"நாடகத்தின் மீது உங்களுக்கு எப்படி இவ்வளவு ஈடுபாடு?" என்று ஒருவர் கேட்டபோது கலைஞர் "நாடகம் போல விரைந்து மனமாற்றத்தை உண்டாக்கக் கூடிய ஆற்றல் வேறு எதற்கும் கிடையாது. அரசியல், சமூகக் கருத்துகளை பாகுபாடு இல்லாமல், தரம் தாழாமல் அள்ளித்தெளிப்பதற்கு நாடகம்தான் சரியான களம்" என்றார்.

கருணாநிதி என்ற பெயரையே மறைத்து கலைஞர் என்றாலே அவர்தான் எனும் பெருமையைப் பெறக் காரணமாகயிருந்ததும் ஒரு நாடகம்தான். கலைஞர் எழுதிய நாடகங்களிலேயே மிகவும் குறிப்பிடத்தக்கது தூக்குமேடை. ஏனென்றால் நடிகவேள் எம்.ஆர்.ராதா அவர்களுக்காகவே எழுதப்பட்ட அந்த நாடகம்தான் அவருக்கு அந்தப் பட்டத்தைப் பெற்றுத் தந்தது.

அபிநய சுந்தர முதலியார் மிகவும் வைதீகர். ஒரு கல்வி நிறுவனத்தின் உரிமையாளர். அவர் செய்யும் தவறுகளை சுட்டிக்காட்டி அவரை எதிர்க்கும் மாணவர் தலைவன் பாண்டியன். அவன்மேல் வீண் பழி சுமத்தி தூக்குமேடைக்கு செல்லும்படிச் செய்து விடுவார் முதலியார். அதனால் மனம் குமுறிய அவன் காதலி கத்தியால் குத்தி அவரைக் கொன்று விடுவார். அபிநய சுந்தர முதலியாராக நடிகவேள் நடிக்க பாண்டியனாகக் கலைஞர் நடித்தார்.

நாடகத்தைப் பெரியார் தலைமையில் அரங்கேற்றம் செய்தார் எம்.ஆர். ராதா. கலைஞர் நடிக்கயிருப்பதைப் பெருமைப்படுத்தும் வகையில் இரண்டு புரட்சி நடிகர்கள் நடிக்கும் தூக்குமேடை என

தஞ்சை முழுதும் விளம்பரம் செய்ய வைத்தார். நாடகம் சிறப்பாக நடைபெற்று வெற்றி பெற்றது. 1946-ஆம் ஆண்டு நடந்த அந்த நாடகத்தின் வசூல் தொகையை நாடகாசிரியருக்கான சன்மானமாக பெரியார் கையால் கொடுக்கச் செய்தார் நடிகவேள்.

இந்த நாடகத்தில் அரிய கருத்துகளை மிக எளிதாகப் புரியும்படி எழுதியிருப்பார் கலைஞர். பாண்டியனை அழைத்தவரச் சொல்லி அவனோடு விவாதம் புரிவார் முதலியார். அப்போது அவர் "அது என்னடா பேரு... பாண்டியன்னு! ஒரு ஆதிகேசவலு, குஞ்சிதபாதம், இப்படி அழகான பெயர்களை வச்சிக்கலாமில்லை?" என்பார். அதைப் பற்றி இருவருக்கும் விவாதம் நடக்கும்.

"ஐயா! தாங்கள் சொன்ன பெயர்களின் பொருளைத் தாங்கள் சிந்தித்ததுண்டா?"

"ஏன் சிந்திக்கணும்? அதல என்ன தப்பு இருக்க?"

"ஆதி என்றால் என்ன?"

"முதலாவதுன்னு அர்த்தம். முதன்மையானவனே...ன்னு அர்த்தம்"

"கேசம் என்றால்?"

"தலைமுடின்னு அர்த்தம்".

"முதல் தலைமுடின்னு வருதோ..? அப்ப அது வேண்டாம். குஞ்சிதபாதத்துக்கு என்ன குறை?"

"குஞ்சிதம் என்றால் என்ன?"

"யானை. யானையைப் போன்றவனேன்னு தானே வருது!"

"பாதம் என்றால்?"

"காலு..."

"ஓஹோ... யானைக்காலு...ன்னு வருதோ! அப்போ அந்தப் பேரும் வேண்டாம்..."

இப்படி விவாதம் நடக்கும் இந்தக் காட்சிதான் ஒருமுறை விவகாரமான காட்சியாக ஆனது.

அண்ணாவும் நடிகவேளும் மிகவும் நெருங்கிய நண்பர்கள்தான் என்றாலும், அவர்களுக்குள் அவ்வப்போது கருத்து வேறுபாடுகள் ஏற்படுவதுண்டு. அண்ணா மீது அதுபோல் நடிகவேள் கோபம் கொண்டிருந்த நேரம் அது. அன்றைய காலகட்டத்தில் அண்ணாவைத் தளபதி என்று குறிப்பிடுவது வழக்கம். அதை மனதில் கொண்டு, அண்ணாவைச் சார்ந்து நின்ற கலைஞரிடம் நடிகவேள் இப்படிக் கேட்டார்.

"ஏண்டா! என்னமோ உங்க தலைவனைப் பத்தி தளபதி தளபதிங்கறிங்களே... அவன் எந்தப் போர்க்களத்துக்கு போனான்...? யார் கூட சண்டை போட்டு ஜெயிச்சான்? எதுக்காக அப்படிச் சொல்றீங்க?"

ஒரு கணம் கூடத் தாமதிக்கவில்லை கலைஞர். உடனே அதற்கு விடை சொன்னார்.

"வீணை மீட்டப்படாமலே இருந்தாலும் விருப்பப்படும்போது அதை மீட்டினால் நாதம் பிறக்கத்தான் செய்யும். வாள் யாரையும் வெட்டாமல் இருந்தாலும், தேவைப்படும்போது வெட்டினால் எதிரியின் தலை சாயத்தான் செய்யும்? அதேபோல் தான் அவசியம் வரும்போது எங்கள் தலைவரும் தளபதிக்குரிய பொறுப்பை ஏற்றுக் களத்திற்குச் செல்வார். எதிரிகளை வெல்வார்!"

இப்படிச் சொன்னவுடனே அரங்கத்தில் ஏற்பட்ட ஆரவாரம் அடங்க வெகுநேரம் ஆனது. நடிகவேள் அயர்ந்து போய் அதைப் பற்றிப் பேசுவதை விடுத்து வழக்கமான வசனங்களைப் பேசினார். அதற்குப் பிறகு வெகு விரைவில் அண்ணாவும் நடிகவேளும் இயல்பு நிலைக்கு வந்து விட்டார்கள்.

கருணாநிதியின் எழுத்தாற்றலைச் சிறப்பிக்க வேண்டும் என்று நினைத்த எம்.ஆர்.ராதா, அறிஞர் கருணாநிதி எழுதி நடிக்கும் தூக்குமேடை என சுவரொட்டி விளம்பரம் செய்ய வைத்தார். அண்ணா மீது பேரன்பு கொண்ட கருணாநிதி அவர்களால் அதை ஏற்றுக்கொள்ள முடியவில்லை. அறிஞர் என்றால் அண்ணாதான். அதை என் பெயருக்கு முன்னால் போட்ட நாடகத்தில் நான் இனி நடிக்க மாட்டேன் என்று கூறிவிட்டார்.

நடிகவேள் கருணாநிதியின் உணர்வு நியாயமானதுதான் என ஏற்றுக் கொண்டு, இனி இவ்விதத் தவறு நேராது என வாக்குறுதி தர, அவர் நடிக்க வந்தார். பட்டுக்கோட்டை அஞ்சாநெஞ்சன் அழகிரிசாமி தலைமையில் அன்றைய தூக்குமேடை நாடகம் நடைபெற்றது.

அன்றுதான் நடிகவேளின் ஆலோசனைப்படி பட்டுக்கோட்டை அழகிரிசாமி கருணாநிதிக்கு "கலைஞர்" என்ற பட்டத்தைக் கொடுத் தார். இதே பட்டுக்கோட்டை அழகிரிசாமிதான் எம்.ஆர்.ராதாவிற்கு 'நடிகவேள்' என்ற பட்டத்தைத் தந்தார்.

அன்று கொடுக்கப்பட்ட அந்த கலைஞர் என்ற பட்டம்தான் இன்று வரை நிலை பெற்றிருக்கிறது. இனி என்றென்றும் நிலைபெற்றிருக்கும்.

கலைஞர் எஸ்.எஸ்.ராஜேந்திரனின் எஸ்.எஸ்.ஆர். நாடக மன்றத்துக் கென எழுதிய நாடகம் மணிமகுடம். கொடுங்கோல் மன்னன் எப்படியிருப்பான் என்பதையும், அதனால் பாதிக்கப்படும் மக்கள் நிலையையும் அற்புதமாகச் சொன்ன நாடகம் இது. அந்தணர்களின் ஆலோசனைப்படி ஏழை மக்கள் வாழும் பகுதியை இடித்துத் தள்ளிவிட்டு அங்கு ஒரு கோயில் கட்டுவது என்று தீர்மானிக்கிறான் மன்னன். இதை எதிர்த்து மக்கள் புரட்சி வெடிக்கிறது. அதன் தலைவனாக எஸ்.எஸ்.ராஜேந்திரன் அற்புதமாக நடித்தார். இது திரைப்படமாகவும் வந்து வெற்றி பெற்றது.

கலைஞரின் புகழ்பெற்ற நாடகங்களில் குறிப்பிடத்தக்கது மந்திரி குமாரி. ஐம்பெருங்காப்பியங்களில் ஒன்றான குண்டலகேசியை அடியொற்றி எழுதப்பட்ட இலக்கியப் படைப்பு. நாட்டில் நடக்கும் கொள்ளைகளுக்கு காரணமான கள்வர் தலைவனை, தனது வீரத்தால் பிடித்து அரசவையில் நிறுத்துகிறான் தளபதி. ஆனால் அந்தக் கள்வர் தலைவனிடம் மனதைப் பறி கொடுத்த மந்திரிகுமாரி அவனைக் காப்பாற்றுகிறாள். ஆனால் அவனோ நன்றி மறந்து அவளை மலை உச்சிக்கு அழைத்துப்போய் கீழே தள்ளிக் கொன்று விட முயற்சிக்கிறான். அதையறிந்த அவள் அவனையே கொன்று விட்டுத் தன் தவறுக்குப் பிராயச்சித்தம் தேடிக் கொள்கிறாள்.

கலைஞரின் நாடகமென்றால் அவரது வசனங்களே அதன் உயிர்நாடி யாகும். அவரது புகழ்பெற்ற ஓரங்க நாடகங்களிலிருந்து சிலவற்றைக் காண்போம். நாடகத்தில் இடம் பெற்ற இந்த வசனங்கள் பின்னர் திரைப்படங்களிலும் ஒலித்தனயென்றாலும் நாடக வசனங்கள் என்ற முறையிலேயே சிலவற்றை இங்கு காணலாம்.

நச்சுக்கோப்பை நாடகத்தில்...

கிரீட் : ஏதன்ஸின் எழுச்சிமிக்க சிங்கமே! எங்கள் தங்கமே! கிரேக்கப் பெரியாரே! உம்மையும் எம்மையும் இந்த நச்சுக்கோப்பை பிரிக்கப் போகிறதா? அய்யகோ! நினைக்கவே நெஞ்சு தடுமாறு கிறதே! நண்பா! கடைசியாக எனக்கு ஏதாவது சொல்.

சாக்ரடீஸ் : புதிதாக என்ன சொல்லப் போகிறேன்? உன்னையே நீ அறிவாய்! எதையும் ஏன் எப்படி என்று கேள். அப்படிக் கேட்டதால் தான் சிலைவடிக்கும் சிற்பி சிந்தனைச் சிற்பியாக மாறினேன். அவர் சொன்னார்... இவர் சொன்னார்...என்று கேட்டு தடுமாற்றம் அடைய வேண்டாம்! எவர் சொன்ன சொல்லானாலும் உன் இயல்பான பகுத்தறிவால் எண்ணிப் பார்ப்போம். இதைத்தான் நான் உனக்கும் இந்த உலகத்துக்கும் சொல்ல விரும்புகிறேன். இந்த நச்சுக்கோப்பையின் விளிம்பில் பகுத்தறிவுக் கருத்துகளை உதிர்த்த இந்த சாக்ரடீஸின் உதடுகள் பதியப் போகின்றன. அதன் பிறகு சாக்ரடீஸ் என்று அழைக்கப்படும் இந்த உடல், உயிர் எல்லாமே அதனதன் தொடர்பை அறுத்துக் கொண்டு வாழ்க்கையெனும்

தொடர்கதைக்கு முற்றுப்புள்ளி வைத்துவிடும். ஆனால் இது இத்தோடு போய் விடாது. என்னைப் போன்று பல சாக்ரடீஸ்கள் தோன்றிக் கொண்டே இருப்பார்கள்.

சேரன் செங்குட்டுவன் நாடகத்தில்...

சேரன் : கனக விஜயர்களே! நன்றாக இருக்கிறது உங்கள் போர்த் திறமை! முதுகு காட்டுவது, முக்காடு போடுவது, மறைந்திருந்து தாக்குவது, மகான்போல் மாறுவது. இவைதான் உங்கள் வீரமா? இதற்கு பதில் சொல்லுங்கள். புராணத்திலே தேவாசுர யுத்தம் எவ்வளவு நாள் நடந்தது?

கனகன் : பதினெட்டு ஆண்டுகள்

சேரன் : இராம ராவணப் போர்?

விஜயன் : பதினெட்டு மாதங்கள்

சேரன் : பாரதப் போர்?

கனகன் : பதினெட்டு நாட்கள்

சேரன் : நினைவில் நிறுத்திக் கொள்ளுங்கள். சேரன் செங்குட்டுவன் வடநாட்டில் நடத்திய போர் பதினெட்டே நாழிகையில் முடிந்து விட்டது.

அனார்கலி நாடகத்தில்...

சலீம் : அனார்! அனார்! மறைந்துவிட்டாயா? மாசற்ற ஜோதி மழையே! பெண்ணின் பெரும் பொருளே! பேரழகின் பிறப் பிடமே! என் கண்களில் படாமல் உன் கட்டழகை கல்லறைக்குள் மறைத்து விட்டார்களா மாபாவிகள்? காதலுக்கு ஓர் எடுத்துக் காட்டே! கவிஞர்களும் தொடுத்திட இயலாக் கற்பனை ஆரமே! சிரித்துச் செழித்த உன் சிங்கார முகத்தை எரித்துக் கெடுக்க வேண்டாமென்று கல்கொட்டி மூடினரோ கல்லினும் கொடிய மனமுடையோர்?

கலைஞரின் வசனங்கள் நாடகத் தமிழுக்கே தரப்பட்ட கொடை! தமிழ் உள்ளவரை கலைஞர் புகழ் நிலைத்திருக்கும்.

நாடகக் கலையின் மீது கலைஞருக்கு இருந்த ஈடுபாட்டிற்கு சுதந்திரப் பொன் விழாவில் நடந்ததைக் குறிப்பிட்டாலே போதும். அப்போது முதல்வராகயிருந்த கலைஞரே நாடகக் காவலர் ஆர்.எஸ். மனோகரோடு தொடர்பு கொண்டு கடற்கரையில் நடக்கயிருக்கும் விழாவில் விடுதலை வீரர்கள் பற்றிய நாடகம் நடத்துங்கள் என்று கூறி விட்டார். மனோகர் அவர்கள் அதை எழுதும் வாய்ப்பை எனக்குத் தந்தார்.

சுதந்திர வீரர்கள் எனும்போது பலரது வரலாறு இரு இரு காட்சி களாக இடம் பெற வேண்டும் என கருதி கட்டபொம்மன், மருது பாண்டியர், வ.உ.சிதம்பரனார், சுப்ரமண்ய சிவா, வாஞ்சிநாதன், சர்தார் வேதரத்தினம் பிள்ளை, திருப்பூர் குமரன் ஆகியோரின் வரலாற்றிலிருந்து முக்கியமான சம்பவங்களை எழுதினேன். பாடங்கள் தரப்பட்டு ஒத்திகைகளும் நடந்து கொண்டிருந்தன. கலைஞர் முன்னிலையில் நாடகம் என்பது உறுதியாகி விட்டது. இன்னும் சில நாட்களே இருந்தன.

அந்த நிலையில் முதல்வர் அவர்கள் மனோகருடன் தொடர்பு கொண்டு சுதந்திர வீரர்கள் வரிசையில் கட்டக் கருப்பணன் சுந்தரலிங்கம் வரலாறு அவசியம் வரவேண்டும். சேர்த்துக் கொள்ளுங்கள் என்று சொல்லி விட்டார். அதன்படியே சேர்த்தோம்.

1997- ஆகஸ்ட் 15-ஆம் நாள் சுதந்திரப் பொன்விழா நிகழ்ச்சிகள் கடற்கரையில் சிறப்பாக நடைபெற்றன. அதன் உச்சகட்டமாக நாடகம் தொடங்க இருந்தது. அப்போது முன்வரிசையில் வந்து அமர்ந்த முதல்வர் கலைஞர் ஒருவரை அனுப்பி மனோகரிடம் காலை முதல் தொடர்ந்து நிகழ்ச்சிகளில் பங்கு கொண்டதால் சோர்வாக இருப்பதாகவும் முதலில் கட்டக் கருப்பணன் காட்சி களைப் போட்டு விட்டால் பார்த்துவிட்டுப் போய் விடுவதாகவும் சொல்ல வைத்தார். வரிசைப்படியே அதுதான் முதல் கதை என மனோகர் சொல்லியனுப்பினார்.

நாடகம் தொடங்கி கட்டக் கருப்பணன் சுந்தரலிங்கம் காட்சிகள் நடைபெற்றன. எனதருமை நண்பர் திருஞானம் சுந்தரலிங்கம் வயிறு கிழிந்து குடல் வெளிவந்த நிலையில் அதைத் துண்டால் கட்டிக்

கொண்டு போர் புரிந்து கட்டபொம்மனைக் காப்பாற்றும் காட்சியில் அவரது வாழ்நாளிலேயே அப்படி நடித்ததில்லை எனும்படி மிகவும் உணர்ச்சிகரமாக நடித்தார்.

முதல் கதையைப் பார்த்துவிட்டுச் சென்று விடுகிறேன் என்று சொன்ன முதல்வர் கலைஞர் அவர்கள் நாடகம் நிறைவடையும் வரை இருந்து பார்த்துவிட்டு மனோகர் அவர்களையும், என்னையும் அழைத்துவரச் சொல்லிப் பாராட்டினார். "அளவான வசனங்கள்! ஆழ்ந்த கருத்துகள்!" என்று அவர் குறிப்பிட்டுப் பாராட்டியதைத் தான் நாடகப் பணியில் எனக்குக் கிடைத்த மணிமகுடமாகக் கருதுகிறேன்.

கலைஞரின் மனோகரா வசனத்தைப் பேசி கலையுலகில் புகுந்து அவரைப்போல் எழுத வேண்டும் என்ற ஆவலில் நாடகாசிரியன் ஆனவன் நான்!

பின்னர் அவரது ரோமாபுரப் பாண்டியன், தென்பாண்டிச் சிங்கம் ஆகிய இரு நாவல்களும் தொடர்காட்சித் தொடர்களாக கலைஞர் தொலைக்காட்சியில் வந்தபோது அவரோடு இணைந்து வசனம் எழுதும் வாய்ப்பு அமைந்தது. அந்த தொடர்களில் வசனம் உதவி - கே.பி. அறிவானந்தம் என பெயர் போடப்பட்டது.

கலைஞரின் வசனத்தைப் பேசி கலையுலகிற்கு வந்த நான் கலைஞருக்கே உதவியாளனாகயிருந்து வசனம் எழுதினேன் என்பது எனக்குக் கிடைத்த பெரும் பேறல்லவா?

❐

நடிப்புக் கலையின் சிகரம்
நடிக்க வருவோர்க்கு அகரம்

வானத்திலே எத்தனையோ நட்சத்திரங்கள் உண்டு. இருந்தாலும் துருவ நட்சத்திரம் ஒன்றுதான் மாலுமிகளுக்கு வழிகாட்டும் நட்சத்திரமாக விளங்குகிறது. அதேபோல், திரையுலகில் பல நட்சத்திரங்கள் உண்டு. ஆனாலும் சிவாஜி கணேசன் ஒருவர்தான் நடிக்க வருவோர்க்கு வழிகாட்டும் துருவ நட்சத்திரமாக விளங்கு கிறார்.

எத்தனை விதமான வேடங்கள் உண்டோ அத்தனையும் ஏற்று அவற்றில் சிகரமாக விளங்கும் சிவாஜி கணேசன் வி.சி.கணேசனாக யிருந்து சிவாஜி கணேசனாக மாறிய நிகழ்ச்சியை முன்பே பார்த் தோம். இத்தகைய உன்னதமான நடிப்பாற்றலுக்கு வழிவகுத்தது நாடகமே என்பதால் அவரது நாடக வரலாற்றைப் பார்ப்போம்.

சிறுவயதில் வீட்டைவிட்டு ஓட்டம் பிடித்தவர்கள் என்று பலருண்டு. அப்படி ஓடிப்போய் நாடகக் கம்பெனியில் சேர்ந்தவர்தான் கணேசன். திருச்சி சங்கிலியாண்டபுரத்தில் அவர்கள் குடும்பம் இருந்தது. தாய் ராஜாமணி அம்மாளிடம் மிகுந்த பக்தியும், பாசமும் கொண்டவர் கணேசன். தாய், தந்தை, மூன்று அண்ணன்கள் என உள்ள

குடும்பத்தை விட்டுப் பிரிந்து சென்று திருச்சியில் முகாமிட்டிருந்த யதார்த்தம் பொன்னுசாமி பிள்ளையின் மதுரை ஸ்ரீ பாலகான சபாவில் நான் தாய் தந்தை இல்லாத அனாதை என்று சொல்லி சேர்ந்து விட்டார்.

அவர் சேர்ந்த நேரம் அந்தக் கம்பெனி திருச்சியிலிருந்து திண்டுக்கல்லுக்குச் சென்று முகாமிட இருந்த நேரமாக அமைந்தது. அங்கு இவருக்கு முன்பே பக்கத்து வீட்டுக்காரரான ராதா கிருஷ்ணன் வந்து சேர்ந்திருந்தார். வி.சி. கணேசன் எப்படி சிவாஜி கணேசன் ஆனாரோ, அதேபோல் ராதாகிருஷ்ணன் பின்னாளில் காகா ராதாகிருஷ்ணன் என்று பெயர் பெற்றார்.

ஏழு வயதுச் சிறுவனான கணேசனுக்குக் கம்பெனியில் கொடுக்கப் பட்ட முதல் வேடம் பால சீதை. திண்டுக்கல்லில் அந்த வேடத்தில்,

"யாரென இந்தப் புருஷனை
அறிகிலேனே"

என பாடி, அதற்குத் தகுந்தபடி நடனமாடி நடிக்க வேண்டும். அதைக் கற்றுக் கொண்டு முதன் முதலாக மேடையேறிய கணேசன் மேடையில் அதில் ஒரு சிறு தவறும் நேராமல் சிறப்பாக நடித்து பாராட்டப்பட்டார்.

பரதன் வேடம் போடும் பையனுக்கு உடல் நலமில்லாத நிலை ஏற்பட, அதை முழுமையாகப் பாடம் செய்திருந்த கணேசன் நான் போடுகிறேன் என்று சொல்ல கம்பெனி பொறுப்பாளர்கள் தயங்கி னார்கள். இருப்பினும் அவசரத்துக்கு வேறு வழியில்லை என நடிக்க அனுமதித்தார்கள்.

அதற்குப் பின் அழகிய பெண்ணாக வந்து ராமலட்சுமணரை மயக்க முற்படும் யௌவன சூர்ப்பனகை. அதன்பின் இந்திரஜித் என ஒரே நாடகத்தில் நான்கு வேடங்கள் போடக் கூடியவரானார் கணேசன்.

பொதுவாக நாடகங்களில் பெண் வேடம் போட்டவனுக்கு நிஜ வாழ்க்கையிலும் நடக்கும் விதம், உட்காரும் விதம், பேசும் விதம் எல்லாவற்றிலுமே பெண்மை வந்துவிடும். அதிலிருந்து அவர்களால் தங்களை மாற்றிக் கொள்ள முடியாது. ஆனால் கணேசன் பெண்

வேடமும் அதே நாடகத்தில் ஆண் வேடமும் போடத் தொடங்கியதால் அத்தகைய நிலை ஏற்படவில்லை. அதனால்தான் மனோகரனின் தாய் பத்மாவதியாக நாடகத்தில் நடித்து ரசிகர்களைக் கலங்க வைத்த கணேசன், மனோகரனாகத் திரைப்படத்தில் நடித்துக் கலக்கினார்.

நாடகத்தில் பரதனாக நடித்த அனுபவம்தான் பிற்காலத்தில் சம்பூர்ண ராமாயணம் படத்தில் பரதனாக நடித்து அனைவரையும் வியக்கச் செய்தது. மாமேதை இராஜாஜி இராமாயணத்தை முழுமையாய் பார்த்துவிட்டு "நான் பரதனைக் கண்டேன்" என்றாரென்றால் அதைவிடப் பெருமை வேறென்ன வேண்டும்?

அன்றைய நாடகக் கம்பெனிகள் குருகுலமாகத் திகழ்ந்தன என்பதை சிவாஜி கணேசன் அவர்களே தமது வரலாற்றில் பதிவு செய்திருக்கிறார். பிள்ளைகள் பத்து மணிக்குத் தொடங்கும் நாடகத்தில் நடித்து விட்டு வந்து இரண்டு மணிக்குத்தான் உறங்குவார்களாதலால் காலை ஏழு மணிக்குதான் எழுப்புவார்கள். குளித்துவிட்டு வந்தவுடன் நடக்கும் பூஜையில் கட்டாயம் பங்கு கொள்ள வேண்டும். காலை டிபனுக்குப் பின் முதலில் பாட்டு, அடுத்து நடனம், அடுத்து அன்று நடக்கயிருக்கும் நாடகத்திற்கான ஒத்திகை. மதிய உணவிற்குப் பின் கட்டாயம் உறங்கியே தீரவேண்டும். இல்லாவிட்டால் அடி விழும். மாலை எழுந்து மீண்டும் நீராடி நாடகம் நடக்கும் கொட்டகைக்குச் செல்ல வேண்டும்.

இப்படிப்பட்ட குருகுல வாசம் புரிந்து நடனம் கற்றதால்தான் பாட்டும் பரதமும் முதலான பல படங்களில் அற்புதமாக நடன மாடினார் கணேசன். திருவிளையாடல் படத்தின் இடைவேளைக் காட்சியில் ஆடும் ருத்ர தாண்டவத்தை மறக்க முடியுமா?

இப்படி யதார்த்தம் பொன்னுசாமி கம்பெனியில் இருந்த கணேசன் தனது மூத்த அண்ணன் திருஞான சம்பந்தம் இறந்துவிட்டார் என்பதையே சில மாதங்களுக்குப் பின்னர்தான் அறிந்தார். இரண்டாவது அண்ணன் இறந்தபோதும் அருகிலில்லை. நடிகனின் வாழ்க்கை அப்படித்தான்.

பன்னிரண்டு வயது சிறுவனாகிவிட்ட கணேசன் "கதரின் வெற்றி" என்ற நாடகத்தில்,

கதர் கப்பல் கொடி தோன்றுதே
கரம்சந்த் மோகன்தாஸ் சுதேசி (கதர்)

என்ற பாடலைக் கொடியை ஏந்தியபடி பாடிக்கொண்டு வர மக்கள் கைத்தட்டி ஆரவாரம் செய்வார்கள். பரமக்குடியில் நாடகம் நடந்தபோது முன் வரிசையில் வந்து அமர்ந்திருந்த காமராஜர் அதைக் கைதட்டிப் பாராட்டியதைக் கண்டு மகிழ்ந்த கணேசன் பிற்காலத்தில் தான் அவரது அணுக்கத் தொண்டராக மாறி அவரோடு இணைந்து பணிபுரியப் போகிறோம் என்று நினைத்திருப் பாரா? அவரது வரலாறு அறிந்த அனைவரும் பிற்காலத்தில் அவ்விதம் நடந்ததை அறிவார்களே!

அதன்பின் ஓரிரு கம்பெனிகளில் பணியாற்றி அங்கெல்லாம் போது மான வசூலாகாத நிலையில் பாதிப்புக்கு ஆளான கணேசன் வீட்டிற்கு வந்து இனி நாடக வாழ்க்கையே வேண்டாம் என தீர்மானித்து திருச்சி ஸ்ரீரங்கம் டிரான்ஸ்போர்ட் என்ற பஸ் கம்பெனியில் மெக்கானிக்காக வேலை பார்த்தார் என்றால் நம்ப முடிகிறதா? ஆனால் அப்படித்தான் நடந்தது.

இருப்பினும் நடிப்பே ஒரு வடிவமாக மாறிவிட்ட கணேசனால் எவ்வளவு காலம் அப்படி இருக்க முடியும்? ஒருநாள் அங்கு வந்து கணேசனைக் கண்ட ஒரு நண்பன் ‘ஏண்டா! நீ எவ்வளவு பெரிய ஆக்டர்! இப்படி இரும்பைத் தூக்கிப் பிடிச்சிகிட்டு மெக்கானிக் வேலையா பாத்துக்கிட்டிருக்கே! வாடா, கம்பெனிக்குப் போகலாம்’ என்று அழைத்தான். ஆனால் தாயாருக்கு மகனை மீண்டும் அனுப்ப விருப்பமில்லை. அப்போது கணேசன் “அம்மா! அரிதாரம் பூசிப் பழகினவனுக்கு ஒரு வேலையும் ஒத்து வராது. ஜனங்களுக்கு முன்னாடி சத்தம் போட்டு பேசி நடிச்சி அவுங்க கைத்தட்டலைக் கேட்டு மகிழ்ந்தவனுக்கு மெக்கானிக் வேலை பொருந்தி வராது” என்றெல்லாம் எடுத்துச் சொல்லி அம்மாவை சமாதானப்படுத்தி விட்டுப் புறப்பட்டார். அதன் பிறகு அவரது கலைப் பயணம் தடை யின்றித் தொடர்ந்தது.

அப்போது பொன்னுசாமிப் பிள்ளையின் பாலகான சபா வேறொருவர் பொறுப்பில் ஏற்றுக் கொள்ளப்பட்டு மங்கள கான

சபா எனும் பெயரில் நடந்தது. அங்கு சென்று சேர்ந்த கணேசன் அந்தக் குழு கும்பகோணத்திலிருந்து சென்னைக்கு வந்தபோது தானும் வந்தார். அங்கு நாடகங்களுக்குப் போதுமான வசூல் இல்லாமல் பாதிக்கப்பட்ட நிலையில் கலைவாணர் தன் பொறுப்பில் கம்பெனியை எடுத்துக் கொண்டார். கணேசன் இப்பொழுது என்.எஸ்.கே. நாடகக் கம்பெனியின் நடிகர்களில் ஒருவரானார். கம்பெனி அவர் பொறுப்பில் வந்ததையறிந்ததும் எங்கெங்கோ நடித்துக் கொண்டிருந்த கே.ஆர். ராமசாமி, டி.வி. நாராயணசாமி, எஸ்.வி.சகஸ்ரநாமம் ஆகியோர் அதில் வந்து இணைந்தார்கள். ரத்னாவளி, மனோகரா போன்ற நாடகங்கள் மறுபடியும் நடத்தப் பட்டன. கணேசன் மீண்டும் பெண் வேடங்களில் நடிக்க வேண்டிய கட்டாயம் ஏற்பட்டது.

இந்தக் காலகட்டத்தில்தான் லட்சுமிகாந்தன் கொலை வழக்கு வந்து கலைவாணரும், பாகவதரும் சிறைக்குச் சென்றார்கள். என்.எஸ்.கே. நாடகக் கம்பெனியை யார் பொறுப்பில் விடுவது என்பதில் எஸ்.வி.சகஸ்ரநாமத்திற்கும், கே.ஆர். ராமசாமிக்கும் இடையில் போட்டி ஏற்பட்டது. மதுரம் அம்மையார் சகஸ்ர நாமத்திடம் ஒப்படைத்தார். கே.ஆர். ராமசாமி கோபித்துக் கொண்டு தனியே சென்று விட்டார். இங்கு சிலர் - அங்கு சிலர் என்று பிரிந்தார்கள். கலைவாணர் சிறைக்குச் சென்ற நேரத்தில் கம்பெனியைக் காக்க ஒன்றுபட்டு நிற்காததால் கம்பெனி இரண்டாக உடைந்தது.

நடிகவேள் எம்.ஆர். ராதா அவர்கள் "கலைன்னு என்னடா அர்த்தம்? கலைஞ்சி போ. ஒத்துமையா இருக்காதேன்னு அர்த்தம். அதனால தாண்டா இதுக்கு கலைன்னு பேர் வெச்சான்?" என்பார். அதற்கு உதாரணமாக விளங்கியது அந்த நிகழ்ச்சி. அதில் கே.ஆர். ராமசாமி பக்கம் இணைந்து அவரோடு காஞ்சிக்குச் சென்றார் கணேசன். கே.ஆர். ராமசாமி அண்ணாவின் அபிமானத்தைப் பெற்ற கழக நடிகர் என்பதால், அவர்கள் அனைவரையும் திராவிடநாடு பத்திரிகை அலுவலகத்தில் தங்கச் செய்தார் அண்ணா.

அந்த 1946-ஆம் ஆண்டில்தான் ஏழாவது சுயமரியாதை மாநாடு நடந்தது. அதில்தான் அண்ணா எழுதிய சிவாஜி கண்ட இந்து

சாம்ராஜ்யம் நாடகம் நடந்தது. அதைப் பார்த்துவிட்டுத் தான் பெரியார் வி.சி கணேசனுக்கு சிவாஜி என்ற பெயரைத் தந்து சிவாஜி கணேசனாக்கினார். இவற்றை முன்னரே பார்த்தோம்.

இதற்குப் பின் கே.ஆர்.ராமசாமி தஞ்சைக்குச் சென்று கிருஷ்ணன் நாடக மன்றம் என்றே தொடங்கி மனோகரா நாடகத்தை நடத்தினார். அவர் மனோகரனாக நடிக்க கணேசன் பத்மாவதியாக நடித்தார். சில மாதங்களுக்குப் பின் அங்கிருந்து சென்று சத்தி நாடக சபாவில் இணைந்தார் கணேசன். சத்தி நாடக சபா நாடகங்களில் நடித்துக் கொண்டிருக்கும்போதுதான் கணேசனுக்கு பராசக்தி படத்தில் நடிக்கும் வாய்ப்பு வந்தது.

ஒருவருடைய திறமை சிறப்புக்குரியதாகயிருந்தால் அது வெளிப்படு வதற்குரிய வாய்ப்பு எந்த வகையிலாவது வந்தே தீரும் என்பதற்கு சிவாஜி கணேசன் வரலாற்றில் நடந்த இந்தச் சம்பவமே சான்றாகும்.

சத்தி நாடக சபா நாடகங்கள் வேலூரில் நடந்து கொண்டிருந்த பொழுது பி.ஏ. பெருமாள் அவர்கள் அடிக்கடி வந்து நாடகங்கள் பார்த்திருக்கிறார். அவர் மனதில் இவரது நடிப்பாற்றல் ஆழமாகப் பதிந்து விட்டது. ஏ.வி.எம். ஸ்டுடியோவின் படங்களுக்கெல்லாம் அவர்தான் விநியோகஸ்தராக (Distributor) இருந்தார். தேவி நாடக சபா நடத்திக் கொண்டிருந்த பாவலர் பாலசுந்தரம் எழுதிய "பராசக்தி" நாடகத்தைப் பார்த்த அவருக்கு அதைப் படமாக்க வேண்டும் என்ற எண்ணம் ஏற்பட்டது. அதன் கதாநாயகனான குணசேகரன் வேடத்தில் ஒரு புதுமுக நடிகனைப் போட வேண்டும் என்ற எண்ணம் தோன்றியவுடனே கணேசனைப் பற்றிய நினைவும் வந்துவிட்டது.

சிவாஜி கணேசன் ஏ.வி.எம். ஸ்டுடியோவில் பராசக்தி படத்தில் நடித்த நேரத்தில் பலரது அவமதிப்புகளுக்கு ஆளாகியிருக்கிறார். "என்னப்பா இந்த புதுப் பையன் சக்ஸஸ்னு சொல்லச் சொன்னா சக்தத்துங்கறான்" என்றார் ஒரு சவுண்டு இன்ஜினியர். "என்னய்யா இந்தப் பையன் மீன் மாதிரி வாயைத் திறக்கிறான்" என்றார் ஒருவர். "என்ன இவன் ரொம்ப ஒல்லியா இருக்கானே. சினிமாவுக்கு ஒத்து வருவானா?" என்றார் மற்றொருவர். "அந்தப் பையன் முகம் குதிரை

மூஞ்சி மாதிரி இருக்கு'' என்றார் வேறொருவர். இதெல்லாம் பெரிதில்லை. பல புதிய கலைஞர்களை உருவாக்கிய ஏ.வி.எம். அவர்களே ''எதுக்குய்யா இவனையெல்லாம் போட்டு விஷப் பரீட்சை பண்றிங்க?'' என்று கேட்டிருக்கிறார்.

இத்தகைய அவமானங்களால் நொந்து போய் தனியே சென்று ஓ....வென்று அழுதிருக்கிறார் சிவாஜி கணேசன். ஏ.வி.எம். ஸ்டுடியோவில் உள்ள வேப்ப மரங்களெல்லாம் நான் விட்ட கண்ணீரில்தான் வளர்ந்தன என தனது சுயசரிதையில் சொல்கிறார் சிவாஜி கணேசன் என்றால் எத்தகைய மன உளைச்சலுக்கு அவர் ஆளாகியிருக்க வேண்டும்?

இவ்வளவு தூரம் கடுமையான விமர்சனங்கள் வைக்கப்படட போதும் பி.ஏ.பெருமாள் அவர்கள் மனம் மாறவில்லை. ''என்ன ஆனாலும் கணேசனை வைத்துத்தான் படத்தை எடுப்பேன்'' என்று கூறி விட்டார். இரண்டாண்டு காலம் படப்பிடிப்புத் தொடர்ந்தது. 1952-ஆம் ஆண்டு படம் ரிலீஸானது. ஒரே நாளில் சிவாஜி கணேசன் புகழ்பெற்ற சினிமா நடிகரானார். அடுத்தடுத்து வந்த திரைப்படங்கள்

மூலம் நடிப்பின் இமயம் எனப்பட்டார். இந்திய அரசு பத்மஸ்ரீ, பத்மபூஷண் விருதுகளைத் தந்தது. பிரெஞ்சு அரசு செவாலியே விருது தந்தது. எகிப்து அரசு ஆசிய ஆப்பிரிக்க திரைப்பட விருதைத் தந்து கௌரவித்தது. அமெரிக்க அரசு நயாகராவின் ஒருநாள் மேயராக்கி தங்கச்சாவி கொடுத்து நடிப்பின் சிகரத்துக்குக் கிரீடம் சூட்டியது.

இந்த அளவிற்கு உச்சத்தைத் தொட்டுவிட்ட போதும் நாடகத்தின் மீது இருந்த ஆர்வம் சிவாஜி கணேசனுக்கு ஒருபோதும் குறைந்ததில்லை. அதனால் சிவாஜி நாடக மன்றம் என்று தொடங்கினார். அதன் மூலம் அவரது நெடுங்காலக் கனவு நிறைவேறியது. அது கட்டபொம்மனாக நடிப்பதுதான்.

சிறுவயதில் கம்பளத்தார் கூத்து என்பதில் கட்டபொம்மனைப் பார்த்த அவர், என்றேனும் கட்டபொம்மனாக நடிக்க வேண்டும் என்ற ஆர்வத்தினாலேயே நாடகத் துறைக்கு வந்த அவர், கட்டபொம்மன் நாடகத்தை அரங்கேற்றி நடத்தத் தொடங்கினார். அதில் அவர் பேசும் வசனங்கள் ஒவ்வொன்றும் பலராலும் பல இடங்களில் பேசிப் பேசித் திளைக்கச் செய்தன.

"கிஸ்தி! திறை! வரி! வட்டி! வானம் பொழிகிறது...பூமி விளைகிறது. உனக்கு ஏன் கொடுப்பது கிஸ்தி? எங்களோடு வயலுக்கு வந்தாயா? ஏற்றம் இறைத்தாயா? நீர் பாய்ச்சி நெடுவயல் நிறையக் கண்டாயா? நாத்து நட்டாயா? களை பறித்தாயா? கழனிவாழ் உழவருக்கு கஞ்சிக் கலயம் சுமந்தாயா? அங்கு கொஞ்சி விளையாடும் எம்குலப் பெண்களுக்கு மஞ்சள் அரைத்துப் பணிபுரிந்தாயா? அல்லது மாமனா? மச்சானா? மானம் கெட்டவனே! எதற்குக் கேட்கிறாய் வரி? யாரைக் கேட்கிறாய் திறை? போரடித்து நெற்குவிக்கும் மேலைநாட்டு உழவர் கூட்டம் உன் பறங்கியர் உடல்களையும் போரடித்து தலைகளை நெற்கதிர்களாகக் குவித்துவிடும்! ஜாக்கிரதை!"

இப்படிச் சத்தி கிருஷ்ணசாமியால் எழுதப்பட்ட வசனங்கள் கட்டபொம்மன் சிவாஜியிடமிருந்து வெளிப்பட்ட போது பேசு பவரை மட்டுமல்ல; கேட்பவரையும் உடல் சிலிர்க்கச் செய்தது.

அதில் நடிக்கும்போது அடிவயிற்றிலிருந்து வசனங்களைப் பேசுவதால் வாயில் ரத்தம் கொப்பளிக்கும். அதனால் தன்னை நாடக முடிவில் பாராட்ட வருபவர்களைக்கூட தவிர்க்க வேண்டிய கட்டாயம் ஏற்படும்.

கட்டபொம்மன் நாடகத்தைப் பார்த்த ராஜாஜி மக்கள் முன் நாட்டுக்குத் தேவையான நல்ல கருத்துகளை இந்த நாடகத்தின் மூலம் சொல்கிறார்கள். இதையெல்லாம் ஜீரணிப்பதற்கு உங்களுக்குத் திராணி இருக்கிறதா! என்று பேசி சிவாஜி கட்ட பொம்மனாகவே மாறிவிட்டான் என வாழ்த்தினார். கட்டபொம்மன் நாடகம் பின்னர் படமாக வந்து பெரும் பரபரப்பை ஏற்படுத்தியதை அனைவரும் அறிவார்கள்.

வழக்கமாக சில நாடகங்களிலும் படங்களிலும் பிராமணர்கள் பேசும் மொழியை நகைச்சுவைக்காகப் பயன்படுத்துவார்கள். சிவாஜி கணேசன் "நீங்களெல்லாம் பிராமின் பாஷையை காமெடி யாகத்தான் பேசுறீங்க. நான் அதைப் பேசி அழ வைக்கிறேன்" என்றார்.

அதன்படியே வியட்நாம் வீடு நாடகத்தில் பல இடங்களில் கண் கலங்க வைத்தார். தான் ஆஸ்பத்திரிக்குப் போக வேண்டிய நேரத்தில்

ஹார்ட் பேஷண்ட்டான மாமியாரிடம் வீட்டுப் பத்திரத்தைக் கொடுத்துவிட்டு "நீ முந்திட்டா நோக்கு - நான் முந்திட்டா நேக்கு" என்பார். காண்பவர் கண்கள் கலங்கிவிடும். அந்த நாடகத்தை எழுதிய சுந்தரம் அதன் வெற்றியால் வியட்நாம் வீடு சுந்தரம் ஆனார்.

அடுத்து "தங்கப்பதக்கம்" என்ற நாடகத்தை அரங்கேற்றினார். கடமை தவறாத போலீஸ் அதிகாரியான எஸ்.பி.சௌத்ரி, தனது மகன் நாட்டுக்குத் துரோகம் செய்ய முனைகிறான் என்றறிந்து அவனைச் சுட்டுக் கொன்றுவிட்டு கதறி அழும் காட்சியில் அனை வரையும் உருகச் செய்து விடுவார்.

களம் கண்ட கவிஞன் என்ற நாடகம் இலக்கியச் சிறப்பிற்குச் சான்றாகத் திகழ்ந்தது. தஞ்சைவாணன் பக்கம் பக்கமாக எழுதிக் குவித்திருந்த வசனங்களை மிக இயல்பாகப் பேசி வியக்க வைத்தார் சிவாஜி கணேசன்.

அகிலனின் நாவல்களில் மிகச் சிறந்த சரித்திர நாவலான வேங்கை யின் மைந்தன் நாடகமாக்கப்பட்டது. அதன் மூலம் மக்கள் இராஜேந்திர சோழனையே நேரில் பார்த்ததுபோல் பிரமித்தார்கள்.

மற்றும் நாகநந்தி, பகல் நிலா, ஜஹங்கீர், தேன்கூடு, நீதியின் நிழல் ஆகிய நாடகங்களும் சிவாஜி நாடக மன்றத்தின் நாடகங்களாக நடத்தப்பட்டன. நூற்றுக்கணக்கான திரைப்படங்களில் நடித்துக் கொண்டும், காமராஜரின் தொண்டராக மாறி அவரைத் தொடர்ந்து சென்று அரசியல் பணிகளில் ஈடுபட்டுக் கொண்டும் இருந்த சிவாஜி கணேசன் அவர்களால் எப்படி இவ்வளவு நாடகங்களில் நடிக்க முடிந்தது என்பது ஆச்சரியமாகயிருக்கிறது.

நடிப்பே அவர் மூச்சாக, நாடக மேடையே அவரது தேகமாக அமைந்து விட்டதால் அவரால் அதையெல்லாம் சாதிக்க முடிந்தது. அதனால்தான் அவர் நடிப்புக் கலையின் சிகரமாகவும், நடிக்க வருவோர்க்கு அகரமாகவும் திகழ்கிறார்.

❐

சகஸ்ரநாமம் - சேவாஸ்டேஜ் இரண்டல்ல; ஒன்றே

சகஸ்ரநாமம் என்று சொன்னாலே சேவாஸ்டேஜ் என்ற பெயர் அதனோடு சேர்ந்து ஒலிக்கும். அந்த அளவிற்கு அதனோடு ஒன்றிப் போனவர். அதுவாகவே மாறிவிட்டவர். தமிழ் நாடக உலகில் சேவாஸ்டேஜின் பங்களிப்பு தனித்துவம் வாய்ந்தவை.

இத்தகைய அற்புதமான நாடக மன்றத்தை உருவாக்கிய சகஸ்ரநாமம் எப்படிப்பட்டவர்? சுமார் 13 வயதிலேயே நாடகத் துறைக்கு வந்து விட்டவர். அதன் பிறகு அதுவும் அவரை விடவில்லை. அவரும் அதை விடவில்லை.

சிறுவயதிலேயே டி.கே.எஸ். சகோதரர்களின் ஸ்ரீ பால சண்முகானந்த சபையில் சேருவதற்காக வந்திருந்த சகஸ்ரநாமத்திடம் பெற்றோர் களின் அனுமதியில்லாமல் பிள்ளைகளைச் சேர்ப்பதில்லை என்ற மூத்தவர் டி.கே.சங்கரன் அவர்கள் "நீ சென்று உன் அப்பாவிடம் உன்னை கம்பெனியில் சேர்த்துக் கொள்ளலாம் என்பதற்கு கடிதம் வாங்கி வா" என்று சொல்லி அனுப்பி விட்டார். வீட்டுக்குத் தெரியாமல் நாடக ஆசையில் ஓடி வந்தவரல்லவா சகஸ்ரநாமம்? இப்போது என்ன செய்வார்? தந்தையின் ஒப்புதல் கடிதம் கொடுத்தது

போல் தாமே எழுதிக் கொண்டு வந்து கொடுத்து கம்பெனியில் சேர்ந்து கொண்டார்.

சில நாட்களுக்குப் பின் மூத்தவர் சகஸ்ரநாமத்தின் தந்தைக்குக் கடிதம் எழுதி பிள்ளை இங்கு நடிகராயிருக்கிறார் என்பதைத் தெரிவித்தார். பிள்ளை எங்கு போனானோ என தவித்துக் கொண்டிருந்த பெற்றோர் கையில் கடிதம் கிடைத்ததும் சும்மா இருப்பார்களா? மறுநாளே சகஸ்ரநாமத்தின் தந்தை அங்கு வந்து நின்றார். பையன் நாடக வாழ்வில் ஈடுபடுவதில் அவருக்கு விருப்பம் இல்லை. கையோடு அவனை அழைத்துச் செல்ல முயன்றார். சகஸ்ரநாமம் பிடிவாதமாக அவரோடு போக மறுத்துவிட்டார். மூத்தவர் நாடகக் கலையில் ஈடுபாடு கொண்டுவிட்ட பிள்ளையை என்னதான் நீங்கள் பூட்டி வைத்தாலும் மீண்டும் ஓடத்தான் பார்ப்பான். அதைவிட இப்படியே விட்டு வைத்தால் வேண்டிய கல்வியையும் கற்று நாடகத்திலும் புகழ் பெறுவான் என்றார். சகஸ்ரநாமம் தந்தையின் பூரண சம்மதத்தோடு கம்பெனியில் நிலைபெற்றார்.

இவ்வளவு ஆர்வத்தோடு சேர்ந்து நாடகங்களில் நடித்துக் கொண்டிருந்த சகஸ்ரநாமம். பால பருவத்திலிருந்து இளைஞன் எனும் தோற்றத்துக்குரியவராக மாறிக் கொண்டிருந்த நேரத்தில் தூக்கில் தொங்கி மடிய இருந்தார் என்றால் நம்ப முடிகிறதா? ஆனால் அப்படி நடந்தது.

தேசிய உணர்வு மேலோங்கியிருந்த ஒரு காலகட்டத்தில் தேசபக்தி என்ற ஒரு நாடகத்தை டி.கே.எஸ். நாடக மன்றம் தயாரித்தது. வெ.சாமிநாத சர்மா என்பவர் எழுதிய பாணபுரத்து வீரன் என்ற நாடகத்தைத்தான் தேசபக்தி என்று பெயர் மாற்றித் தயாரித்தார்கள். தேசியப் பாடல்களை இயற்றுவதில் புகழ் பெற்று விளங்கிய பாஸ்கர தாஸ் உணர்ச்சி மிகுந்த பாடல்களை இயற்றித் தந்திருந்தார் அத்தோடு மகாகவி பாரதியின் பாடல்களும் இணைந்தன.

அந்த நேரத்தில் தான் பகவத்சிங், ராஜகுரு, சுகதேவ் ஆகியோர் தூக்கிலிடப்பட்டு நாடே கொந்தளித்துக் கொண்டிருந்தது. நாடகத்தில் வாலீசன் எனும் கதாபாத்திரம் மன்னனுக்கு எதிராகப் பேசியதும் தூக்கிலிடப்படுவதாக ஒரு காட்சி இடம் பெற்றது. அதை

பகவத்சிங்காகவே பார்த்தனர் மக்கள். அந்த வேடத்தில் எஸ்.வி. சகஸ்ரநாமம் நடித்தார்.

தூக்கிலிடப்படும் காட்சியில் சுருக்குக் கயிற்றைக் கழுத்தில் மாட்டிக் கொண்டு அதனோடு இருக்கும் இரும்புக் கொக்கியைத் தனது இடுப்பிலே கட்டப்பட்டிருக்கும் மற்றொரு கயிற்றில் மாட்டிக் கொள்ள வேண்டும். அப்படிச் செய்தால்தான் அவர் தொங்கும் போது அவர் உடல் பாரத்தை இரும்புக் கொக்கித் தாங்கிக் கொள்ளும் கழுத்துச் சுருக்கு இறுக்காது.

வாலீசனாக நடித்த சகஸ்ரநாமம் உணர்ச்சிப் பிழம்பாகயிருந்ததால் தூக்குமேடையில் நின்று ஆவேசமாகப் பேசிவிட்டுக் கயிற்றைக் கழுத்தில் மாட்டிக் கொண்டார். ஆனால் ஒத்திகையில் பலமுறை செய்து பார்த்தபடி இரும்புக் கொக்கியை இடுப்புக் கயிற்றில் மாட்டிக் கொள்ளத் தவறிவிட்டார். தூக்குமேடைப் பலகையை இழுக்கும் காவலனாக நின்ற நடிகர் அதைக் கவனிக்காமல் பலகையை இழுத்து விட்டார்.

வாலீசன் அந்தரத்தில் தொங்கினார். மெய் மறந்திருந்த சபையோர் 'பகவத்சிங்கிற்கு ஜே' என்று கோஷமிட்டார்கள். திரைமறைவில் நின்றிருந்த டி.கே.சண்முகம் அவர்கள் சகஸ்ரநாமத்தின் குரல் வித்தியாசமாகக் கேட்டதை உணர்ந்து நிலைமையை உடனே புரிந்து கொண்டு ஓடினார். படுதா! படுதா! என்று கத்தி திரையை விடச் செய்ய மற்றவர்களும் ஓடிவர அவரை இறக்கி கழுத்துச் சுருக்கை அகற்றினர். சகஸ்ரநாமம் பிர்க்ஞை இழந்தவராக மயங்கிக் கிடந்தார். அவரது கை கால்களை நீவி முதலுதவி செய்ய அரைமணி நேரத்திற்குப் பிறகு அவருக்கு உணர்வு வந்தது.

எஸ்.வி. சகஸ்ரநாமம் அவர்கள் என்.எஸ்.கே. நாடக மன்றத்தின் நிர்வாகியாகப் பல்லாண்டு காலம் பணிபுரிந்து கலைவாணர் லட்சுமி காந்தன் கொலைவழக்கில் சிறை சென்றிருந்த நேரத்திலும் மன்றத்தை நடத்திப் பாதுகாத்தார் என்பதை முன்பே கண்டோம்.

சகஸ்ரநாமம் கலைவாணர் நாடக மன்றத்துக்கு வந்து சேர்வதற்குக் காரணமாகயிருந்தது ஒரு போலீஸ் கேசு தான்.

அந்த நேரத்தில் கந்தசாமி செட்டியார் என்பவரிடம் வேலை பார்த்துக் கொண்டிருந்த அவர் அவரது பட விஷயமாக ஒருவரை சந்திக்கக் காரில் போய்க் கொண்டிருந்தார். வழியில் ஒரு பெரியவரை இடித்துத் தள்ளி விட்டார் என்றாலும் அவரே அந்தப் பெரியவரைக் கொண்டு சென்று மருத்துவமனையில் சேர்த்து சிகிச்சைக்கும் ஏற்பாடு செய்துவிட்டார்.

ஆனால் இதன் குறுக்கே போலீஸ் நுழைந்து இதற்குக் கேஸ் பதிவு செய்யாமலிருக்க வேண்டுமானால் நூற்றைம்பது ரூபாய் கொடுக்க வேண்டும் என்று சொல்லி லைசென்ஸை வாங்கி வைத்துக் கொண் டார்கள். உடனே ஓடிச் சென்று செட்டியாரிடம் சொல்லி பணம் கேட்க அவர் தர மறுத்து விட்டார்.

அப்போது என்.எஸ்.கிருஷ்ணன் அங்கு வருகிறார் என்பதையறிந்து சென்று அவரிடம் நடந்ததைச் சொல்ல, அவர் தேவையான பணத்தை உடனே தந்ததோடு "நீ ஏன் கண்டவன் கிட்டெயெல்லாம் வேலை பார்க்கறே? நம்ம கம்பெனிக்கு வந்துடு. எல்லா பொறுப்பை யும் எடுத்துகிட்டு வேலை பாரு" என்று கூறிவிட்டார்.

கலைவாணர் என்.எஸ்.கிருஷ்ணன் அவர்களின் நாடக மன்றத்தைப் பொறுப்பேற்று நடத்தி பல அரிய படைப்புகளைத் தந்த எஸ்.வி. சகஸ்ரநாமம் அவர்கள், கலைவாணரின் மறைவுக்குப் பின் பல திரைப்படங்களில் மிகச் சிறந்த குணச்சித்திர வேடங்களைத் தாங்கி நடித்து புகழ் பெற்றாலும், நாடகமும் தமது வாழ்வின் இலட்சியம் என சேவாஸ்டேஜ் நாடக மன்றத்தைத் தொடங்கினார். அதன்பின் அவர் வேறு, நாடக மன்றம் வேறு என்ற நிலை இல்லாமல் அதனோடு ஒன்றிப் போனார்.

பிரபல திரைப்பட நடிகராக விளங்கிய முத்துராமன், வி.கோபால கிருஷ்ணன், ஏ.கே. வீராச்சாமி, கம்பர் ஜெயராமன், எ. வீரப்பன் (பல திரைப்படங்களுக்கு நகைச்சுவைப் பகுதிகளை அமைத்துத் தந்தவர், கே. விஜயன் (இயக்குநர்), தனபால், டி.சம்பங்கி, பி.ஆர்.துரை, பிரபாகர், மணிநாதன், தேவிகா, சாந்தினி, காந்திமதி, என்.என்.லட்சுமி என அத்தனைப் பேரும் கலைச் சமுத்திரத்தில் மூழ்கி எடுக்கப்பட்ட முத்துக்களாக மிளிர்ந்தனர். சேவாஸ்டேஜ்

நாடகங்களில் இவர்கள் போட்டி போட்டுக் கொண்டு நடித்தார்கள். அதனால்தான் அவை ஒவ்வொன்றும் ஒவ்வொரு வகையில் சிறப்புப் பெற்று விளங்கின.

மிகச் சிறந்த இலக்கியவாதிகளாக இருந்தாலும் நாடகத்தின் பக்கம் வராமலிருந்த சில படைப்பாளிகளைக் கொண்டு நாடகம் எழுத வைத்து அவர்களுக்கும் புகழ் தந்து தானும் புகழ் பெற்றார் சகஸ்ரநாமம். அப்படி அவரால் நாடகாசிரியரானவர் களில் தி.ஜானகிராமன், கு.அழகிரிசாமி, பி.எஸ். ராமையா, கோமல் சுவாமிநாதன் ஆகியோர் குறிப்பிடத்தக்கவர்கள்.

தி.ஜானகிராமன் எழுதிய "வடிவேலு வாத்தியார்" என்ற நாடகம் ஓர் ஆசிரியர் சமுதாயத்திற்கு எந்த அளவிற்குத் தொண்டாற்றுகிறார். ஆனால் அதற்குரிய கௌரவத்தைத் தராமல் சமூகம் எப்படி அவர்களைப் புறக்கணிக்கிறது என்பதைப் பற்றி யதார்த்தமாக உருவாக்கப்பட்ட நாடகம். மிக மென்மையான ஏழ்மையில் குன்றிப் போன வாத்தியாராக சகஸ்ரநாமம் நடித்து பார்த்தவர் மனதை உருகச் செய்தார். தி. ஜானகி ராமன் எழுதிய நாலு வேலி நிலம் நாடகத்தில் பெற்ற வெற்றியைத் திரைப்படமாக வந்தபோது பெறவில்லை.

பி.எஸ். ராமையா எழுதிய 'போலீஸ்காரன் மகள்' காண்போரைக் கண்ணீர் சிந்த வைத்த நாடகம். நேர்மையே வடிவான போலீஸ் காரரின் மகள் ஒரு கயவனால் ஏமாற்றப்பட்டதையும், அதை யறிந்தும் சட்டப்படி ஏதும் செய்ய முடியாமல் போலீஸ்காரர் தவிப்பதையும் அற்புதமாகப் படம் பிடித்துக் காட்டிய நாடகம். சகஸ்ரநாமம் இதில் கண்டிப்பு மிகுந்த போலீஸ்காரராக நடித்தார். ஸ்ரீதர் இயக்கத்தில் படமாக்கப்பட்டு பெரும வெற்றியைக் கண்டது.

மற்றும் மல்லியம் மங்களம், பிரசிடெண்ட் பஞ்சாட்சரம், சுயம்வரம், சறுக்கு மரம், சத்திய தரிசனம், கண்கள், இருளும் ஒளியும் என பல நாடகங்கள் சேவாஸ்டேஜின் புகழுக்கு அணி சேர்த்தன.

இவற்றுள் 'கண்கள்' என்ற நாடகம் ரவீந்திரநாத் தாகூரின் 'பார்வை' என்ற கதையைத் தழுவியதாகும். தமிழ் நாடக வடிவம் கொடுத்தவர்

எ ன்.வி.ராஜாமணி. அவரே அடுத்த நாடகமாக "இருளும் ஒளியும்" என்ற நாடகத்தை எழுதினார்.

அந்த நேரத்தில் எம்.ஆர்.ஏ. என்று சர்வதேச அமைப்பு சென்னையில் இரு நாடகங்களை அரங்கேற்றியது. நாடகங்கள் ஆங்கில மொழியில் இருந்தாலும் அவர்களது தொழிற்திறமையால் அனைவரையும் வியக்க வைத்தார்கள். மேடையில் பகல் இரவாவது, காலைப்பொழுது விடிவது போன்றவற்றை ஒளி மாற்றத்தால் செய்து காட்டினார்கள். அதைப் பற்றி அறிந்த சகஸ்ரநாமம் இருளும் ஒளியும் நாடகத்தில் இந்த ஒளிமாற்றத்தைச் சாத்தியமாக்கிக் காட்டினார்.

இத்தகைய இயல்பான யதார்த்த நாடகங்களுக்கு இடையே சில இதிகாச, சரித்திர நாடகங்களையும் அவர் அரங்கேற்றினார். அவற்றுள் ஒன்றாக இதிகாசக் கதையை இப்படியும் அணுகமுடியும் என புதுமையான கண்ணோட்டத்தில் "தேரோட்டி மகன்" என்ற நாடகம் அரங்கேறியது.

என்னைத் தீண்டாதே!

மகாபாரதத்தில் வரும் கர்ணனின் கதை அந்த நாடகத்தில் மனதை நெகிழவைக்கும் வகையில் அமைக்கப்பட்டிருந்தது. கர்ணனுக்குத் திருமணம் நடந்து முதலிரவிற்கான அறைக்குள் நுழையும்போது ஆவேசமாக நிற்கிறாள் அவன் மனைவி. "தேரோட்டி மகனான நீ இராஜகுமாரியான என்னைத் தீண்டக்கூடாது" என்கிறாள். அவள் உணர்வை மதித்து அவனும் விலகி வாழ்கிறான். இது எவருக்கும் தெரியாது. ஒரு கட்டத்தில் தான் குந்திதேவியின் மகன் என்பதை அறிந்து கொண்ட அவன் மனைவியிடம் வந்து "நான் உயர்ந்த குலத்தில் பிறந்தவன்தான். என்னை ஏற்றுக்கொள்" என்கிறான். அவள் நம்ப மறுத்து அவமதிக்கிறாள். பதினேழாம் நாள் யுத்தத்தில் அவன் அர்ச்சுனனின் அம்பு பாய்ந்து வீழ்ந்திருக்க குந்திதேவி வந்து அவளே தன் மூத்த மகன் என்பதைக் கூற, இரு பக்கத்தவரும் அதிர்ச்சியடைகின்றனர். அவன் மனைவி ஓடிவந்து அவன் காலில் விழுந்து கதறி மன்னிப்புக் கோருகிறாள். பி.எஸ்.ராமையா அவர்களால் எழுதப்பட்ட இந்த நாடகம் நெஞ்சை விட்டு அகலாத காவியம்.

ஒரே நேரத்தில் இரு கம்பர்கள்

சேவாஸ்டேஜின் கவிச்சக்கரவர்த்தி கம்பர் ஓர் அற்புதமான இலக்கியப் படைப்பாக கு.அழகிரிசாமி எழுத்தில் உருவானது. இந்த நாடகத்தின் பாடங்கள் எழுதப்பட்டு நடிகர்களுக்கு பாடம் கொடுக்கப்பட்ட நாளில் குழுவினர் அனைவருமே கம்பர் வேடத்தை சகஸ்ரநாமம் ஏற்பார் என்றே எதிர்பார்த்தார்கள். ஆனால் அவர் கம்பர் ஜெயராமன் என்று சொல்லி அழைத்து அவருக்கு அந்தப் பாடத்தைக் கொடுத்தபோது அனைவருமே ஆச்சரியப்பட்டார்கள். மிகவும் புகழ் பெற்ற அந்த நாடகத்தின் மூலம்தான் ஜெயராமன் 'கம்பர் ஜெயராமன்' என்று பெயர் பெற்றார். எஸ்.வி. சகஸ்ரநாமம் அவர்கள் சடையப்ப வள்ளலாக நடித்தார்.

அவர் அந்த நாடகத்தை அரங்கேற்றிய அதே கால கட்டத்தில் என்.என். கண்ணப்பா கம்பராக நடிக்க இரா. பழனிச்சாமி எழுதிய கம்பர் நாடகம் ஒன்றும் உருவாகியது. கம்பரின் பாடல்களால் சில அற்புதங்கள் நிகழ்ந்ததாகச் சொல்லப்பட்டவைகளைக் காட்சி களாக்கி சுவையான நாடகமாக உருவாக்கியிருந்தார் பழனிச்சாமி.

ஒருவருக்கொருவர் மற்றவர் அதைத் தயாரிப்பது தெரியாமலே தொடங்கி ஒத்திகைகள் பார்க்கப்பட்ட நிலையில் அதைப் பற்றி அறிந்தார்கள். இருவருமே விட்டுவிட முடியாத நிலை ஏற்பட்டது. இரண்டுமே அரங்கேற்றமாகி அவரவருக்குள்ள தொடர்புகளுக்கு ஏற்ப வெற்றி நாடகங்களாகவே நடைபெற்றன.

பாஞ்சாலி சபதம்

இவையெல்லாம் பெரிதல்ல, ஒரு குறுங்காவியத்திலுள்ள கவிதை களையே சொல்லவைத்து ஒரு நாடகத்தை நடத்துவதென்பது சாத்தியமா? அதைச் சாதித்துக் காட்டியவர் சகஸ்ரநாமம்.

பாரதியார் பாடிய பாஞ்சாலி சபதம்தான் அந்த நாடகம். பாரதியார் எண்ணற்ற சந்தங்களோடு குறுங்காவியமாகப் பாடியிருந்தார். காவிய மாந்தர்களின் உரையாடல்கள் அனைத்தும் கவிதைகளாகவே இருப்பது தானே இயல்பு? பாரதியாரும் அவ்விதம்தானே பாடி யிருக்க முடியும்? அந்தக் கவிதை வரிகளை அதற்குரிய அந்தந்தக் கதா

பாத்திரங்களுக்குரிய நடிகர்களைப் போட்டுப் பேச வைத்த நாடகத்தையே காவியமாக நடத்திக் காட்டினார் சகஸ்ரநாமம்.

நான் அந்த நாடகத்தைப் பார்த்திருக்கிறேன். நான் பார்த்த அன்று தருமராக எஸ்.வி. சகஸ்ரநாமம் நடித்தார். துரியோதனனாக முத்துராமன், கண்ணனாக வி. கோபாலகிருஷ்ணன், திருதிராஷ்டிரனாக ஏ.கே. வீராசாமி, பாஞ்சாலியை அழைத்துவரச் செல்லும் சாரதியாக ஏ.வீரப்பன் ஆகியோர் நடித்தனர்.

முதல் காட்சியில் கம்பர் ஜெயராமன் பாரதியாராகத் தோன்றி வந்து தமது கம்பீரமான குரலில்...

ஓமெனப் பெரியோர்கள் – தினம்
 ஓதுவதாய் வினை மோதுவதாய்
தீமைகள் மாய்ப்பதுவாய் – துயர்
 தேய்ப்பதுவாய் நலம் வாய்ப்பதுவாய்
நாமமும் உருவுமற்றே – மனம்
 நடந்தாய் புந்தி தேடறிவாய்
ஆமெனும் பொருளனைத்தாய் – வெறும்
 அறிவுடன் ஆனந்த இயல்புடைத்தாய்

என்று தொடங்கும்போதே ஒரு புதிய உலகத்தில் நுழைந்தது போல் இனிய இலக்கிய அனுபவம் உண்டாகும்.

பாஞ்சாலியாக காந்திமதி

இந்த நாடகத்தின் பிரதான பாத்திரமான பாஞ்சாலி வேடத்தில் நடித்தவர் யாரென்று தெரிந்தால் வியப்பாக இருக்கும். சில திரைப்படங்களில் குடும்பத்தைக் கெடுக்கும் வில்லியாகவும், பல படங்களில் நகைச்சுவை நடிகையாகவும் பங்குபெற்ற காந்திமதி தான் அந்த வேடத்தில் நடித்தார். அவர் சேவாஸ்டேஜின் நீண்ட கால நடிகையாவார்.

எந்த வேடத்தையும் ஏற்று நடிக்கும் ஆற்றல் படைத்தவரான காந்திமதி பாஞ்சாலி வேடத்தில் மிக அற்புதமாக நடிப்பார். துரியோதனன் சபையில் அவமதிக்கப்பட்டு துகிலுரியப்படும் நிலைக்கு ஆளாகி கண்ணனால் காப்பாற்றப்பட்ட பின் ஆவேசமாக

சபதம் செய்யும் காட்சியை இப்போது நினைத்தாலும் உடல் சிலிர்க் கிறது. அந்தக் கவிதையைப் படித்தாலே அதிலுள்ள ஆவேசம் வாசகர்களையும் பற்றிக் கொள்ளும்.

தேவி பராசக்தி ஆணை உரைத்தேன்
பாவி துச்சாதனன் செந்நீர் – அந்தப்
பாழ்த் துரியோதனன் ஆக்கை ரத்தம்
மேவி இரண்டும் கலந்தே – குழல்
மீதினில் பூசி நறுநெய் குளித்தே
சீவிக் குழல் முடிப்பேன் யான் – இது
செய்யுமுன்னே முடியேன்

இப்படி காந்திமதி பாஞ்சாலி வேடத்தில் ஆவேசமாகச் சபதம் செய்யும்போது இரு மூன்று பெண்களுக்காவது ஆவேசம் வந்து விடும்.

சேவாஸ்டேஜ் நாடக மேடை மட்டுமல்ல; இலக்கிய அரங்கமும் ஆகும்.

❐

இயல் இசை மனோகர் இணையற்ற நாடகக் காவலர்

நாடகம் பலருக்குக் காவலாகயிருந்து அவர்களை வாழ வைத் திருக்கிறது. ஆனால் நாடகத்துக்கே காவலாக இருக்கும் பெருமை ஒரே ஒருவருக்குத்தான் கிடைத்திருக்கிறது. அவர்தான் நாடகக் காவலர் ஆர்.எஸ். மனோகர் அவர்கள்.

தமிழக முதல்வராகயிருந்த கலைஞர் அவர்கள் மனோகர் அவர்களின் நாடகத்திற்குத் தலைமை தாங்கி உரையாற்றியபோது "முத்தமிழ் என்பது இயல் இசை மனோகர்" என்று குறிப்பிட்டார். அதன் மூலம் நாடகம் என்றாலே மனோகர்தான் என சிறப்பித்தார்.

பல நாடகக் குழுக்கள் சமூக நாடகங்களை நடத்திக் கொண்டிருந்த காலகட்டத்தில் புராண நாடகங்களை மிகவும் புதுமையான முறையில் பிரம்மாண்டமான காட்சிகளோடு நடத்திப் பெரும் வெற்றி கண்டார் ஆர்.எஸ்.மனோகர் அவர்கள்.

1954-ஆம் ஆண்டு நவம்பர் 14-ஆம் நாள் நேஷனல் தியேட்டர்ஸ் என்ற பெயரில் தமது நாடகப் பயணத்தைத் தொடங்கினார். ஆரம்பத்தில் அவர் அரங்கேற்றிய 'இன்ப நாள்', 'உலகம் சிரிக்கிறது'

ஆகிய சமூக நாடகங்கள் போதுமான வரவேற்பைப் பெறவில்லை. அதன் பிறகுதான் புராண சரித்திர நாடகங்களை நடத்துவதுதான் தனது தோற்றத்துக்கும், அன்றைய நாடகங்களுக்கு நடுவே ஒரு மாற்றத்துக்கும் வழிகோலும் என்று தீர்மானித்தார். அதன்படி அவர் அரங்கேற்றிய முதல் நாடகமான இலங்கேஸ்வரன் அவருக்குப் பெரும் பிரச்சனைகளை ஏற்படுத்திவிட்டது.

இன்று இலங்கேஸ்வரன் என்றாலே ஆர்.எஸ்.மனோகர் என்று சொல்லுமளவிற்கு அந்தப் பெயர் அவரோடு இணைந்துவிட்டது என்றாலும், ஆரம்ப காலத்தில் அதற்குப் போதுமான வரவேற்பில்லை. எதிர்ப்பும் எழுந்தது. அதற்குக் காரணமும் இருந்தது.

ஒரு புராண நாடகமென்றால் அதில் சிவன், முருகன், இராமன், கிருஷ்ணன் என ஒரு தெய்வக் கதாபாத்திரம்தான் கதைத் தலைவனாக இருப்பார். ஆனால் இவரது நாடகத்தில் இராமனை எதிர்த்த இராவணன் கதைத் தலைவனாக அமைக்கப்பட்டிருந்தான். காலங் காலமாக இராவணன் சீதையைப் பெண் மோகத்தால் கொண்டு வந்தான் என்பதை மாற்றி, சீதை இராவணன் மகள் என்று சொல்லப் பட்டிருந்தது. அதற்கான விளக்கத்தையும் அந்த நாடகத்தின் ஆசிரியர் துறையூர் மூர்த்தி அருமையாகக் கொடுத்திருந்தார்.

மண்டோதரி பெற்றெடுத்த இராவணன் மகள் நாட்டிலிருந்தால் நாடே அழியும் என்று சோதிடர்கள் சொல்கிறார்கள். அதனால் தன் மகளைப் பேழையில் வைத்து கடலில் அனுப்புகிறான். அது கரை சேர்ந்து ஜனகன் நிலத்தை உழுதபோது அவன் கையில் சேர்ந்தது. சீதை ஜனகனின் மகளாகி ஜானகி என்றும் பெயர் பெறுகிறாள். தன் மகள் இராமனை மணந்து வனவாசம் வந்து கானகத்தில் துன்பப் படுகிறாள் என்பதை அறிந்த இராவணன் அவளை இலங்கைக்குக் கொண்டு வருகிறான். அதன் விளைவாக இராம இராவண யுத்தம் மூண்டு இராவணன் மடிகிறான். இப்படி அடிப்படையான கதையே மாற்றி எழுதப்பட்டிருந்ததால் இலங்கேஸ்வரன் நாடகம் சர்ச்சையை ஏற்படுத்தியதில் வியப்பென்ன் இருக்கிறது?

ஆனால் காஞ்சி சங்கராச்சாரிய சுவாமிகள் அந்த நாடகப் பிரதியைப் படித்துவிட்டு, இதில் இராவணனை உயர்வாகக் காட்ட வேண்டும்

என்பதற்காக இராமனைத் தாழ்த்தவில்லை. அவனுடைய தெய்வீகத் தன்மையை அப்படியே பிரதிபலித்திருக்கிறார் மனோகர். ஆகவே இந்த நாடகத்தை ஏற்பதற்கு எந்தத் தடையுமில்லை என்று ஆசி வாங்கினார்.

அதற்குப் பிறகு அந்த நாடகம் பரபரப்பாக நடக்கத் தொடங்கியது. மனோகர் அவர்கள் தன் உடல்வாகுவிற்கு இத்தகைய கதாபாத்திரங்கள்தான் பொருத்தம் என தேர்ந்தெடுத்ததும், அதனால் சில பிரச்சனைகள் ஏற்பட்டபோது உறுதியோடு எதிர் கொண்டதும் எவ்வளவு சரியானது என்பது தெளிவானது. அவரது நாடகங்களிலேயே இலங்கேஸ்வரன்தான் அதிகபட்சமாக 1862 முறை நடத்தப்பட்ட நாடகமாக அமைந்தது.

இலங்கேஸ்வரனில் துறையூர் மூர்த்தி வசனம் எப்படியிருந்தது என்பதற்கு ஒன்றைக் காண்போம். இராம-இராவண யுத்தம் தொடங்கப் போகும் நேரத்தில் தன் மகளை பேழையில் வைத்து அனுப்புவதற்குக் காரணமாகயிருந்தவர்களை நினைத்துப் புலம்பு கிறான் இராவணன்.

“சூர்ப்பனகா! எல்லோரும் சேர்ந்து என்னைப் பழி தீர்த்துக் கொண்டீர்கள். எனது சித்தத்தைக் கலைத்துப் பித்தனாக்கி என்னைச் சிதறடித்து விட்டீர்கள். பிறந்த குழந்தையைப் பேழையில் பூட்டி ஆழியில் விடும்படி பிரம்மன் கூறினார். மன்னர் குலத்தின் மாண்பை மறந்து பிறந்த குழந்தை இறந்துவிட்டது என்று ஒரு பொய்யைக் கூறும்படி கும்பகர்ணன் தூண்டினான். நீயும் அதுவேளை அதுதான் விவேகம் என்றாய். அறிவுள்ள விபீஷணனும் அதுவே செய்யத்தக்கது என்று ஆமோதித்தான். இருபது வருடங்களுக்கு முன் நான், நீ, பிரம்மா, கும்பகர்ணன், விபீஷணன் என பஞ்சபூதங்களைப் போல என்னோடு சேர்ந்து நின்ற ஐவரிலே இன்று நான் ஒருவன் மட்டுமே குற்றவாளியாக்கப்பட்டு தனித்து நிற்கிறேன். விபீஷணன் என் செயலை விலங்கிற்கு ஒப்பிட்டு என்னை விட்டு விலகிச் சென்று இராமனிடம் சரணடைந்துவிட்டான். கும்பகர்ணனோ போர் செய்து மடிவதே மேலானது என்று படைகளை அணிவகுத்து நிறுத்தி விட்டான். நீ நான் என்ன செய்ய முடியும் என்கிறாய். பிரம்மா

ஒதுங்கி நிற்கிறார். பந்துமித்திரர்கள் யாருமே பாபத்தில் பங்கு கொள்ள வரமாட்டார்கள் என்ற வாக்கு பலித்துவிட்டது."

நாடகத்தின் போக்கை இந்த ஒரு வசனமே நமக்கு விளக்கி விடுகிறதல்லவா?

மனோகர் அவர்கள் நாடகங்கள் நடத்தத் தொடங்கிய கால கட்டத்தில் ஒரு பக்கம் எம்.ஜி.ஆர். படங்களிலும், மறுபக்கம் சிவாஜி படங்களிலும் தொடர்ந்து நடித்துக் கொண்டிருந்தார். அவர்கள் இருவருமே மாலை நேரம் நெருங்கும்போது அவர்கள் நடிக்கும் படங்களின் இயக்குனர்களிடம் மனோகர் ஷாட்டுகளை முதலில் எடுத்து விடுங்கள். எங்களைப் பிறகு எடுக்கலாம் என்று சொல்லி விடுவார்களாம். இருவருமே நாடகத் துறையிலிருந்து வந்தவர்களாதலால் அவரை உரிய நேரத்துக்கு அனுப்ப ஒத்துழைத்தார்கள். மனோகர் அதை அவ்வப்போது நன்றியோடு குறிப்பிட்டுச் சொல்வார்.

மதுரை திருமாறன் நாடகங்கள்

யாராவது ஒருவர் மிகுந்த ராஜதந்திரத்தோடு பேசினால் அவர் ஒரு சாணக்கியன் என்போம். அவன் வரலாற்றை நாடகமாக்கி சாணக்கிய சபதம் என்ற பெயரில் எழுதியிருந்தார் மதுரை திருமாறன்.

நறுக்குத் தெறித்தாற்போன்ற வசனங்களைக் கொண்ட அந்த நாடகத்தில் பிரம்மாண்டமான காட்சிகளை அமைத்து விறுவிறுப்பான நாடகமாக்கியிருந்தார் மனோகர். சாணக்கியனாகத் தோன்றும் அவர் தான் அவமதிக்கப்பட்ட நிலையில் நந்தகுலத்தை வேரறுக்காமல் அவிழ்ந்த குடுமியை முடியமாட்டேன் என சபதம் செய்யும்போது உடல் சிலிர்க்கும். உச்சகட்டத்தில் தன் சபதத்தை நிறைவேற்றி குடுமியை முடியும்போது அரங்கமே எழுந்து நின்று கைதட்டும்.

பிரதான கதாபாத்திரத்தில் ஏதேனும் ஒரு வசனத்தைத் திரும்பத் திரும்ப வருவதுபோல் அமைப்பது திருமாறன் இயல்பு. அதன்படி காடகமுத்தரையன் நாடகத்தில் தனது மன்னனுக்கு விரோதிபோல்

நடந்து கொள்ளும் அவர் மகனும், மகளும் தனித்தனிக் காட்சிகளில் பிரிந்து செல்லும்போது நான் தனி மனிதன் என்பார். இறுதியில் உண்மையாகவே அவர் தனி மனிதனாக நிற்க வேண்டிய நிலை ஏற்படும். அப்போது காடகமுத்தரையனாக நடிக்கும் மனோகர் இப்போதுதான் நான் உண்மையிலேயே தனி மனிதன் எனும் போது காண்பவர் கண்கள் கலங்கும். மன்னர் அவரது உண்மையான பண்பை அறிந்து போற்றுவார்.

மாலிக்காபூர் தென்னகத்தைக் கொள்ளையடித்த முகமதியத் தளபதி என்பது வரலாறறிந்த அனைவருக்கும் தெரியும். அதில் மாலிக்காபூராக நடிக்கும் மனோகர் நான் முரடனே தவிர முட்டாளல்ல என்பார். தென்னகம் முழுவதையும் தன்வசப்படுத்திக் கொண்ட மாலிக்காபூர் பாண்டிய நாட்டு அரசவையில் நான் இனி ஏதும் செய்யமாட்டேன் என்று குர்ரான் மேல் சத்தியம் செய்வ தாகக் கூறி செங்கல்லை வைத்து பட்டுத்துணி போர்த்து அதன்மேல் சத்தியம் செய்ய, பாண்டியன் கற்பூரம் என்று சொல்லி குங்குலியத்தை எரித்து சத்தியம் செய்வார். அது வெளிப்படும்போது அரங்கமே எழுந்து நின்று ஆரவாரம் செய்யும்.

அதையடுத்து திருமாறன் எழுதி மனோகர் நடித்த வேங்கைமார்பன், படைப்பளவில் சிறந்த நாடகமாகயிருந்தும் நடிப்பளவில்

மனோகருக்குப் பொருத்தமான வேடம் அமையாததால் தோல்வி யடைந்தது. எல்லா கலைஞர்கள் வாழ்விலும் இப்படி ஏதேனும் ஒன்று அமைந்துவிடும்.

அதற்கு ஈடுகட்டுவதுபோல் அதையடுத்து அவர் எழுதிய துரோணர் பெரும் வெற்றி பெற்றது. காட்சிக்குக் காட்சி கைத் தட்டல் பொறி பறந்தது. தன் நண்பனாக இருந்த துருபதன் தன்னை அவமதித்ததால் கோபம் கொண்ட துரோணர், பரசுராமரிடம் ஆயுதப் பயிற்சி பெற்று அவனை வெல்கிறார். துரோணரைக் கொல் வதற்காகவே துருபதன் யாகம் செய்து திட்டதுய்மனைப் பெறு கிறான். அன்றைய அரச குமாரர்கள் அனைவருக்கும் துரோணரே குரு என்பதால் அவரிடமே தன் மகனை சீடனாகச் சேர்க்கிறான். அப்போது துரோணர் சொல்வார்...“இவன் என் கழுத்தை அறுக்கும் கத்தி. இதை நானே தீட்டித் தரவேண்டும். இவன் எனக்கு எமன். நான் இவனுக்கு குரு என்பதால் நான் என் மரணத்துக்கே குரு”.

போர்க்களத்தில் கௌரவர் தளபதியாக இருக்கும் துரோணர் அஸ்வத்தாமன் மடிந்தான் என்பதைக் கேட்டு அலறித் துடித்துப் பேசும் வசனம் காண்போர் மனதைக் கலங்கச் செய்யும். திருமாறன் வசனத்திற்கு உயிர் கொடுப்பார் மனோகர்.

“பகவானே! பேர் சொல்லப் பிறந்த பிள்ளை தவமிருந்து பெற்ற மகன் - அவனையா அழைத்துக் கொண்டாய்? நான் தான் வருகிறேன் என்று சொன்னேனே! அதற்குள் அவசரப்பட்டு அவனை ஏன் அழைத்துக் கொண்டாய்! மகனே போய்விட்டான் இனி இந்த மார்பிலே கவசம் ஏன்? வீரப்புதல்வனே மறைந்துவிட்டான். இனி வில் எதற்கு? அருமை மகன் அஸ்வத்தாமனே போனபிறகு அம்பறாத்தூணி எதற்கு? அவ்வளவுதான். ஆயதங்கள் அனைத்தும் என்னை விட்டுப் போய்விட்டன. இனி நானும் போக வேண்டியது தான். அன்பு மகனே அஸ்வத்தாமா! என் குரல் கேட்கிறதா? இதோ யோகத்தில் அமர்ந்து சுவாசிக்கும் காற்றை மறந்து உன்னிடமே கடுகி வருகிறேன்”.

இரா. பழனிச்சாமி நாடகங்கள்

இரா. பழனிச்சாமி எழுதிய சூரபத்மன் நாடகம் பெரும் பரபரப்பை ஏற்படுத்தியது. அருமையான வசனங்கள், பொருத்த மான நடிகர்கள். பிரம்மாண்டமான காட்சிகள் என அமைந்து வியக்கத்தக்க வெற்றியைத் தந்தது. சூரபத்மனின் தவம், அவன் பெறும் வரம், அமரர் மேல் படையெடுத்து வெல்லும் வீரம் ஆகியவை முற்பகுதியில் இடம் பெற, அதன்பின் கைலாயக் காட்சி காண்பிக்கப்பட்டு முருகன் தோன்றும்போது உடல் சிலிர்த்துவிடும். முருகனாக வரும் சித்தனும், வீரபாகுவாக வரும் கமலநாதனும் அற்புதமாக நடிப்பார்கள்.

முற்பகுதியில் வீராவேசத்துடன் சூரபத்மனின் போர் வெறியைப் பிரதிபலிக்கும் வகையில் நடிக்கும் மனோகர், பிற்பகுதியில் முருகனின் பக்தனாக மாறினாலும், அவனை எதிர்க்க வேண்டி யிருப்பதால் ஏற்பட்ட நெகிழ்ச்சியை சிறப்பாக வெளிப்படுத்துவார். இந்த நாடகத்தில் இடம் பெற்ற தமிழ்ச் சங்கக் காட்சி பெரிதும் பாராட்டப்பட்டது. தமிழ்ப்புலவர் தோற்றத்தில் சூரபத்மன் அங்கு வர அகத்தியர் அவரிடம் தமிழின் பெருமையைக் கூறும்படிக் கேட்க அவர் "முருகனே தமிழ்! தமிழே முருகன்!" என்று கூறி அதற்கு விளக்கம் தருவார்.

"ஆறறிவின் தோற்றமாக ஆறுமுகம் கொண்டு விளங்குபவர் முருகப் பெருமான். அவரின் அறிவான முகங்கள் ஆறிலும் கருணை பொழியும் பன்னிரு விழிகளே உயிர் எழுத்துகள் பன்னிரண்டாகும். அவர் அவதரிக்கும்போது ஆறு உடலோடும் பன்னிரண்டு கரங்க ளோடும் தோன்றியதால் அவை இரண்டும் சேர்ந்து உடலெழுத்து களாகிய மெய்யெழுத்துகள் பதினெட்டாகும் பிரம்மாவை சிறையி லிட்டு அவரே படைத்ததுபோல் உயிரும் மெய்யும் சேர்ந்ததே உயிர்மெய் எழுத்தாகும். குமரப் பெருமானின் வேலாயுதமே ஆயுத எழுத்தாகும். எனவே தமிழே நம்மிடையே முருகனாக வாழ்ந்து கொண்டிருக்கிறது."

இந்தத் தமிழ்ச் சங்கக் காட்சியில் கைத்தட்டால் அரங்கம் அதிரும்.

அடுத்து அவர் எழுதிய சிசுபாலன் நாடகம் மகாபாரதம் அறிந்த அனைவருக்கும் தெரிந்த கதையாகும். சிசுபாலன் நூறு பிழைகள் செய்யும்வரை பொறுத்துக் கொள்வேன் என்று சொன்ன பரமாத்மா கிருஷ்ணன் தருமரின் ராஜசூய யாகம் நடந்தபோது சிசுபாலன் கண்ணனை பல்வேறு வார்த்தைகளால் அவமதித்தபோது அது நூறாக அங்கேயே வதம் செய்தார் என்பது வரலாறு. ஆனால் பழனிச்சாமி அவர்கள் இந்த நாடகத்தில் அவ்வப்போது அங்கங்கே பல குற்றங்கள் செய்து எண்ணிக்கை பெருகி ராஜசூயத்தில் அது நிறைவடைகிறது என அமைத்திருந்தார். இந்த நாடகத்தில் சிசுபாலனாக நடித்த மனோகர் அவர்கள் உண்மையான மலைப் பாம்பையே மேடைக்குக் கொண்டு வந்து அதனுடன் சண்டையிடுவது போன்று நடித்தார். அந்தக் காட்சி நடக்கும்போது ஒருவிதமான திகிலுணர்வு அரங்கத்தில் நிலவும்.

அதற்கடுத்து சுக்கிராச்சாரியார் நாடகம் இரு பாகங்களாக இரு வேறு நாடகங்களாக எழுதப்பட்டு நடைபெற்றது. இரண்டுமே வெற்றி பெற்றது. சிவபெருமானின் திருவிளையாடல்கள் சிலவற்றை இணைத்து நடத்தப்பட்ட நாடகம் சிவதாண்டவம். இதில் மனோகர் முறைப்படி பயிற்சியெடுத்து தாண்டவம் புரிந்தார்.

இவர் எழுதிய ஒட்டக்கூத்தர் நாடகம் போதுமான அளவிற்கு வெற்றி பெறவில்லை.

மேலும் சில நாடகங்கள்

ஏ.கே. வேலன் மகாவீரன் கம்சன், கும்பகர்ணன் எனும் இரு நாடகங்களை நேஷனல் தியேட்டர்ஸுக்காக எழுதினார்.

கம்சன் நாடகம் அனைவரும் அறிந்த பாகவதக் கதைதான் என்றாலும் அவன் தன் தங்கை மீது கொண்டிருந்த பாசத்தை விரிவாகச் சொல்லி அவன் எப்படி மாறினான் என்பதைச் சிறப்பாகக் காட்டியதாலும் மனோகர் அவர்கள் பாலகிருஷ்ணனின் லீலா வினோதங்களை அற்புதமான தந்திரக் காட்சிகளாகக் காட்டியதாலும் பெரும் வெற்றி நாடகமாக அமைந்தது.

ஆனால் கும்பகர்ணன் நாடகம் இலங்கேஸ்வரன் நாடகத்தை அடியொற்றி வந்ததாலும், ஒவ்வொரு காட்சியும் இராவணனைச்

சார்ந்ததாகவே இருந்ததாலும் வெற்றி பெறவில்லை. ஏ.எஸ். பிரகாசம் விஸ்வாமித்திரர் நாடகத்தை பல நூல்களிலுள்ள நிகழ்ச்சிகளைத் தொகுத்து எழுதியிருந்ததால் நீண்ட நாடகமாகி விட்டது. இருப்பினும் அற்புதமான தந்திரக் காட்சிகளால் அதை மனோகர் வெற்றி நாடகமாக்கினார்.

பேராசிரியர் வேணுகோபால் எழுதிய துரியோதனன் நாடகத்தில் அவனை நல்லவன் என்று காட்ட, நடந்த சூழ்ச்சிகளெல்லாம் அவனுக்குத் தெரியாமல் சகுனியால் செய்யப்பட்டது என காண்பித்ததை மக்கள் ஏற்கவில்லை. நாடகம் தோல்வியடைந்தது.

நேஷனல் தியேட்டர்ஸ் நாடகங்களில் நடித்தவர்கள் பற்றி சிறிது பார்க்கலாம். முருகன், கண்ணன் போன்ற வேடங்களில் நடித்த ஆர்.கே. சித்தன், ஏ.எம்.நாராயணன் (பசி நாராயணன்) வையூர் கோபால், எம்.ரங்கராஜன், எஸ்.பி.நாகராஜன், தீனதயாளன், கமல நாதன், எம்.எல்.ஏ. தங்கராசு, என்.வரதராசன், சுடலை, ஜெயராமன், டி..ஆர்.லதா, ஜெயந்தி, பரிமளா, காந்தா இவர் குழுவிலிருந்து பிரிந்து சென்று தனிக்குழு நடத்தியவர்களான ஹெரான் ராமசாமி, ருத்திராபதி, எஸ்.ஆர். கோபால், கே.எஸ்.நாராயணன் ஆகியோர் குறிப்பிடத்தக்கவர்கள்.

தந்திரக் காட்சிகள்

மனோகர் நாடகங்கள் என்றாலே தந்திரக் காட்சிகள்தான் முதலில் நினைவு வரும். இலங்கேஸ்வரனில் தேர் பறந்து செல்லல், அனுமன்

கடல் கடந்து பறத்தல், விஸ்வாமித்திரர் நாடகத்தில் நெருப்பாற்றில் ஒருவர் குழந்தையை ஏந்திச் செல்லல், சூரபத்மனில் இரு மிருகங்கள் நெருப்பைக் கக்கிக்கொண்டு வருதல், சிசுபாலன் நாடகத்தில் கிருஷ்ணரின் சக்ராயுதம் சிசுபாலன் தலையை வெட்டி விட்டு அவரிடமே திரும்பி வருதல், துரியோதனன் நாடகத்தில் அர்ச்சுனன் பாணத்தால் அறுக்கப்பட்ட ஜயத்ரதன் தலையை அம்பு தூக்கிக் கொண்டு பறத்தல், கம்சன் நாடகத்தில் வசுதேவர் திருமாலைத் துதிக்க அவரது அவதார வடிவங்கள் தோன்றுதல், துரோணர் நாடகத்தில் மரத்தின் மீது உள்ள குருவியின் கழுத்தை அர்ச்சுனன் ஒரே பாணத்தால் அறுத்தல் என ஒவ்வொரு நாடகத் திலும் வியக்கத்தக்க தந்திரக் காட்சிகள் நிறைந்திருந்தன.

புதிய உத்திகள் :

இன்று நினைத்துப் பார்த்தாலும் வியப்பாக இருக்கிறது. திரைப்படங்களில் CINEMA SCOPE என வந்த கால கட்டம் அது. வழக்கமான சினிமா திரை இருபுறமும் அகலப்படுத்தப்பட்டு அந்த அளவிற்கு படங்கள் வெளிவரத் தொடங்கின. அதைக் கண்ட மனோகர் அவர்கள் வழக்கமான நாடக மேடை அளவை இருபுறமும் விரிவாக்கி DRAMA SCOPE எனும் முறையைக் கொண்டு வந்தார். அதற்குத் தக்கபடி படுதாக்கள் எழுதப்பட்டு செட்டுகளும் போடப் பட்டன.

STEREOPHONIC SOUND SYSTEM என்பதை மேடையில் கொண்டு வந்த மனோகர் ECOLIT என்ற எதிரொலி எழுப்பிய கருவியையும் கொண்டு வந்தார். இராவணன் 'இந்திரஜித்தா' என்று அழைக்க எதிரொலி நான்கைந்து முறை கேட்கும். அரங்கத்திலிருப்போர் சுற்று முற்றும் பார்ப்பார்கள். இவற்றுக்கும் மேலே 3D என்று அமைப்பை யும் மேடையில் கொண்டு வந்தவர் அவர்தான். ஒரு சிங்கமோ ஐந்து தலை நாகமோ மேடையில் பின்னாலிருந்து வெகு வேகமாக முன்னால் வந்து மக்கள் மேல் பாய்ந்து விடுமோ என்ற பிரமிப்பை ஏற்படுத்தினார்.

அவருக்கு முன்னும் பின்னும் எவரும் அது போன்ற முயற்சியில் ஈடுபடவில்லை.

அணில் உதிர்த்த மணல்

நாடகக் காவலருக்கு நாடகங்கள் எழுதிய துறையூர் மூர்த்தி, மதுரை திருமாறன், இரா. பழனிசாமி, ஏ.எஸ்.பிரகாசம் ஏ.கே. வேலன் ஆகியோரின் வரிசையில் இந்த அறிவானந்தத்தின் நாடகங்களும் உண்டு. அவற்றைப் பற்றியும் சிறிது பார்க்க வேண்டுமல்லவா?

நடிகவேள் நாடக மன்றத்தில் நடிகனாக இருந்த நான் 1966-ஆம் ஆண்டு 'அவன் போட்ட முடிச்சு' என்ற நாடகத்தை எழுதியதன் மூலம் நாடகாசிரியரானேன். அதை கலைவாணரின் சீடனாக இருந்த எஸ்.ஆர். கோபால் அவர்கள் தமது என்.எஸ்.கே. இயலிசை நாடக மன்றத்தின் மூலம் நடத்தினர். பொருட்காட்சிகளின் பிரதான நாடகமாக விளங்கிய அது ஆயிரம் முறைகளுக்கு மேல் நடை பெற்றிருக்கிறது. தொடர்ந்து சில நாடகங்கள் எழுதினேன்.

நாடகக் காவலர் ஆர்.எஸ். மனோகர் அவர்களிடம் எனது நண்பர்களான கமலநாதனும், தயாளுவும் என்னை அறிமுகம் செய்து வைத்தனர். அவர்கள் இருவரும் அப்பொழுது அவரது நேஷனல் தியேட்டர்ஸ் நடிகர்களாக இருந்தனர். நான் இந்திரஜித் நாடகம் எழுதுவதெனத் தீர்மானிக்கப்பட்டது.

நாடகக் காவலர் எப்போதுமே புராணங்களில் உள்ள கதைத் தலைவனுக்கு எதிரான கதாபாத்திரங்களை எடுத்துக் கொண்டு, அவர்களுக்குரிய நியாயங்களை விளக்கி மக்கள் அதை ஏற்கும்படிச் செய்து வெற்றி கண்டவர் என்பதை முன்னமே பார்த்தோம். அதன் படி இப்போது நான் மிகக் கொடியவன் என்று சொல்லப்பட்ட இந்திரஜித்தை நல்லவனாக்கி நியாயப்படுத்த வேண்டும்.

சங்கரதாஸ் சுவாமிகள் இந்திரஜித்தை மையமாகக் கொண்டு சதி சுலோசனா என்ற நாடகத்தை எழுதியிருந்தார். மூர்மார்க்கெட்டில் அதைத் தேடிப் பிடித்துப் படித்தபோது இந்திரஜித் அதில் கொடிய வனாகவே காட்டப்பட்டிருந்தான். சுலோசனா பதிவிரதா தர்மத்தில் எப்படி உயர்ந்து நிற்கிறான் என்பதைச் சொல்வதே அவரது நோக்க மாகயிருந்தது.

என்ன செய்வது என்று யோசித்த நான் ஏதாவது ஒரு காட்சியை எழுதிப் பார்த்தால்தான் பாதை கிடைக்கும் என்று தீர்மானித்தேன். இராமரிடம் அடைக்கலம் புகுந்த விபீஷணனும், இந்திரஜித்தும் போர்க்களத்தில் சந்திப்பது போன்ற காட்சியை உருவாக்கிக் கொண்டு கதை எழுதிப் பார்த்தேன்.

விபீஷணன் சொல்கிறான். “இந்திரஜித்தா! ஸ்ரீராமனை யாரென்று நினைத்தாய்? அவன் தருமத்தின் வடிவம். பாசத்தின் சிகரம். ஒரே வார்த்தை, ஒரே பாணம், ஒரே பத்தினி என்று வாழ்ந்து காட்டி யவன். பித்ரு வாக்ய பரிபாலனத்தால் பெரும்புகழ் கொண்டவன்”.

இதைக் கேட்ட இந்திரஜித் சொல்கிறான். “பித்ருவாக்ய பரிபாலனம். தந்தையின் வாக்கை செயல்படுத்துவது! எப்படி வந்தது அந்தப் புகழ்? எந்த வகையில் அது ராமனுக்கும் பொருந்தும்? ஒரு பேராசைக்காரி யின் விருப்பத்துக்காக, தந்தை பிரியமில்லாமல் தந்த வரத்துக்காக கானகம் வந்தான் ராமன். பெற்றவர் உத்தரவை சிற்றன்னையிடம் கேட்டுக் கொண்டு வருவதுதான் பித்ருவாக்யமென்றால் என் தந்தை நேரே நின்று காட்டும் பாதையில் நான் செல்கிறேனே! இதுவும் பித்ரு வாக்கியம்தானே? இராவணன் பெண் மோகத்தால் செய்யும் தவறுக்குத் துணை நிற்பதா என்று கேட்கிறீர்கள்! தசரதன் பெண் மோகத்தால் தந்த வரத்துக்காகத்தானே ராமன் காட்டுக்கு வந்தான்?

அதை இந்த உலகம் பித்ருவாக்ய பரிபாலனம் என்று சொல்வதானால், நான் செய்வதும் பித்ருவாக்ய பரிபாலனம்தான்!"

இதை எழுதியவுடனே இந்திரஜித்தின் குணச்சித்திரம் ஒரு வடிவத்திற்கு வந்துவிட்டது. தந்தை சொல் மாறாத தனயன் என்றவுடனே அந்தக் கதாபாத்திரத்தை எப்படிக் கொண்டு செல்ல வேண்டும் என்ற பாதை புரிந்துவிட்டது.

அப்படியானால் அவன் தருமத்தை அறியாதவனா? இராவணன் சீதையைச் சிறையெடுத்தது தவறு என்பதை உணராதவனா? இந்த வினாவிற்கு விடையாக இந்திரஜித் தனது இறுதி யுத்தத்திற்குப் புறம்படுவதற்கு முன் தந்தையும் மைந்தனும் சந்தித்து உரையாடும் காட்சி ஒன்றை அமைத்தேன். அது மிகவும் உணர்ச்சி மிகுந்த விவாதமாக அமைந்து பாராட்டைப் பெற்றது.

நாடகம் அரங்கேற்றமாகி மிகவும் சிறப்பாக நடைபெற்றது. மனோகரின் புகழ்பெற்ற வெற்றி நாடகங்களில் ஒன்றாக அமைந்தது. எனக்கும் சிறந்த நாடகாசிரியன் எனும் அங்கீகாரம் கிடைத்தது.

இந்திரஜித் நாடக அரங்கேற்றத்துக்கு முன்பும், பின்பும் நடந்த சில நிகழ்வுகள் மனோகர் அவர்களின் உன்னதமான பண்பை விளக்கக் கூடியவை.

அரங்கேற்றத்துக்கு ஒரு வாரம் இருக்கும்போது ஒருநாள் என்னை அவர் இல்லத்திற்கு வரச் சொல்லியிருந்தார். குறிப்பிட்ட நேரத்துக்கு அவர் காரில் என்னை அழைத்துக் கொண்டு உட்லண்ட்ஸ் ஓட்டலுக்குச் சென்றார். அங்கே ஒரு ஹாலில் சுமார் 50 பத்திரிகையாளர்கள் அமர்ந்திருந்தனர். அங்கு போய் அவர்களைப் பார்த்த பிறகு தான் அது பத்திரிகையாளர் சந்திப்பு நிகழ்ச்சி என்பது எனக்குத் தெரிந்தது.

மனோகர் அவர்கள் பேசினார். நான் எனது அடுத்த நாடகமாக 'இந்திரஜித்' என்ற நாடகத்தை அரங்கேற்றம் செய்யப் போகிறேன் என்று தொடங்கி அதில் யார் யார் எந்த எந்த வேடத்தில் நடிக்கிறார். என்னென்ன தந்திரக் காட்சிகள் வருகின்றன என்பதையெல்லாம் சொல்லிவிட்டு என்னை அழைத்து அவரருகே நிறுத்திக் கொண்டு,

"நான் உங்களிடம் கேட்டுக் கொள்வதெல்லாம் நீங்கள் என்னைப் பற்றி எழுதாவிட்டால் கூடப் பரவாயில்லை. இந்த இளம் எழுத்தாளர் பற்றி எழுதுங்கள். சிறுபிள்ளைபோல் காட்சியளிக்கும் இவரை நானே கூட முதலில் நம்பவில்லை. ஆனால் இவரது எழுத்தைப் படித்து பிரமித்துப் போனேன். அதனால் இவரைப் பற்றி அவசியம் எழுதுங்கள்" என்றார்.

அதன்படியே நாடக விமர்சனங்களில் என்னைப் பற்றி எழுதப் பட்டது. ஆனால் நாடக அரங்கேற்றத்துக்குப் பின் ஒரு பிரச்சனை ஏற்பட்டது.

வழக்கமாக மனோகர் நாடகங்களின் போஸ்டர்களில் நாடகத்தின் பெயருக்குக் கீழே அதன் ஆசிரியர் பெயர் இருக்கும். ஆனால் நாடகங்கள் நடக்கத் தொடங்கி சில நாட்கள் என் பெயர் எதிலும் வரவில்லை. நான் அதைப் பற்றி ஏதும் பேசவில்லை. ஆனால் ஒரு வாரத்துக்குப் பிறகு எல்லா போஸ்டர்களிலும் என் பெயர் இடம் பெறத் தொடங்கியது.

இது எப்படி நடந்தது எனக் கேட்டபோது மேனேஜர் கண்ணன்பாபு சொன்னார். "மனோகர் சார் ஒருநாள் சபாகாரர்களையெல்லாம் கூப்பிடச் சொல்லி கூட்டம் போட்டு ஏன் ரைட்டர் பேரு போடற தில்லேன்னு கேட்டாரு. புது ரைட்டர் தானேன்னு மொதல்ல சில பேர் விட்டுட்டாங்க. மத்தவங்களும் கன்டினியூ பண்ணிட் டாங்க...ன்னு சொன்னாங்க. அப்ப மனோகர் இப்ப இருக்கிற எல்லா ரைட்டர்களுமே புது ரைட்டாயிருந்து வந்தவங்கதானே! நீங்க பேர் போட்டால் தானே பிரபலம் ஆவாங்க. இந்த ரைட்டர் பேரும் நீங்க போட்டாதானே எல்லாருக்கும் தெரியும்...னு சொன்னார். அன்றி லிருந்துதான் உங்க பெயரை தொடர்ந்து போடுறாங்க" என்றார். மனோகர் அவர்களின் பண்பை நினைத்து நெகிழ்ந்து போனேன்.

அது முதல் என் பெயர் விதவிதமாகப் போஸ்டர்களில் வரத் தொடங்கியது. ஒரு சுவரொட்டியில் மனோகர் என்பதையே வில் போல் போட்டு அதிலிருந்து எய்யப்படும் அம்பு என்பதில் அறிவானந்தம் என என் பெயர் இடம் பெற்றது.

கல்கி இதழில் வெளிவந்த இந்திரஜித் விமர்சனத்தில் "இந்த நாடகத்தின் ஆசிரியர் அறிவானந்தம். அறிவு தரும் ஆனந்தத்தை இந்த நாடகத்தில் காண்கிறோம்" என எழுதப்பட்டிருந்தது.

அதையடுத்து நான் மனோகர் அவர்களுக்கு எழுதிய நாடகம் பரசுராமர். அதைப் பற்றி நான் அவரிடம் சொன்னபோது அவர் தயங்கினார். "நான் இதுவரை அவதார புருஷர்களை எதிர்க்கும் வேடத்தில்தான் நடித்திருக்கிறேன். நானே ஓர் அவதாரக் கதா பாத்திரமாக நடிப்பதை மக்கள் ஏற்றுக் கொள்வார்களா?" என்றார்.

நான் அந்தக் கதாபாத்திரத்தின் தன்மையையும் நாடகம் எப்படி அமையும் என்பதையும் விரிவாக விளக்கி "பரசுராமர் இரத்தவெறி கொண்டவராக வலம் வந்தவரின் கதை. அதனால் தங்களுக்குப் பொருந்தும்" என்றேன்.

மீண்டும் ஒரு சந்தேகம். "அந்தணன் க்ஷத்திரியர்களை அழித்த கதை தானே பரசுராமர்? அது பிரச்சனையை ஏற்படுத்தாதா?" என்றார்.

"நான் இதில் அந்தணனா? க்ஷத்தரியனா என்ற விவாதத்தை ஏற்படுத்தப் போவதில்லை. முனிவனா? அரசனா? ஆத்ம பலமா? ஆயுத பலமா? இந்தக் கண்ணோட்டத்தில்தான் எழுதப் போகிறேன்" என்றேன். அவருக்குத் திருப்தி ஏற்பட்டது.

அந்த நாடகம் அவர் நடத்திய நாடகங்களிலேயே 27 தந்திரக் காட்சிகள் கொண்டதாய் அமைந்தது. நாடகம் மிகப் பெரும் வெற்றி கண்டது.

இந்த நாடகத்தில் பரசுராமனின் தாயான ரேணுகாதேவி பற்றிய ஒரு நிகழ்ச்சியை நான் மாற்றி எழுதியிருந்தேன். அது சில விவாதங்களை ஏற்படுத்தியது. முதலில் கதைப்படி அந்த நிகழ்ச்சி என்ன என்பதைப் பார்ப்போம். அப்போதுதானே மாற்றத்தைப் பற்றிக் குறிப்பிட முடியும்.

ஜமதக்னி முனிவரின் மனைவியான ரேணுகாதேவி ஒவ்வொரு நாளும் ஆற்றங்கரைக்கு வந்து அங்குள்ள மணலையே திரட்டி தன் கற்பின் திறத்தல் குடமாக உருவாக்குகிறாள். அதில் அவள் கொண்டு வரும் நீரை ஊற்றித்தான் ஜமதக்னி முனிவர் சிவலிங்கத்திற்கு அபிஷேகம் செய்வார்.

ஒருநாள் அவள் அப்படி மணலைத் திரட்டிக் கொண்டிருக்கும் போது ஆற்று நீரில் புஷ்பக விமானத்தில் ஒரு கந்தர்வன் வானில் சென்று கொண்டிருப்பது தெரிந்தது. அவள் இவன் எவ்வளவு அழகாக இருக்கிறான் என்று அவனை ரசித்தாள். மறுகணம் உருவாகிக் கொண்டிருந்த குடம் உடைந்தது.

நடந்ததை ஞானதிருஷ்டியால் அறிந்த ஜமதக்னி முனிவர் அவள் பதிவிரதா தருமத்தில் தவறிவிட்டாள் என்று கூறி பரசுராமனை ஏவி அவள் தலையை வெட்டும்படிச் செய்தார். இதுதான் புராணப்படி உள்ள நிகழ்ச்சி. இதில் எனக்கு ஒரு குழப்பம் ஏற்பட்டது.

ரேணுகாதேவி பிற்காலத்தில் சிரம் மட்டும் பதிக்கப்பட்டு ரேணுகை யம்மன் என்ற பெயரோடு தெய்வமாக வணங்கப்படுபவள். தலைமாறி உடல் மாறி வந்ததால் மாரியம்மன் என்றே பெயர் கொண்டவள். அப்படித் தெய்வமாக விளங்கப் போகிறவள் பரபுருஷனை விரும்பினாள் என்று சொன்னால் அந்தக் கதா பாத்திரத்தின் கௌரவமே பாதிக்கப்படாதா? அம்மனின் அம்சமாக விளங்கப் போகிறவள் களங்கத்துக்குரியவளாக இருக்கலாமா? அதனால் அதை மாற்ற வேண்டும் என்று நினைத்தேன்.

தவ வாழ்க்கையில் ஈடுபட்டவர்களுக்குப் பிரம்மச்சரியம், கிருகஸ்தம், வானப்ரஸ்தம், சன்யாசம் என்று நான்கு நிலைகள் உண்டு. கிருகஸ்தத்தில் இருக்கும்போது குடும்ப வாழ்க்கை போதும். இனி வானப்ரஸ்தத்தை மேற்கொள்வோம் என்று தீர்மானிப் பார்கள். அதன்பிறகு அதே ஆசிரமத்தில் வாழ்ந்தாலும் கணவன் மனைவி என்ற உறவு இருக்காது. குரு சிஷ்ய பாவத்தோடுதான் தொண்டு செய்ய வேண்டும். ஜமதக்னியும் ரேணுகாதேவியும் அத்தகைய வாழ்க்கையை ஏற்றுக் கொண்டிருந்த காலம் அது.

அப்போதுதான் ரேணுகாதேவி அவ்விதம் மணலைத் திரட்டிக் குடம் செய்து கொண்டிருந்தாள். கந்தர்வன் தன் மனைவியோடு ஆடிப் பாடியபடி புஷ்பக விமானத்தில் சென்று கொண்டிருந்தான். அதைப் பார்த்த அவள் நாமும் நம் கணவரோடு இதுபோல் மகிழ்ந்திருக்க முடியவில்லையே என்று நினைத்தாள். குடம் உடைந்துவிட்டது.

இத்தகைய மாற்றத்தோடு நான் எழுதியிருந்தேன். மனோகர் அவர்கள் இது சரியாக வருமா என்று சந்தேகப்பட்டார். காலங்கால மாக உள்ள கதையில் இப்படி மாற்றம் செய்தால் ஏற்றுக் கொள்வார் களா? என்று கேட்டார். ஆனால் மனோகர் அவர்களிடம் இருந்த உயர்ந்த பண்புகளில் ஒன்று ஆசிரியரின் உரிமையில் தலையிடாம லிருப்பதாகும். அவர் விரும்பியிருந்தால் இப்படி வேண்டாமென மாற்றியிருக்கலாம். ஆனால் அப்படிச் செய்யவில்லை. எழுத்தாளனை மதிப்பதில் அவருக்குச் சமமாகச் சொல்ல எவருமில்லை.

இந்த நிலையில் கிருபானந்த வாரியார் சுவாமிகள் நாடகத்திற்குத் தலைமை தாங்கினார். நாடகத்தை முழுமையாகக் கண்டுகளித்த வாரியார் சுவாமிகள் மேடையில் பேசும்போது நாடகத்தின் சிறப்புகளைப் பாராட்டிப் பேசினார். அதன்பின் என்னை அழைத்து அருகே நிறுத்திக் கொண்டு நான் செய்திருக்கும் மாற்றத்தைப் பற்றிக் குறிப்பிட்டுவிட்டுத் தம் கருத்தைக் கூறினார்.

"இராம காவியத்தில் வான்மீகி இராவணன் சீதையை அவள் முடியில் ஒரு கையும், தொடையில் ஒரு கையும் வைத்துத் தூக்கிக் கொண்டு போனான் என்றுதான் பாடியிருக்கிறார். ஆனால் கம்பர் இது நம் தமிழ்ப் பண்பாட்டிற்குப் பொருந்திவராது என்று யோசித்து

இராவணனுக்கு விரும்பாத பெண்ணைத் தொட்டால் தலை வெடித்துவிடும் என்ற சாபம் இருப்பதை சுட்டிக்காட்டி பர்ண சாலையோடு பெயர்த்தெடுத்துக் கொண்டு போனான் என்று பாடினார். அன்று சீதையின் கௌரவத்தைக் காப்பாற்ற வேண்டும் என்ற எண்ணம் கம்பனுக்கு இருந்ததுபோல் இன்று ரேணுகாதேவியின் கௌரவத்தைக் காப்பாற்ற வேண்டும் என்ற எண்ணம் அறிவானந்தத்துக்கு ஏன் இருக்கக்கூடாது? அதனால் இந்த மாற்றத்தை நான் ஏற்றுக்கொண்டு அவரைப் பாராட்டுகிறேன்'' என்றார்.

மறுகணம் கைத்தட்டல் வானைப் பிளந்தது. வாரியார் வாக்கு சுப்ரீம் கோர்ட் தீர்ப்பு மாதிரியல்லவா? மனோகர் என்னை அணைத்துக் கொண்டு பாராட்டினார். இப்படியாக இந்த நாடகம் என் வாழ்வில் மறக்க முடியாத நாடகமாயிற்று.

அடுத்து நரகாசுரன் நாடகம் அவருக்காக எழுதினேன். முதலில் அவரிடம் கதையமைப்பைச் சொல்லி அவர் அதற்கு ஒப்புதல் தந்தபின்தான் வசனம் எழுதுவேன். தீபாவளி உருவாகக் காரணமாக இருந்த நரகாசுரன் தாய் கையால்தான் மரணம் என வரம் பெற்றவன். தாய் பூமாதேவி எப்படி மகனை வதம் செய்வாள்!

அதனால் திருமால் பூமியில் கண்ணனாக அவதரிக்கும் பொழுது அவளை பாமாவாகப் பிறக்கச் செய்கிறார். அதனால்தான் கண்ணனுடைய சக்ராயுதமே நரகாசுரன்மேல் பட்டுத் திரும்பி வந்த நிலையில் பாமா விடுத்த சாதாரண அம்பு அவனை பூமியில் சாய்த்து விடுகிறது.

இந்த நாடகத்தில் நரகாசுரன் தேரும் கண்ணன் தேரும் களத்தில் எதிரெதிரே வந்து நிற்கும் காட்சியில் நிழல் காட்சியாக இல்லாமல் இரு தேர்களே வந்து நிற்கும்படி அமைத்திருந்தார் மனோகர். அம்புகள் நேருக்குநேர் பாய்வதாகவே காட்டியிருந்தார்.

இந்த நாடகம் பொதிகை தொலைக்காட்சியில் தொடராக வந்தது. மனோகர் சாரின் தம்பி மகன் சிவபிரசாத் தயாரிக்க மனோகரே இயக்கினார். தொடர் நன்றாக ஓடிக் கொண்டிருக்கும்போது ஒருவர் இந்தத் தொடரில் இந்திரனை மிகவும் அவமதிக்கிறார்கள். அதனால்

தொடரை நிறுத்த வேண்டும் என்று வழக்குத் தொடர்ந்தார். சிவபிரசாத் சிறிதும் தயங்கவில்லை. தகுதியான வக்கீலை வைத்து எதிர் வழக்காடினார்.

நான் இந்திரன் செய்த செயல்களாக புராணத்தில் உள்ளவற்றைக் குறிப்பெடுத்து வக்கீலிடம் தந்தேன். அவர் நீதிபதியிடம் தந்தார். அவர் அதைப் படித்துவிட்டு இவையெல்லாம் அவையில் விவாதிப்ப தற்குக் கூடத் தகுதியற்றனவாக இருக்கின்றன. இத்தகைய இந்திரன் நாடகத்தில் சொல்லப்பட்டது போன்ற செயல்களை செய்வான் என்பதில் வியப்பில்லை. ஒரு நாடகாசிரியருக்கு கதையின் தேவைக் கேற்ற மாற்றங்களைச் செய்ய உரிமையுண்டு. அதனால் வழக்கைத் தள்ளுபடி செய்கிறேன் என்று கூறிவிட்டார்.

சிறிது கால இடைவெளிக்குப் பின் நான் மனோகருக்குத் தந்த நாடகம் துருவாசர். அவர் கோபமே உருவானவர். சாபங்கள் கொடுப்பவர் என்பது அனைவருக்கும் தெரியும். ஆனால் அவை யனைத்தும் நன்மைகள் நடக்கக் காரணமாகயிருந்தன என்பது நாடகத்தின் மையக் கருத்து.

நிறைவுக் காட்சியில் ஆவேசத்தோடு வரும் காளியைத் தடுக்க துருவாசர் வருவார். அப்போது காளியிருக்கும் பிலத்துவாரத்தி லிருந்து சிங்கம் பாய்ந்து வரும். அதை அப்போது பிரசித்தமாக யிருந்த 3D எனும் பாணியில் அமைத்திருந்தார் மனோகர். மக்கள் மீதே பாய்வதுபோல் அது ஆவேசமாக வரும்போது முன்வரிசையில் உள்ளவர்கள் பயந்து பின்னால் சாய்வார்கள். அதைத் தொடர்ந்து இரு எலும்புக் கூடுகள் விகாரமாக சிரித்தபடி வரும். அதன்பின் ஆவேசத்தோடு வரும் காளிக்கும், துருவாசருக்கும் விவாதம் நடக்கும். அதன் பின் காளியை சாந்தப்படுத்த துருவாசர் ஸ்ரீ சக்கரத்தை உருவாக்குவார். அதில் காளியின் ஆவேசம் அடங்கி அமைதியே உருவான காஞ்சி காமாட்சியாக மாறுவாள். அது முதல் துருவாசரும் தமது ஆவேசம் அடங்கி அமைதியே உருவாக காமாட்சி உபாசகராக மாறி திருக்கோயிலில் நிலைபெற்று விடுவார்.

இந்தக் காட்சியில் காளி விஸ்வரூபம் எடுக்கும்போது, மேடையின் உயரம் எவ்வளவோ அந்த அளவிற்கு ஆங்காரம் கொண்ட காளி யின் வடிவத்தை உயர்த்துவார்கள். பார்க்கவே பிரமிப்பாகயிருக்கும். காளி உயர்ந்து நிற்கும்போதே கைத்தட்டல் விழும். அடுத்து அங்கே ஸ்ரீசக்கரம் உருவாகி கீழே இறங்க இறங்க காளியின் உருவமும் அதற்கேற்ப இறங்கி வரும். கீழே வந்ததும் காஞ்சி காமாட்சி அமர்ந்திருக்க ஸ்ரீசக்கரம் அவள் தலைக்குப் பின்னே இருக்கும். அதுவரை மக்களின் கைத்தட்டல் நீடிக்கும்.

இந்த நேரத்தில் நேஷனல் தியேட்டர்ஸுக்கு ஒரு சங்கடம் ஏற்பட்டது. மலேசியாவிற்கு முதல் தடவை சென்றபோது மிகவும் வெற்றிகரமாக நாடகங்களை நடத்திவிட்டு வந்த மனோகர் அவர்கள் சில வருடங்களுக்குப் பிறகு இரண்டாம் முறை சென்ற போது சில காரணங்களால் நாடகங்கள் சரியாக நடக்கவில்லை. நடிகர்களாலும் சில பிரச்சனைகள் ஏற்பட்டிருக்கிறது. இதை யெல்லாம் மனதிற்கொண்டு நாடகக் கம்பெனியைக் கலைத்து விட்டார் மனோகர். ஏழு வருடங்கள் ஓடிவிட்டன.

அந்தக் காலகட்டத்தில் தமிழக முதல்வராகப் பொறுப்பேற்ற ஜெயலலிதா அவர்கள் மனோகர் அவர்களிடம் ஏன் நாடகத்தை நிறுத்தி விட்டீர்கள் என்று கேட்டு, அவர் தனக்கேற்பட்ட பிரச்சனைகளைச் சொன்னதோடு "எனக்கு எழுபது வயதாகிவிட்டது. இப்போது போய் என்ன வேடம் நடிப்பது?" என்றும் கேட்டிருக்கிறார். உடனே முதல்வர் "திருநாவுக்கரசர் வரலாறை நாடகமாக நடத்துங்கள். அது உங்களுக்குப் பொருத்தமாகயிருக்கும். சைவத்தில் ஈடுபாடுள்ள ஆசிரியரைக் கொண்டு எழுதச் சொல்லுங்கள். நான் தமிழக அரசு சார்பாக மானியம் கொடுக்க ஏற்பாடு செய்கிறேன்" என்று சொல்ல மீண்டும் உற்சாகத்தோடு நாடகப் பணியைத் தொடங்கினார். திருநாவுக்கரசர் நாடகத்தை எழுதும் வாய்ப்பை எனக்குத் தந்தார்.

குன்றத்தூரில் வாழ்ந்து கொண்டிருந்த எனக்கு அதுவரை ஒரு குறையிருந்தது. இராமாயணம், பாரதம், பாகவதம் என பலவற்றிலிருந்தும் நாடகங்கள் எழுதும் நமக்கு குன்றத்தூரில் அவதரித்த சேக்கிழார் பெருமானின் பெரியபுராணத்திலிருந்து ஒரு நாடகத்தை எழுதும் வாய்ப்பு அமையவில்லையே என்பதுதான் அந்தக் குறை. திருநாவுக்கரசர் நாடகம் எழுதும் வாய்ப்பு அமைந்ததின் மூலம் அந்தக் குறை தீர்ந்தது.

திருநாவுக்கரசர் நாடகத்தை எழுதும்போது நான் சில பிரச்சனைகளை எதிர்கொள்ள நேர்ந்தது. சேக்கிழார் பெருமானால் மிக விரிவாகப் பாடப்பட்ட வரலாற்றில் எந்தெந்த நிகழ்ச்சிகளை எடுத்துக் கொள்வது? எவற்றை விட்டுவிடுவது? அதுவே குழப்பமாக யிருந்தது. நிச்சயமாக இவை இருந்தாக வேண்டும் என்பவற்றைத் தொகுத்து ஒரு வடிவமாக்கியபோது மற்றொரு பிரச்சனை வந்தது.

காவல்துறை அதிகாரியும் சமணத்தைச் சார்ந்தவருமான ஸ்ரீபால் அவர்கள் தொலைபேசியில் தொடர்பு கொண்டு மனோகர் அவர்களிடம் நீங்கள் திருநாவுக்கரசர் நாடகம் செய்யப்போவதாக அறிந்தேன். அவர் சமணத்திலிருந்து சைவத்திற்குச் சென்றவர். அதனால் சமணத்தைத் தாக்கிப் பாடியிருப்பார். அவ்வளவு கடுமையுடன் அவற்றைப் பயன்படுத்த வேண்டாமென உங்கள் ஆசிரிய

ருக்குச் சொல்லுங்கள் என்று சொல்லிவிட்டார். மனோகர் அவர்கள் என்னிடம் அந்தப் பகுதியைத் தொடாமல் எழுத முடியுமா? என கேட்டார். முடியும் என சொல்லி திருநாவுக்கரசர் சைவத்திற்கு வருவதிலிருந்து தொடங்கி நாடகத்தை எழுதினேன்.

நாடகத்தில் மனோகர் அவர்கள் தமக்கே உரித்தான முறையில் தந்திரக் காட்சிகளை அமைத்தார். நீற்றறை என்று சொல்லப்படும் சுண்ணாம்புக் காளவாயில் எரியும் நெருப்புக்கு நடுவே திருநாவுக்கரசர் அமர்ந்து தியானம் செய்வது, மேடையில் ஒரு யானையே அவரை மிதிப்பதற்காக வந்து மண்டியிட்டு வணங்குவது, கல்லில் கட்டிக் கடலில் போட கல் மிதந்து செல்வது, அப்பூதியடிகளைக் கடித்த பாம்பு அப்பர் வந்து பாடியவுடன் அங்கு வந்து நஞ்சை உறிஞ்சி அந்தப் பிள்ளையைக் காப்பாற்றுவது, திருவையாற்றின் கோயில் கோபுரத்தில் கைலாயக் காட்சி தெரிவது என பல தந்திரக் காட்சிகள்.

நாடக ஒத்திகை நேரத்தில் ஒருநாள் மனோகர் அவர்கள் என்னிடம் "எதிர்மறைக் கதாபாத்திரங்களையே நடித்துக் கொண்டிருந்த நான், சமயாசாரியார் வேடத்தில் நடிப்பதை மக்கள் ஏற்றுக் கொள்வார்களா என்று தயக்கமாக இருக்கிறது" என்றார்.

நான் "ஒத்திகையில் பார்க்கும்போதே உங்கள் நடிப்பு எங்களைக் கண் கலங்கச் செய்கிறது நாடகம் நடக்கும் போது பாருங்கள். சில இடங்களில் உங்கள் காலில் வந்து விழுந்து வணங்குவார்கள்" என்றேன். நாடகம் நடந்த எல்லா நாட்களிலுமே பலரும் அவரைத் தேடி வந்து காலில் விழுந்து வணங்கிவிட்டுச் சென்றார்கள். அவர் பெருமிதத்தோடு "நீங்கள் சொன்னபடியே நடக்கிறது" என்றார்.

திருநாவுக்கரசர் நாடகம் நேஷனல் தியேட்டர்ஸின் மிகச் சிறந்த வெற்றி நாடகமாக அமைந்தது. மனோகர் அவர்கள் புதிய பரிமாணத்தை மக்கள் மனநிறைவோடு ஏற்றுக் கொண்டார்கள்.

திருநாவுக்கரசர் சிறப்பாக நடந்திருந்தும் அடுத்த புது நாடகம் செய்யத் தயங்கிக் கொண்டிருந்தார் மனோகர். அந்த நிலையில் வித்தம்மா என்பவர் அவரை உற்சாகப்படுத்தி மன்றத்தைத் தன் பொறுப்பில் ஏற்றுக் கொண்டு புதிய நாடகம் செய்ய வைத்தார்.

திருவிளையாடல் புராணத்தை ஆதாரமாகக் கொண்டு நான் வரகுணபாண்டியன் என்ற நாடகத்தை எழுதினேன். மனோகர் அவர்கள் வழக்கமான தந்திரக் காட்சிகளோடு சிறப்பிற்குரிய நடிகர்களின் பங்கேற்போடு அரங்கேற்றினார். நாடகம் வெற்றிகர மாக அமைந்தது என்றாலும் வித்தம்மா அவர்களின் அணுகுமுறை யால் தொடர்ந்து நடை பெறவில்லை.

ஆக மனோகர் அவர்களுக்கு நான் இந்திரஜித், பரசுராமர், நரகாசுரன், துருவாசர், திருநாவுக்கரசர், வரகுணபாண்டியன் என ஆறு நாடகங்கள் எழுதினேன். நாடகக் கலை என்ற மகா சமுத்திரத்தில் நேஷனல் தியேட்டர்ஸ் என்ற பெயரில் ஆர்.எஸ்.மனோகர் அவர்கள் கட்டிய சேதுபந்தனமான அணையில் இந்த அணிலும் சில மணற் துளிகளை உதிர்த்ததால் நாடக வரலாற்றில் இதற்கும் ஓர் இடம் கிடைத்தது.

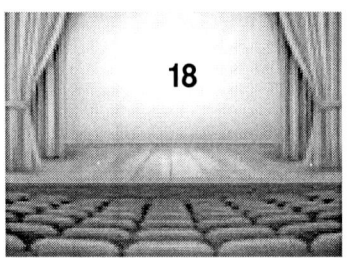

18
சாதனைகள் புரிந்த சபா நாடகங்கள்

பாலசந்தர் நாடகங்கள்

சேவாஸ்டேஜ், நேஷனல் தியேட்டர்ஸ் முதலான பழமை வாய்ந்த புகழ்மிக்க நாடகக் குழுக்களுக்கு நடுவிலே பாலசந்தரின் படைப்புகளோடு எழுந்த ராகினி ரிக்ரியேஷன்ஸ் பெரும் பரபரப்பை ஏற்படுத்தியது.

மேலை நாட்டு நாடக வடிவங்களைப் பற்றி முழுமையாக அறிந்திருந்ததோடு தமிழர் கலாச்சாரத்தோடும் பின்னிப் பிணைந் திருந்த பாலசந்தர் அவர்கள், இரண்டையும் இணைத்த கலவை யாகத் தமது நாடகங்களை வடித்தார். அன்று சென்னையில் நூற்றுக்கும் மேற்பட்ட சபாக்கள் இருந்ததால் நாடகங்கள் அரங்கேறிய நாள் முதல் தொடர்ந்து பல சபாக்களில் நடத்தப்பட்டு சாதனைகள் புரிந்தன.

ராகினி ரிக்ரியேஷன்ஸின் முதல் நாடகமாக பாலசந்தர் எழுதிய மெழுகுவர்த்தி நாடகம் அரங்கேறியது. பாலசந்தருக்கு நகைச்சுவை வசனம் இயல்பாக வந்தது. உணர்ச்சிகரமான காட்சிகளையும் உடல் சிலிர்க்கும் வண்ணம் அமைத்தார். அவர் நடத்திய நாடகங்கள்

பின்னர் திரைப்படங்களாயின. 'சர்வர் சுந்தரம்', 'மேஜர் சந்திரகாந்த்', 'நீர்க்குமிழி', 'எதிர்நீச்சல்' ஆகிய திரைப்படங்கள் முதலில் மேடை நாடகங்களாக நடத்தப்பட்டன.

மேஜர் சந்திரகாந்த் நாடகத்தில் நடித்ததின் மூலம்தான் சுந்தர ராஜன் மேஜர் சுந்தரராஜன் என்று பெயர் பெற்றார். நாகேஷ் அங்கிருந்து வந்துதான் திரையுலகில் சாதனை நாயகராக விளங்கினார். மேலும் பல நடிகர்கள் அங்கிருந்து வந்து திரையுலகில் புகுந்தார்கள்.

மேற்கண்ட நாடகங்கள் திரைப்படங்களாக வந்துள்ளன என்பதால் அவற்றின் கதைகளுக்குள் போக வேண்டியதில்லை. ஆனால் ஒன்செட் ப்ளேவாக நடத்தப்பட்ட எதிர்நீச்சல் பற்றி அவசியம் பார்க்க வேண்டும். இது நான் பார்த்த நாடகம் என்பதால் தெளிவாக அதைப் பற்றிக் கூற முடியும். ஒரே ஒரு இடத்துக்குரிய அரங்கம் அமைக்கப்பட்டு அதிலேயே முழுக்கதையும் நடப்பதுதான் ஒன்செட்பிளே.

நாடகத்திற்கு பெல் அடிக்கப்பட்டுத் திரையைத் தூக்கியவுடனே பெரும் பிரமிப்பு ஏற்படும். கீழே நான்கு வீடுகள், மாடிப்படிகள், மேலே நான்கு வீடுகள், அதில் வராந்தா. அங்கு ஒருவர் பல் துலக்கிய படி நடந்து கொண்டிருப்பார். ஒரு பெண் துவைத்த துணிகளைக் காயப்போட்டுக் கொண்டிருப்பாள். ஒருவர் வராந்தாவில் நாற்காலி போட்டு உட்கார்ந்து கொண்டு பேப்பர் படித்துக் கொண்டிருப்பார். மாடி போர்ஷன் அமைந்த உண்மையான வீட்டையே அங்கு கொண்டு வந்து வைத்து விட்டார்களோ என்றிருக்கும்.

மாடிப்படிக்குக் கீழே ஓர் இடைவெளி இருக்கமல்லவா? அதில் மாது என்ற ஒருவன் தங்கியிருந்து அங்குள்ள வீடுகளில் வாழ்பவர்கள் சொல்லும் வேலைகளைச் செய்து கொண்டு ஒரு வேளைக்கு ஒரு வீடு என்று அவர்கள் தரும் உணவை உண்டு கொண்டு கல்லூரியில் படித்துக் கொண்டிருக்கிறான். அவன் நிம்மதியாகப் படிக்க முடியாதபடி அவனுக்கு ஏற்படும் பிரச்சனைகள், அவற்றை அவன் எப்படிச் சமாளிக்கிறான்? அவன் மீது சுமத்தப்படும் பழிகள் - அவற்றி லிருந்து எப்படி மீள்கிறான்? பைத்தியமாகயிருந்து தெளிவடைந்த நிலையில் அங்கு வந்த ஒரு பெண்ணுக்கும் அவனுக்கும் ஏற்படும்

காதல் - இவற்றையெல்லாம் படிப்படியாகச் சொல்லிக் கொண்டு சென்று உழைப்பால் ஒருவன் எந்த அளவுக்கு உயர முடியும் என்பதற்கு மாடிப்படி மாதுவே உதாரணம் என்பதைச் சுவையாகச் சொல்லியிருப்பார் பாலசந்தர்.

மாதுவாக நடித்த நாகேஷ் சிரிக்க வைத்ததோடு நெகிழவும் வைத்தார். மாதுவின் மீது கொண்ட பொறாமை காரணமாக அங்கே உள்ள சில மாணவர்கள் அவனைப் பரீட்சைக்குப் போகவிடக் கூடாது என்று காலை ஒடித்துப் போட்டு விட்ட நிலையில், அங்கு வசிக்கும் ஒரு குடும்பத்தைச் சேர்ந்தவரான மேஜர் சுந்தரராஜன் அவன் மீது கொண்ட அன்பின் காரணமாக தோளிலேயே தூக்கிச் செல்லும் காட்சியில் உருக வைத்துவிடுவார்.

இந்த நாடகத்தில் அந்த நேரத்தில் பல திரைப்படங்களில் நடித்துக் கொண்டு பிஸியாகயிருந்த சௌகார் ஜானகியை அங்குள்ள போர்ஷன் ஒன்றில் குடியிருக்கும் பட்டு மாமியாக நடிக்க வைத்திருந்தார் பாலசந்தர். கிட்டு மாமாவாக ஸ்ரீகாந்த் நடிப்பார். சினிமா பைத்தியமான பட்டுமாமி கிட்டு மாமாவோடு விவாதம் செய்து கொண்டிருக்கும்போது அவர் தன்னை மறந்து "பொண்ணும் ஆணும் சரி பாதி" என்று சொல்ல, அவள் விவாதத்தை அப்படியே விட்டு விட்டு "நீங்க என்னை விட்டுட்டுப் போய் திருவிளையாடல் படம் பாத்துட்டேன்" என்ற அவர் மீது பாய அரங்கமே கலகலத்துப் போகும்.

பின்னர் நாடகத்தில் நடித்த பெரும்பான்மையான நடிகர்களை அந்தந்த வேடங்களிலேயே நடிக்கச் செய்து திரைப்படமாக எடுத்து வெற்றி கண்டார் பாலசந்தர்.

சோவின் நாடகங்கள்

அவர் அப்படி வித்தியாசமான நாடகங்களை உருவாக்கிக் கொண் டிருந்த அதே காலகட்டத்தில் மறுபுறம் சோ அவர்கள். தமது நாடகங்கள் மூலம் அனைவரையும் சிரிக்க வைத்ததோடு சிந்திக்கவும் வைத்தார்.

'சம்பவாமி யுகே யுகே' என்று ஒரு நாடகம். யுகங்கள்தோறும் நான்

அவதரிப்பேன் என்று சொன்ன பரமாத்மா கண்ணன் இன்று இந்தக் கலியுகத்தில் தோன்றினால் சமூகப் பிரச்சனைகளில் மூழ்கி என்னென்ன இன்னல்களுக்கு ஆளாவான் என்பதுதான் கதை. மிகவும் பரபரப்பாக நடைபெற்ற நாடகம்.

'உண்மையே உன் விலை என்ன?', 'உறவுகள் இல்லையடி பாப்பா', 'யாருக்கும் வெட்கமில்லை', 'நேர்மை உறங்கும் நேரம்' என்ற பெயர்களே இவையெல்லாம் சமூகப் பிரக்ஞை கொண்ட நாடகங்கள் என்பதை விளக்குகின்றன அல்லவா! மற்றும் அவரது 'மனம் ஒரு குரங்கு', 'என்று தணியும் இந்த சுதந்திர தாகம்' முதலான நாடகங்கள் அன்றைய அரசியல் பிரச்சனைகளை அலசக்கூடிய கருத்துச் செறிவுள்ள நாடகங்களாக அமைந்தன.

சோவின் நாடகங்கள் என்று சொன்னால் உடனே அனைவருக்கும் நினைவு வரக்கூடியது 'முகமது பின் துக்ளக்' நாடகம்தான். துக்ளக் வடிவில் வந்த ஒருவன் எப்படி அரசியலில் குட்டை குழப்புகிறான்? மக்கள் எப்படி அவன் ஆட்டிவைத்தபடியெல்லாம் ஆடுகிறார்கள் என்பதுதான் கதை. இது யதார்த்தமாக இல்லையே என்று ஒரு கேள்வி அவரிடம் கேட்கப்பட்ட போது அதில் சொன்னதைவிட மிகையாக இன்றைய அரசியலில் நடக்கிறது என்றார். அது அவருக்கே உரிய துணிச்சலான விடை.

அவரது நகைச்சுவையில் ஒரு சிறப்பு. அவர் யார் யாரையெல்லாம் கேலி செய்கிறாரோ அவர்களே முன்வரிசையில் அமர்ந்து சிரித்து மகிழ்வார்கள்.

ஒரு நாடகத்தில் அவர் நாட்டின் நிலையைப் பற்றிக் குமுறலோடு பேசும் கட்டம் நிகழ்ந்து கொண்டிருந்தது. அந்த நேரத்தில் பார்வை யாளர்களில் ஒரு பெண்மணியின் குழந்தை அழ ஆரம்பித்தது. முன் பின் வரிசைகளில் அமர்ந்திருந்தவர்கள் சலித்துக்கொண்டு அதை அடக்கும்படிச் சொல்லிக் கொண்டிருந்தார்கள். உடனே சோ சொன்னார்..."அந்தக் குழந்தையின் அழுகையைத் தடுக்காதீர்கள். அது ஒன்றாவது நாட்டின் நிலையை நினைத்து அழுகிறதே" என்றார். அரங்கமே சிரித்து மகிழ்ந்து கைதட்டியது. அந்த ஆரவாரத்தில் குழந்தையின் அழுகையும் நின்றுவிட்டது.

இதே காலகட்டத்தில் ஒய்.ஜி. பார்த்தசாரதி, பூரணம் விஸ்வ நாதன், சேஷாத்திரி, வி.கோபாலகிருஷ்ணன், வி.எஸ்.ராகவன் முதலானோர் வித்தியாசமான சிறந்த கதையமைப்பும் நடிப்பாற் றலை வெளிப்படுத்தத்தக்க சிறந்த கதாபாத்திரங்களும் கொண்ட அருமையான நாடகங்களை நடத்தினார்கள்.

மௌலி, மெரினா, தேங்காய் சீனிவாசன், காத்தாடி ராமமூர்த்தி, விசு, கோமல் சுவாமிநாதன், எஸ்.வி. சேகர் முதலானோர் இரண்டு மணி நேரம் கவலையை மறந்து சிரித்து மகிழத்தக்க நகைச்சுவை நாடகங்களை நடத்தினார்கள்.

ஹெரான் ராமசாமி

இவற்றுக்கு நடுவே புராண சரித்திர நாடகங்களும் நடைபெறத்தான் செய்தன. ஆர்.எஸ்.மனோகர் அவர்களின் குழுவிலிருந்து பிரிந்து வந்த ஹெரான் ராமசாமி 'ஆச்சார்ய ராவணா, வான்மீகி, எமதர்மன், பொய்யாமொழி' முதலான நாடகங்களை நடத்தினார். ஸ்ரீகவி எழுதிய சனீஸ்வரன் நாடகமும், ஆறு.அழகப்பனார் எழுதிய திருமலை நாயக்கர் நாடகமும் அவருக்குப் புகழ் தந்தன.

ருத்திராபதி

ஹெரான் குழுவிலிருந்து பிரிந்து வந்த ருத்திராபதி, அஸ்வத்தாமா, ஆஞ்சநேயர் ஆகிய நாடகங்களை நடத்தினார். ஸ்ரீகவி எழுதிய அந்த இரு நாடகங்களும் வெற்றி நாடகங்களாக அமைந்தன. மகாபாரதத் திலிருந்து எழுதப்பட்ட அஸ்வத்தாமனில் ஆவேசத்தின் வடிவமாகத் தோன்றிய ருத்திராபதி, இராமாயணத்திலிருந்து எழுதப்பட்ட ஆஞ்சநேயரில் பக்திமயமாகப் பணிந்து நிற்கும்போது மெய்மறக்கச் செய்து விடுவார்.

எம்.எஸ்.திரௌபதி

இத்தகைய நாடகங்களை நடத்தியவர்களில் பழம்பெரும் திரைப்பட நடிகையான எம்.எஸ். திரௌபதி அவர்கள் குறிப்பிடத்தக்கவர். காரைக்கால் அம்மையார் நாடகத்தில் அந்த வேடத்தில் நடித்தது பெரிதல்ல. மாணிக்கவாசகர் நாடகத்தில் தாமே அந்த வேடத்தில் நடித்தார். நாடகங்களை இயக்குவதில் புகழ்பெற்ற சிவானந்தம்

அவர்கள் நரிகள் பரிகளாவதையும், பரிகள் நரிகளாகி ஓடுவதையும் நிழற்காட்சியிலேயே உடல் சிலிர்க்கும்படிச் செய்து காட்டினார்.

மாஸ்டர் ஸ்ரீதர்

புகழ் பெற்ற திரைப்பட நடிகரான மாஸ்டர் ஸ்ரீதர் தமது சக்கராஸ்டேஜ் மூலம் ஆதிசங்கரர் நாடகத்தையும் வள்ளலார் நாடகத்தையும் அரங்கேற்றி நடித்தார். அவை இரண்டுமே வெற்றி நாடகங்களாக அமைந்தன.

எஸ்.வி. ராமதாஸ்

சமூக நாடகங்கள் நடத்தியவர்களில் எஸ்.வி. ராமதாஸ் குறிப்பிடத் தக்கவர். பல படங்களில் வில்லனாகத் தோன்றியவரான இவர் "கில்லர் நரசிம்மன், கோடீஸ்வரக் குடும்பம்" எனும் நாடகங்களை நடத்தினார்.

எஸ்.ஏ.அசோகன்

திரைப்படங்களில் எல்லாவித வேடங்களையும் ஏற்ற குணச்சித்திர நடிகரான எஸ்.ஏ. அசோகன் வண்டிக்காரன் மகள், அபிஷேகம் முதலான நாடகங்களை நடத்தினார். ''ஐம்பது அழுகிறது. இருபத்தைந்து சிரிக்கிறது?'' என்பது அவரது புகழ்பெற்ற நாடகமாகும்.

எஸ்.எஸ். ராஜேந்திரன்

சிவாஜியோடு பராசக்தியில் அறிமுகமாகி பின்னர் தனிக்கதாநாயக னாக பல படங்களில் நடித்தவர். எஸ்.எஸ்.ஆர் நாடக மன்றம் எனத் தொடங்கி இரட்டை மனிதன், மணிமகுடம் முதலான நாடகங்கள் புகழ் பெற்றவையாகும்.

வி.கே. ராமசாமி

நகைச்சுவை நடிகர் என்று புகழ்பெற்றாலும் சிறந்த குணச்சித்திர நடிகரான வி.கே. ராமசாமி வி.கே.ஆர். நாடக மன்றத்தின் மூலமாக பம்பாய் மெயில் நாடகத்தை நீண்டகாலம் நடத்தினார். அதன்பின் ஏ.வீரப்பன் எழுதி அவர் அரங்கேற்றிய 'ருத்ர தாண்டவம்' எனும் நாடகம் சிவபெருமான் பூமிக்கு வந்து இன்றைய வாழ்க்கையைக் கண்டால் என்ன நேரும் என்ற நோக்கில் எழுதப்பட்டதாகும்.

மற்றும் ஏ.வி.எம்.ராஜன், புஷ்பலதா தம்பதிகள், சுருளிராஜன், கே.கண்ணன், டி.கே.ராமச்சந்திரன், எம்.கே. மூர்த்தி, குட்டி பத்மினி ஆகியோர் அவ்வப்போது சில நாடகங்கள் நடத்தினர். ஏ.வி.எம். ராஜன் அவர்களின் 'கற்பூரம்' நாடகமும், குட்டி பத்மினி அவர்களின் 'கிட்டு மாமா -பட்டு மாமா' நாடகமும் குறிப்பிட்டுப் பேசப்பட்ட நாடகங்களாகும்.

பல திரைப்படங்களில் குணச்சித்ர கதாபாத்திரங்களில் தோன்றிய செந்தாமரை அவர்கள் சண்முகா தியேட்டர்ஸ் என்ற நாடக மன்றத்தைத் தொடங்கி 'காற்றுக்கும் வேர்க்கும்', இரண்டில் ஒன்று முதலான நாடகங்களை நடத்தினார். இதில் இரண்டில் ஒன்று என்ற நாடகம்தான் தங்கப்பதக்கம் என்று திரைப்படமாக உருவாகியது. முள்ளும் மலரும் படத்திற்குக் கதை, வசனம் எழுதி இயக்கிய மகேந்திரன்தான் அந்த நாடகத்தை எழுதியிருந்தார்.

இதேபோல் மேஜர் சுந்தரராஜன் அவர்கள் நடத்திய ஞான ஒளி நாடகம் அதே பெயரில் திரைப்படமாக்கப்பட்டது. மேஜர் நடித்த வேடத்தில் சிவாஜி கணேசனும், அவரது நண்பர் வேடத்தில் மேஜரும் நடித்தார்கள். அதைத் தொடர்ந்து மேஜர் நடத்திய 'கல்தூண்' நாடகம் அவரே இயக்க சிவாஜி நடிக்க திரைப்பட மானது. மேஜரின் நாடகங்களில் சிவகுமார் முக்கியமான வேடங் களை ஏற்று நடித்தார் என்பது குறிப்பிடத்தக்கது.

இந்த இடத்தில் நான் எழுதிய சில புராண சரித்திர நாடகங்களை நடத்திய நாடக மன்றங்கள் பற்றியும் தற்போது நடத்திக் கொண்டி ருக்கும் மன்றங்கள் பற்றியும் குறிப்பிடுவது பொருத்தமாக இருக்கும் என்று கருதுகிறேன்.

ஹெரான் ராமசாமி அவர்கள் 'காவடி தந்த இடும்பன்' என்ற நாடகத்தை நடத்தினார். சூரபத்மனுக்கு ஆயுதப் பயிற்சி தரும் குருவாக இருந்த இடும்பன்தான் முருக பக்தனாக மாறி முதன் முதலில் காவடியெடுத்தான் என்பதைச் சொல்வதே இந்த நாடகம்.

தேவி செரினா அவர்கள் 'அம்பையின் சபதம், இராணி மங்கம்மா, வேலு நாச்சியார், காரைக்கால் அம்மையார்' எனும் நாடகங்களை நடத்தினார். அந்தக் கதாபாத்திரங்கள் ஒவ்வொன்றிலும் அற்புதமாக நடித்தார்.

கே.எஸ். நாராயணன் அவர்கள் தசரதர் என்ற நாடகத்தையும், எம்.ஜி.முருகேசன் ஆதித்த கரிகாலன் என்ற நாடகத்தையும் நடத்தினர். பொன்னியின் செல்வன் நாடகத்திலிருந்து ஒரு கதா பாத்திரத்தை மட்டும் எடுத்து எழுதிய நாடகம்தான் ஆதித்த கரிகாலன்.

துரை.பாலசுந்தரம் ஆர்.எஸ். மனோகர் அவர்களின் நாடகக் குழுவில் இருந்தவர். அவரது மறைவுக்குப் பின் தமிழரசன் தியேட்டர்ஸ் என்று நாடக மன்றத்தைத் தொடங்கி நடத்தினார். 2009-ஆம் ஆண்டு இவருக்காக 'ஸ்ரீ நரசிம்மர்' என்ற நாடகத்தை எழுதினேன். அதைத் தொடர்ந்து 'ஓம் சிவசக்தி, இராகு கேது, சூரசம்காரம், ஸ்ரீகிருஷ்ண தரிசனம், தெய்வச் சேக்கிழார், விவேகானந்தர், பெருமாள் பெருமை' ஆகிய நாடகங்கள் அரங்கேறி தொடர்ந்து நடைபெறுகின்றன.

எஸ்.சிவபிரசாத் நாடகக் காவலரின் தம்பி மகனாவார். தனது பெரியப்பாவான ஆர்.எஸ்.மனோகர் அவர்களின் பெயரிலேயே நாடக மன்றத்தைத் தொடங்கிய இவர் 2015-ஆம் ஆண்டு நான் எழுதிய 'ஸ்ரீ காஞ்சி காமாட்சி' என்ற நாடகத்தை அரங்கேற்றினார். அதைத் தொடர்ந்து "ஸ்ரீ ரங்கநாதர் மகிமை, மீனாட்சி கல்யாணம், திருமுருகாற்றுப்படை, இராமலிங்க சுவாமிகள்" ஆகிய நாடகங்கள் அரங்கேறி நடைபெற்று வருகின்றன.

பல்வேறு நாடகங்கள்

படிப்படியாக நாடகங்கள் இன்றளவும் பல மாற்றங்களை அடைந்து வந்துள்ளன. சிறந்த உரையாடல்களுடன் பல தந்திரக் காட்சிகளைக் கொண்ட புராண நாடகங்கள், தமிழிலக்கியக் கடலில் புதைந்து கிடக்கும் வரலாற்று முத்துக்களைத் தேடியெடுத்து உருவாக்கப் பட்ட சரித்திர நாடகங்கள், தங்கள் பிரச்சாரத்தை நேரடியாகவோ, மறைமுகமாகவோ வெளிப்படுத்தும் அரசியல் நாடகங்கள், சுதந்திரப் போராட்ட காலத்தில் தாங்கள் கைது செய்யப்படுவோம் என்று அறிந்தும் மேடையில் முழக்கமிட்ட தேசிய நாடகங்கள், சமுதாயக் கொடுமைகளைக் கடுமையாகச் சாடக்கூடிய சமூகச் சீர்திருத்த நாடகங்கள், அவலங்களையும் பாச உணர்வுகளையும் சித்தரிக்கும் குடும்ப நாடகங்கள், துணுக்குத் தோரணங்களால் கட்டப்பட் டாலும் துயரத்தை மறந்து சிரிக்கச் செய்யும் நகைச்சுவை நாடகங்கள்

என அந்தந்தக் காலகட்டத்திற்கேற்பப் பலவகை நாடகங்கள் படைக்கப்பட்டன.

இன்றைய நிலை

இவ்வளவு சிறப்புக்குரிய நாடக உலகம் இன்று எப்படியிருக் கிறது? முத்தமிழில் மூன்றாம் தமிழுக்குரிய கௌரவம் கொடுக்கப் படுகிறதா?

இதற்கான விடையை இன்று நாம் மகிழ்ச்சியான மனோநிலையில் அணுக முடியாது. சினிமா வந்த பிறகே நாடகம் சிறிது பாதிக்கப் பட்டது என்று அன்றைய கலைஞர்கள் சொன்னார்கள். ஆனால் இன்று தொலைக்காட்சி வந்த பிறகுதான் நாடகம் பெருமளவில் பாதிக்கப்பட்டிருக்கிறது என்பது மறுக்க முடியாத உண்மை. வீட்டில் அமர்ந்தபடியே ஒரு நாடகத்தை நவீனத் தொழில்நுட்பத் தோடு பார்த்துவிட முடியும் என்ற நிலையில், நாடகம் நடக்கும் தியேட்டரை இதற்காகத் தேடிச் சென்று காசு கொடுத்துப் பார்க்கப் பெரும்பான்மையோர் தயாராகவில்லை.

ஒரு காலத்தில் ஊர் ஊராகச் சென்று மாதக்கணக்கில் நாடகங்கள் போடும் நாடகக் கம்பெனிகள் நிறைய இருந்தன. அந்தத் தொழில் முறை நாடகக் குழுக்கள் சிறந்த நடிகர்களை உருவாக்கும் குருகுலங் களாக விளங்கின. சிறந்த கதைகளை உருவாக்கித் தந்தன. திரைப் படங்களுக்கும் பல கதைகள் அங்கிருந்துதான் முன்பு தேர்ந் தெடுக்கப்பட்டன. சிவாஜி கணேசன் முதலான மிகச் சிறந்த நடிகர்கள் அங்கிருந்துதான் உருவானார்கள்.

ஆனால் இன்று அத்தகைய நாடகக் கம்பெனிகள் இல்லவே இல்லை. கேம்ப் நாடகங்கள் என்று ஓர் ஊரில் சில மாதங்கள் நாடகம் நடத்துபவர்களும் 'பிரைஸ் கேம்ப்' என்று சொல்லி, ரசிகர்கள் வாங்கும் டிக்கெட்டுகளைக் குலுக்கிப் போட்டு அதற்குப் பரிசுகள் தருவது என்று ஆரம்பித்தார்கள். அதனால் அவர்களுக்கு நாடகத்தின் தரத்தைப் பற்றி எந்தக் கவலையுமில்லை. ரசிகர்களுக்கும் நாடகத்தைப் பற்றி அக்கறையில்லை. டிக்கெட் வாங்கிக் கொண்டு உள்ளே வந்து தூங்கி விட்டு பரிசு அறிவிக்கும் நேரத்தில் மட்டும் எழுந்து கொண்டவர்கள் உண்டு. அதிலும் சில ஊர்களில் பிரச்சனை யாகி அடிதடி நடந்து ஒட்டுமொத்தமாக நிறுத்தப்பட்டு விட்டன.

நூற்றுக்கும் மேற்பட்ட சபாக்கள் இருந்த சென்னையில் இன்று பத்து சபாக்கள் கூட இல்லை. அதனால் நாடகம் நடத்த முன் வருவோரின் எண்ணிக்கை மிகவும் குறைந்துவிட்டது.

இன்று ஒரு சமூக நாடகத்தை நடத்துவதே சிரமம் என்ற சூழ்நிலையில் புராண சரித்திர நாடகங்களை எப்படி நடத்த முடியும்? அத்தகைய நாடகங்களுக்கு நிறைய ஒத்திகைகள் தேவை. ஒரு சொல் மறந்துபோனால் சமூக நாடகம்போல் வேறு ஏதோ ஒரு சொல்லைச் சொல்லி இட்டு நிரப்ப முடியாது. உரிய வசனங்களை உச்சரிப்பு மாறாமல் பேச வேண்டும். இன்று அத்தகைய நடிகர்கள் மிகவும் குறைந்து விட்டார்கள். இருப்பவர்களும் ஒத்திகைகளுக்குத் தொடர்ந்து வருவதில்லை. வருகின்ற நடிகர்களிடம் வசன உச்சரிப்பு சரியாகயில்லை.

ஒப்பனை, உடை, காட்சியமைப்பு முதலானவற்றில் மிகவும் கவனக் குறைவாகயிருக்கிறார்கள். விக் என்று சொல்லப்படும் தலைமுடி ஒரு பக்கம் ஒட்டியும், மறுபக்கம் சரியாக ஒட்டப்படாமலும் இருக்கிறது. கதாபாத்திரத்துக்குப் பொருத்தமான ஆடை அணிகலன்கள் அணிவிக்கப்படுவதில்லை. அதைப் பற்றிக் கேட்டால் "கொடுக்கற காசுக்கு இதுபோதும்" என்று அலட்சியம் செய்கிறார்கள்.

அன்று நடிகர்கள் மேடையேறும்போது காலணிகளைக் கழற்றி வைத்துவிட்டு மேடையைத் தொட்டு வணங்கிவிட்டு மேடையேறுவார்கள். இன்றும் அப்படித்தான் செய்ய வேண்டும் என்று சொல்லவில்லை. குறைந்தபட்சம் தொழில் செய்யும் இடமாகவாவது கருதி மதிக்கலாமே. சிலர் விளையாட்டுத் திடலாகவல்லவா கருதுகிறார்கள்!

இதுபோன்ற சிறு சிறு குறைகள் இருந்தாலும் இவையெல்லாம் திருத்திக் கொள்ளக் கூடியவைதான். நாடகங்கள் நடத்துவதற்கான வாய்ப்புகளே பாதிக்கப்பட்டிருக்கின்றன என்றாலும் இதுபோன்ற சோதனைகள் ஏற்பட்டுப் பெரும் பின்னடைவு உருவாவதும், மீண்டும் வெளிப்பட்டு நாடகக்கலை தன்னை அடையாளம் காட்டிக் கொள்வதும் அவ்வப்போது நடந்து கொண்டுதானிருக்கிறது.

உள்ளூரிலும், வெளியூர்களிலும் நாடகங்களை நடத்த விரும்பும் சபையினர் இன்றும் இருக்கிறார்கள். பொன் வைக்கும் இடத்தில் பூ வைக்கிறோம். நடத்த வாருங்கள் என்கிறார்கள். நாடகம் நடத்தும்

குழுவினரும் பூ வைத்தாலே போதும். அதன் மணத்தைச் சுவாசித்த படி நாங்கள் எங்கள் நாடகத்தை நடத்துகிறோம் என நடத்திக் கொண்டிருக்கிறார்கள்.

தமிழக அரசு தமிழ்நாடு இயல், இசை, நாடக மன்றத்தின் மூலம் நாடகக் கலையை வாழ வைத்துக் கொண்டிருக்கிறது. சிறந்த நாடகங்களைத் தேர்ந்தெடுத்து மானியம் தந்து நாடக மன்றங் களுக்குப் புத்துயிரளிக்கிறது.

இத்தகைய காரணங்களால் நாடகக் கலை என்றென்றும் வாழ்ந்து கொண்டிருக்கும் என்பதில் ஐயமில்லை. நாடக மேடை ஒன்றுதான் என்றாலும், அதில் பல வேடங்களில் பலரும் பல்வேறு காலகட்டங் களில் நடிக்கத்தான் செய்வார்கள் என்பதிலும் மாற்றமிளல்லை. நாடகக் கலை என்ற இந்த மகா சமுத்திரத்தில் எனது சின்னஞ்சிறு படகின் கலைப்பயணம் எனது பன்னிரண்டாவது அகவையில் தொடங்கியது. இன்று எண்பத்திரண்டாவது அகவையைக் கடந்த பின்னும் தொடர்கிறது. நான் வாழும் காலம் வரை தொடர்ந்து கொண்டேதான் இருக்கும்.

❐